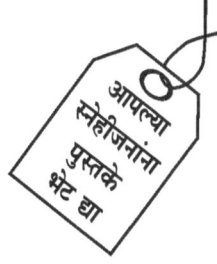

आपल्या स्नेहीजनांना पुस्तके भेट द्या

फँचेट

स्नेहल जोशी

D9900305

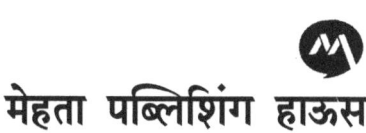

मेहता पब्लिशिंग हाऊस

✆ +91 020-24476924 / 24460313
Email : production@mehtapublishinghouse.com
Website : www.mehtapublishinghouse.com

♦ या पुस्तकातील लेखकाची मते, घटना, वर्णने ही त्या लेखकाची असून त्याच्याशी प्रकाशक सहमत असतीलच असे नाही.

PLANCHET by SNEHAL JOSHI

प्लँचेट / गूढकथासंग्रह

© स्नेहल जोशी

Email : author@mehtapublishinghouse.com

प्रकाशक : सुनील अनिल मेहता, मेहता पब्लिशिंग हाऊस, १९४१, सदाशिव पेठ, माडीवाले कॉलनी, पुणे - ४११०३०.

मुखपृष्ठ : चंद्रमोहन कुलकर्णी

प्रकाशनकाल : नोव्हेंबर, २००७ / सप्टेंबर, २००९ / ऑक्टोबर, २०१६ / पुनर्मुद्रण : जून, २०१७

P Book ISBN 9788177668803
E Book ISBN 9789386888143
E Books available on : play.google.com/store/books
www.amazon.in

दुसऱ्यांच्या मदतीसाठी ज्यांचा हात नेहमी पुढे येत असे
ते माझे मेहुणे
कै. रामभाऊ गोखले
यांना सादर समर्पित

– स्नेहल जोशी

मनोगत

उपेक्षित साहित्यप्रकाराला वाहिलेले मासिक अशी 'नवल' मासिकाची एकेकाळी जाहिरात असायची. उत्सुकतेने ते साहित्य वाचू लागले आणि ते आवडले. इंग्रजी वाङ्मयात या अशा गूढकथांचे स्थान कधी कमी दर्जाचे मानलेले नाही. त्याही अनेक कथा आवडीने वाचल्या आणि मग इतर कथाप्रकारांबरोबर हाही कथाप्रकार हाताळू लागले. 'नवल' मासिकासाठी लिहिण्याची सुरुवात केली. या प्रकाराची एकदा भट्टी जमली आणि मग सातत्याने लिहीत गेले आणि 'नवल'चे संपादक आनंद अंतरकर ते छापतही गेले.

या कथा वाचताना बाहेर पाऊस तरी असावा किंवा थोडी थंडी असावी. पांघरुणात गुरफटून चहाचा आस्वाद घेताना, अंगावर काटा उभा राहत असताना या कथांचा घेतलेला परामर्श... मजा येते खरी!

'नवल'मधील या कथांचा हा संग्रह वाचकांपुढे ठेवताना मला खूप आनंद होत आहे आणि मेहता पब्लिशिंग हाऊससारख्या मान्यवर प्रकाशनातर्फे तो प्रकाशित होत आहे यामुळे हा आनंद द्विगुणित झाला आहे.

— स्नेहल जोशी

अनुक्रमणिका

प्लँचेट

प्लँचेट खेळण्याचे आता काही सौ. अधिकारींचे वय नव्हते. मैदानी आणि मर्दानी खेळात शारीरिक क्षमतेचा प्रश्न येतो तसली काही अडचण ह्या खेळात येण्यासारखी जरी नव्हती, तरी प्रत्येक खेळ कुणी, कधी आणि केव्हा खेळावा यासंबंधी काही आडाखे असतात.

बाहुलीचा खेळ कुणी मुली मोठेपणी खेळत नाहीत. एकूण काय, प्रत्येक गोष्टीचे एक वय असते.

वयाच्या सतराव्या, अठराव्या वर्षी कॉलेजशिक्षण चालू असताना होस्टेलमध्ये अगदी गंमत म्हणून ह्या प्लँचेटने त्यांना वेड लावले नव्हते असे नव्हे; पण ते वयच असे असते. त्या वयात भविष्याबद्दल वाटणारी उत्सुकता... ओढ... तसे आता काहीच नव्हते.

चार दिवसांपूर्वी नीलाने, त्यांच्या एकुलत्या एक मुलीने प्लँचेटचा विषय काढला आणि त्या तिला टपली देत हसल्या होत्या. त्या निव्वळ जुन्या आठवणीने.

ते जुने, भावूक दिवस मग मनात पिंगा घालत राहिले. प्लँचेटचा विषय काढून नीला विसरलीही तो, तरी सौ. अधिकारी जुन्या आठवणीत बुडून गेल्या.

होस्टेलचे ते जीवन... परीक्षेची घणा-घाई... मग मध्येच विरंगुळा म्हणून एकदा कुणीतरी प्लँचेटची टूम काढली होती आणि बघता बघता साऱ्यांनाच वेड लावले होते प्लँचेटने. सुरुवातीला गंमत म्हणून; पण मग सर्वच गंभीरपणे उत्तरांची वाट पाहायच्या.

त्यावेळचे प्रश्न ते काय? अगदी ठरावीक. परीक्षेतील यश, अपयश, नवरा श्रीमंत की गरीब, मुले– यासंबंधीच चौकशा व्हायच्या. उपड्या घातलेल्या ग्लासमध्ये येणारा मृतात्मा– कुठला? ग्लासवर बोट ठेवून बसलेल्या तीन संवेदनशील मनांचा कलच उत्तरात आढळायचा; पण इकडे कुणाचे लक्षच नसायचे. प्लँचेट म्हणजे तशी गंमतच; पण काही चांगले कळले की कसा हुरूप यायचा.

हे सारे नीलाला सांगावेसे वाटले सौ. अधिकारींना; पण नीला बहुधा विसरली होती. प्लँचेटचा विषय तिने पुन्हा काढला नव्हता. मग नीलाचा स्वभाव जाणून सौ. अधिकारीसुद्धा गप्पच राहिल्या होत्या.

नीलाला भविष्याविषयी उत्सुकता असणे स्वाभाविकच होते. तिचे ते वयच होते. सौ. अधिकारींच्या मनात भविष्याबद्दल फारसे प्रश्न आता उरलेले नव्हते. सुरुवातीचे कष्टाचे दिवस संपले होते. श्री. अधिकारींची फॅक्टरी आता जोरात चालू होती. गाडी, चांगल्या वस्तीत फ्लॅट, मानमरातब– तसे ऐहिक काहीच कमी नव्हते. संसाराला मुलांशिवाय शोभा नाही. त्यांना तशी एक मुलगी होती. ती हुशार होती. देखणी होती. तेराव्या चौदाव्या वर्षी मुले छांदिष्ट होतात– अगदी वेडसर वाटावी एवढी त्यांची नीला छंदिष्ट होती. तासन्‌तास आपल्या खोलीचा दरवाजा लावून ती आपल्या छंदात मग्न असायची; पण तिच्या भविष्याविषयी त्यांना काळजी वाटावी असे काहीच नव्हते, पण तरीही मनात असणारी ही सल, ही रुखरुख...

गेली पंधरा वर्षे मनात असणारा तो प्रश्न... त्याची उत्तरे तशी गहन नव्हती. शोधली तर सापडण्यासारखी होती. तरीही त्या गप्पच राहिल्या होत्या. लहानशी नीला मोठी होईल म्हणून वाट पाहत राहिल्या होत्या. परवा नीलाने प्लँचेटचा विषय काढला आणि मग त्यांच्या लक्षात आले, 'अरे! आपली नीला मोठी झाली आता!'

मनाच्या तळाशी असलेला तो प्रश्न पुन्हा मग फणा काढून उभा राहिला होता आणि त्यांच्या मनात आले होते, 'ह्या प्रश्नाचं उत्तर काही प्लँचेटवर मिळणार नाही. तुझं तुलाच ते शोधायला हवं.'

गेले चार दिवस त्यांचे मन असे शांत नव्हते, तरी त्यांच्या नेहमीच्या वागणुकीत काही फरक नव्हता. श्री. अधिकारींचा नूर आणि कल पाहूनच वागायचे हे त्यांनी घेतलेले व्रत. काही दिसले तरी ते बघितले नाही असेच दाखवायचे, काही ऐकले तरी त्या संवेदना मनापर्यंत पोचू द्यायच्या नाहीत आणि कितीही काही जाणवले तरी बोलायचे नाही. पंधरा वर्षांपूर्वी घेतलेले हे व्रत. अगदी सवयीमुळेच त्या व्रतात गेल्या चार दिवसांत जराही फरक पडला नव्हता. वरकरणी तरी त्या नेहमीसारख्या वागत होत्या.

एस.एस.सी.ला असलेली नीला, तिचे शाळेत जाणे, तिची तयारी, श्री. अधिकारी टूरवर जायचे म्हटल्यावर त्यांची तयारी, अगदी नेहेमीप्रमाणेच त्या वागत होत्या.

गेल्या चार दिवसांत फक्त एकदा मिसेस मोटवानींचा पार्टीसाठी फोन आल्यावर त्यांनी आढेवेढे घेतले होते. गाडी श्री. अधिकारी घेऊन गेल्याची सबब सांगून पाहिली होती त्यांनी. मिसेस मोटवानीने फारच आग्रह केल्यावर अगदी नाइलाजाने त्या गेल्या होत्या. कदाचित चार माणसांत गेल्यावर मनातले विषय बदलतील अशी वेडी आशाही त्यांना वाटली होती.

पण झाले होते उलटेच. तिथे त्या गेल्या आणि नेमके त्यांना श्री. सावंत भेटले. मोटवानींनी ओळख करून दिल्यावर ते म्हणाले, "तुम्ही मला ओळखलंत का? पंधरा वर्षांपूर्वी श्री. अधिकारी मोटार अपघातात सापडले होते तेव्हा..."

श्री. सावंतांनी करून दिलेल्या एक एक आठवणी. आणि सौ. अधिकारींची खात्री पटली की, हा घडवून आणलेला योगायोग होता.

दोघांच्या गप्पा बराच वेळ रंगल्या होत्या. श्री. सावंत कोणत्या मुद्यावर भर देतायत हे त्यांच्या लक्षात आले होते. श्री. सावंतांनी आपली नाणी उघडउघडच पुढे मांडली होती. मग पण तरीही असा ताबडतोब निर्णय घेणे सोपे नव्हते.

"विचार करायला हवा." त्यांनी मोघमच सांगून श्री. सावंतांचा निरोप घेतला होता.

मनात घोळणारे विचार बदलतील म्हणून त्या मिसेस मोटवानींकडे पार्टीला गेल्या होत्या आणि परत आल्या होत्या त्या विचारांचे ओझे घेऊनच. आपल्या मनात घोळणारा प्रश्न, येणारी शंका अगदीच निराधार नाही, श्री. अधिकारींना वाटते तेवढ्या आपण बुद्दू नाही हे एकच समाधान तेवढे होते यात.

नीला प्लँचेटचा विषय काढते काय, विचारांची साखळी लांबत लांबत तो प्रश्न डंख मारून मनात उभा राहतो काय आणि त्याचे उत्तर शोधायला श्री. सावंतांचा हात पुढे येतो काय, साराच योगायोग! विचित्र भासला तरीही!

आज नाही उद्या, परवा कधीतरी श्री. सावंतांच्या मदतीने ह्या प्रश्नाचे उत्तर मिळेल तेव्हा श्री. अधिकारींची घमेंड, मिजास, रुबाब, मग्रुरी सारे गळून पडेल. त्यांच्या पुढे आपण दीनवाणे, बापुडवाणे बनतो, अगदी तसेच! त्या कल्पनेनेही त्यांना बरे वाटले. निश्चय ठरला त्यांचा.

दुसऱ्या दिवशी अपेक्षेप्रमाणेच श्री. सावंतांचा फोन आलाच. त्यांनी काही विचारण्याआधीच त्या म्हणाल्या, "मी तयार आहे."

"गुड! व्हेरी गुड!"

"फक्त मी काय करायचं तेवढं मला सांगा." सौ. अधिकारींनी विचारले.

"तुम्ही विशेष काहीच करायचं नाही. मी डाव मांडलाय, लांबून मी सूत्र हलवतोच आहे. आपण कोणता खेळ खेळतोय हे लक्षात घेऊन त्या तऱ्हेनं चाल खेळायची. त्यातून गरज लागलीच तर मी फोन करीन." इतकेच नव्हे कधी गरज पडली तर आपला नंबरही त्यांनी देऊन ठेवला.

चार दिवस काही न घडता गेले. घरात नीला आणि त्याच होत्या. चौथ्या दिवशी श्री. अधिकारी टूरवरून परतले.

सकाळी नाश्ता नेहेमी तिघे बरोबरच घेत. समोर पेपर ओढून श्री. अधिकारी वाचन करत चहाचा आस्वाद घेत होते. गेले चार दिवस घरात चालणारी नीलाची

गडबड, गोंधळ... आज तीही गप्प गप्पच होती. पेपर वाचताना श्री. अधिकारींना बडबड चालत नसे. नव्हे, ते घरात असताना त्यांना आवाजही चालत नसत. नीलाला लहानपणापासून आता ह्याची सवय झाली होती. डायनिंग टेबलावर कपबशा, काटे-चमचे, सुऱ्या ह्यांचे काय आवाज होतील तेवढेच. त्यामुळेच नीलाने डायनिंग टेबलवर प्लँचेटचा विषय काढला आणि सौ. अधिकारींनी तिला जरा दटावलेच. तशी नीला हळू आवाजात बोलत होती. त्या खेळाचे महत्त्व पटवत होती. त्या खेळातील गंमतीजमती सांगत होती. मिळणारी प्रश्नांची उत्तरे... नीता शहा... नीलाने अगदी सहजपणे घेतलेले हे नाव ऐकून त्या वेड्यासारख्या तिच्याकडे पाहतच राहिल्या. प्लँचेटचे हे वेड श्री. सावंतांनीच हिच्या डोक्यात भरवून दिले की काय? आपल्या भेटीपूर्वीच म्हणजे त्यांची सारी योजना तयार होतीच तर! त्यांनी काहीशा अपेक्षेने नीलाकडे पाहिले. ती शांत होती. श्री. सावंतांनी छानच तयारी केली होती.

पेपर पुढे ओढून बसलेल्या श्री. अधिकारींनी ही बोलाचाली, हे नाव ऐकले होते की नाही कुणास ठाऊक? पेपरापलीकडून काही विशिष्ट प्रतिक्रिया आढळली नव्हती. टोस्टचा शेवटचा तुकडा उचलण्यासाठी श्री. अधिकारींचा हात बशीकडे अगदी सहज गेला होता आणि अगदी यांत्रिकपणे सौ. अधिकारींनी किटलीतून त्यांच्या कपात चहा ओतला होता. तोही श्री. अधिकारींनी तेवढ्याच सहजतेने संपवला होता. त्यांच्या वृत्तीतील हा थंडपणा... सहजपणा...

गेले चार दिवस डचमळणारे त्यांचे मन– त्या क्षणी आपल्या निर्णयाबद्दल त्यांना जराही खंत उरली नाही.

... आय मस्ट प्ले. खरंखोटं त्याचा सोक्षमोक्ष लागलाच पाहिजे... चहाचा कप सौ. अधिकारींनी संपवला तरी विचार चालूच होते. नीला फार हळू तर बोलली नव्हती ना?

मागचे आवरताना हीच शंका त्यांना पुन्हा पुन्हा येत होती. नीला घाईघाईने आटपून शाळेला गेली. श्री. अधिकारीही फॅक्टरीला जायची तयारी करू लागले.

सौ. अधिकारींचे मन मात्र प्लँचेटभोवतीच घोटाळत होते. श्री. सावंतांचा हा डाव... प्लँचेटचा तो मांड... उगाचच त्यांच्या अंगावर शहारा आला. त्यांनी स्वत:लाच दटावले, 'खरंच मृतात्मा थोडाच येतोय?'

आपल्याच नादात असल्यामुळे सौ. अधिकारींना श्री. अधिकारींनी बेडरूममधली घंटी वाजवली तरी ऐकू आली नव्हती.

बेडरूमकडे जाताना आज कधी नव्हे ते त्यांच्या मनात आले होते– घर म्हणजेसुद्धा ऑफिसच! बायको म्हणजे सेक्रेटरी जशी!

त्या लगबगीने बेडरूमकडे वळल्या. "माझा टाय कुठं आहे? ब्ल्यू नव्हे– ब्राउन! ह्या सूटवर ब्राउन टाय शोभतो एवढाही सेन्स नाही तुम्हाला?"

टाय समोरच होता. कधी कधी त्या सूटवर ते ब्ल्यू टायही वापरत असत. टायचे हे निमित्त आहे हे सौ. अधिकारींनी ओळखले. कारण त्या जायला निघाल्या तेवढ्यात श्री. अधिकारींनी विचारले, "नीला काय म्हणत होती? प्लँचेटचं काय सांगत बसली होती? आणि ही नीता शहा कोण?"

एका मागोमाग आलेले हे प्रश्न– सौ. अधिकारींनी शक्य तेवढा चेहेरा शांत ठेवला. प्ले अलाँग– सावंतांची त्यांना आठवण झाली.

"तिची कोण मैत्रीण आहे. तिच्या घरी प्लँचेट पाहिला वाटतं तिनं."

"ओह! आय सी!" श्री. अधिकारींच्या ह्या शब्दांतून सुटकेचा भास होत होता, की हा स्वत:च्या मनाचा खेळ आहे हे सौ. अधिकारींना समजले नव्हते.

"आपल्या घरीच प्लँचेट मांडायचा हट्ट धरून बसलीय आता..."

श्री. अधिकारींना ह्या पुढच्या बोलण्यात स्वारस्य नव्हते. महत्त्वाचे ते विचारून झाले होते. सौ. अधिकारींना त्यांनी मग आणखी काही विचारले नाही. आटपून ते बाहेरही पडले. पुढच्या दोन दिवसात प्लँचेटचा विषय नीलाने काढलाच नाही. श्री. सावंत नीलामार्फतच हालचाल करणार हे आता नक्कीच होते. नीलाला विचारावे असे त्यांच्या मनात आलेही; पण श्री. सावंतांनी नीलाचा उपयोग करून घ्यावा हे सौ. अधिकारींना आवडले नव्हते. फोन करून श्री. सावंतांना त्यावरून सांगावे असे त्यांच्या मनात आले; पण त्या गप्पच राहिल्या. एकदा त्यांनी होकार दिला होता. आता माघार घेणे शक्य नव्हते. जी आणि जशी वेळ येईल तसा भाग घ्यायचा. त्यांनी स्वत:ला बजाविले.

शनिवार उजाडला. शनिवार-रविवार श्री. अधिकारी घरात असले की, मायलेकींना जडच जायचा. जास्त आवाज नाही, जास्त हसणे, बोलणे नाही, साऱ्यालाच बंदी असायची. कधी श्री. अधिकारींचा मूड असला तरच... पण तोही कधी बिनसेल सांगता येत नसे. दोघी धास्तावलेल्याच असत.

त्या शनिवारी पावसाने कहर उडवला होता. माणसांचे सारेच व्यवहार ठप्प झाले होते. नीला शाळेतून घरी परतली. स्वयंपाकघरात ती आईभोवती घुटमळत होती. तोंडाने गुणगुणत होती. ती विलक्षण खुषीत असल्याचे हे लक्षण होते. श्री. अधिकारी घरात नसले की, त्यांच्यासारखीच ती खूष असते हे सौ. अधिकारींना ठाऊक होते.

पण तेवढ्यात दारावरची घंटी वाजली. श्री. अधिकारीही घरी लवकरच परतले होते. सौ. अधिकारींनी नीलाकडे पाहिले. तिच्या चेहेऱ्यावर आज निराशा नव्हती. उलट डोळ्यांत दिसणारी ती विचित्र चमक.

श्री. अधिकारी येताच घरात शांतता पसरली. सौ. अधिकारी श्री. अधिकारींच्या दिमतीला लागल्या. नीला दरवाजा बंद करून आपल्या खोलीत जाऊन बसली.

जेव्हा काहीच काम उरले नाही तेव्हा सौ. अधिकारी विणकाम घेऊन बसल्या.

त्या रात्री त्यांनी लवकरच जेवणं आटपली. पाऊस कोसळतच होता. स्वत:ला खोलीत कोंडून घेऊन बसायला श्री. अधिकारी बहुधा कंटाळले होते. पेपर वाचत ते बाहेर सोफ्यावर बसले होते.

बाहेर वातावरण कुंद होते. पावसामुळे बाहेर वर्दळही नव्हती. सौ. अधिकारी विणकाम घेऊन तिथेच टेकल्या. उघड्या खिडकीतून येणारा थंडगार वारा अंगावर काटा आणत होता. बाहेर रात्र आता दाटली होती. पायरव ऐकल्याचा होणारा भास...

तेवढ्यात नीलाने सेन्ट्रल टेबल पुढे ओढले. खडूने ए पासून झेडपर्यंत अक्षरे ती कोरून लिहीत होती. मग एका बाजूला एक ते दहा आकडे लिहून झाले. पर्समधून तिने तांब्याचे नाणे काढले, मेणबत्ती काढली. काड्याची पेटी आणि हलका काचेचा ग्लास घेऊन ती आली. नकळत कुणाचा हलका थंडगार स्पर्श झाल्यागत सौ. अधिकारींच्या अंगावर काटा आला.

नीला आपल्याच नादात होती. तिचे तिकडे लक्षच नव्हते.

"मम्मी! आज प्लँचेट करायचं..." विणकाम बाजूला करताना सौ. अधिकारींनी हळूच श्री. अधिकारींकडे पाहिले. पेपर बाजूला करून त्यांनी हळूच नीलाच्या तयारीवर नजर टाकली होती.

"नको बाई! आज सर्वपितरी अमावस्या, पुन्हा शनिवार, त्यात चढत जाणारी रात्र. आता नको." सौ. अधिकारींनी आढेवेढे घेतले.

"तुझ्या ह्या साऱ्यावर विश्वास आहे मम्मी! यू आर सिंपली ग्रेट!" नीलाच्या ह्या बोलण्यावर पेपर बाजूला ठेवत श्री. अधिकारी हसले.

"एम.ए.पर्यंत ती शिकलीय. पण काकू आहे अगदी! गावंढळ!" श्री. अधिकारी फुत्कारले.

तेवढेच प्रोत्साहन नीलाला पुरले होते. डॅडींचा मूड बघून ती बोलली होती की... ती म्हणाली, "ही अंधश्रद्धा आहे. माझा ह्यावर डॅडींसारखाच विश्वास नाही. पण तरीही तो ग्लास कसा फिरतो ते मला बघायचंय. एकत्र बसलेल्या तीन माणसांच्या मनाचा कल उत्तरातून कसा बरोबर सापडतो ते पाहायचंय."

श्री. अधिकारींपुढे जास्त न बोलणारी नीला... सौ. अधिकारी पाहतच राहिल्या तिच्याकडे.

नीलाने हा गळ टाकला होता की काय? मासा गळाला लागतो की नाही म्हणून सौ. अधिकारींचे मन धडधडत होते. थोडेसे आणखी ताणले तर... आणि त्या म्हणाल्या, "तुझे प्रश्न मला माहीत आहेत. त्यांची उत्तरंही मीच सांगते. त्याला प्लँचेट कशाला हवा? आणि प्लँचेट बरोबरीच्या मैत्रिणींत करायचा असतो. दुपारी कर उद्या."

"दुपारी? आहेस खरी! त्याला रात्रीची वेळ लागते. एका घरातली तीन माणसं लागतात." नीला म्हणाली.

ह्या प्लँचेटचे हे नवे नियम कुणी ठरवले? श्री. सावंतांनी? त्यांनी नीलाकडे पाहिले. ती आपल्याच नादात होती. श्री. अधिकारी मूडमध्ये होते हे जाणून की काय, मुद्दाम सौ. अधिकारींना डिवचत होती.

"आज हवं तसं वातावरण आहे. शनिवार, अमावस्या, चढत जाणारी रात्र, कोसळणारा पाऊस. एक काय दहासुद्धा आत्मे येतील प्लँचेटवर."

सौ. अधिकारींनी अंगाभोवती पदर लपेटून घेतला.

"घाबरलीस? वाटलंच होतं." नीलानं आणखी डिवचलं. श्री. अधिकारी गडगडून हसले त्यावर.

"मी जुन्या मतांची आहे; पण तुझे डॅडी मॉडर्न आहेत. ह्या घडीला त्यांची प्लँचेट करायची तयारी असली तर मी आहे तयार." सौ. अधिकारी आपली चाल खेळल्या आणि श्वास रोखून श्री. अधिकारी काय म्हणतात त्याची वाट पाहत राहिल्या.

आता श्री. अधिकारींना माघार घेणे शक्यच नव्हते. ते उठले तरीही सौ. अधिकारी आपल्या जाग्यावरच बसून वेड्यासारख्या पाहतच होत्या. टेबलावरच्या उदबत्त्या घेताना नीलाने चालू केलेला टेपरेकॉर्डर... श्री. सावंतांनी किती आणि आणखी कोणत्या सूचना नीलाला देऊन ठेवल्या होत्या?

उदबत्त्या पेटवून नीलाने बाजूला खोचून ठेवल्या तेव्हा त्या कशाबशा धडपडत उठल्या.

खोलीत विलक्षण शांतता पसरली होती. बाहेरही फारसे आवाज नव्हते. रहदारीही नव्हती. घरात, बाहेर जाणवणारी ती शांतता... फक्त पावसाची रिपरिप.

तेवढ्यात एक बस फरकन पाणी उडवत गेली. पावसाची रिपरिप चालूच होती. रस्त्यावरून बहुधा प्रेतयात्रा चालली होती. 'हरे राम'चा दूरवर जाईपर्यंत ऐकू येणारा स्वर... सौ. अधिकारींच्या अंगावर सरसरून काटा आला.

नीलाने पैसा ठेवला. त्यावर मेणबत्ती पेटवून उभी ठेवली. ती थरथरणारी ज्योत ग्लास उपडा पडताच फटकन विझली. वाऱ्यामुळे पुढच्या दरवाज्यावर धडका बसल्यागत वाटत होत्या. तो आवाज विलक्षण भयानक वाटत होता.

चौदा वर्षांची नीला मात्र अगदी शांत होती. न घाबरता ती म्हणाली, "कुणीतरी प्रार्थना करा. आपल्या माहितीच्या मृत व्यक्तीचं चिंतन करा. तिला बोलवा."

वाऱ्याच्या झोताने खिडकीचे पडदे हलले. टेबलावरचा फ्लॉवरपॉट त्या धक्क्याने खाली पडला. कुणीतरी खिडकीतून आत आल्यागत झालेला धप्प आवाज– सौ. अधिकारींनी श्वास रोखून धरला.

ग्लासमधील धुराची वलये वरवर जात होती. बघता बघता धूर ग्लासभर पसरला आणि ग्लास किंचित थरथरल्याचा भास झाला. त्यांनी ग्लासवर अगदी हळुवारपणे ठेवलेले बोट, जाणवलेली ती थरथर... अंगातून शिरशिरी आली त्यांच्या.

तेवढ्यात नीलाने गंभीरपणे विचारले, ''तुम्ही आलात का?''

ग्लासने गरगर फिरून 'येस' ही अक्षरे दाखवली आणि तो जाग्यावर आला.

''नाव काय तुमचं?''

ग्लास पुन्हा फिरू लागला. निरनिराळी अक्षरे दाखवू लागले. अक्षरे जुळवून नीलाने उच्चार केला आणि आश्चर्याने ती म्हणाली,

''नीता शहा? तुम्ही? पण...'' नीलाचे हे आश्चर्य... हे नाटक; पण जास्त वेळ तिकडे लक्ष देणे सौ. अधिकारींना शक्य नव्हते, कारण ग्लास पुन्हा गरगरला. 'येस.'

एका अज्ञात हाताने खिळवून ठेवल्यागत सौ. अधिकारी बसून राहिल्या. आपली मुलगी श्री. सावंतांनी सांगितलेली भूमिका किती तन्मयतेने रंगवतेय! शी इज ए गुड अ‍ॅक्ट्रेस. तिच्या चेहेऱ्यावरचे भाव...

त्यांनी हळूच श्री. अधिकारींकडे पाहिले. त्यांचा चेहेरा किंचित भेदरलेला; पण तरीही ताठरपणे ते बसून होते. त्यावरचे ते विलक्षण भाव.... त्यांच्या मनात आले, नीलाने अशीच साथ दिली तर! आपल्या प्रश्नाचे उत्तर दूर नाही.

''तुम्ही कोण पण?'' नीलाने पुन्हा प्रश्न विचारला.

'सुडानं पेटलेली एक स्त्री. पंधरा वर्षांपूर्वी माझा खून झाला होता.'

श्री. अधिकारींच्या कपाळावर पसरलेले धर्मबिंदू, त्यांची अस्वस्थता... नीलाचे मात्र तिकडे लक्षच नव्हते. ती म्हणाली, ''पण मी तुम्हाला बोलावलं नव्हतं. आजोबांना बोलावलं होतं. मग तुम्ही का आलात?''

'माझा आत्मा घुटमळतोय. सुडानं पेटलेला आत्मा... त्याला मुक्ती नसते.' ग्लास गरगरत होते. एक एक अक्षर जोडून शब्द आणि संदर्भ जुळवत होते.

''सूड घ्यायचाय?'' सौ. अधिकारींनी विचारले.

'हो! ज्यानं मला मारलं त्याचा सूड घ्यायचाय.' ग्लास गरगरत होते आणि सहजपणे शब्द, वाक्यं बनत होती. अर्थ समजत होता.

'त्यानं मलाच नव्हे. आमच्या होणाऱ्या बाळालाही मारलं, आय हेट हिम!' कुणीतरी बोलल्यागत सहजपणे येणारी ही उत्तरे!

त्या ग्लासमध्ये कोणती शक्ती संचारली होती देव जाणे! सौ. अधिकारींना नीलाकडे बघण्याची हिंमत झाली नाही. श्री. अधिकारी उठून जातील ही एकच धास्ती सौ. अधिकारींना वाटत होती; पण खिळल्यागत ते बसून होते. डोळे विस्फारून त्या ग्लासकडे पाहत होते. त्यांचे बोट जणू त्या ग्लासला चिकटले होते. ह्या खेळाचा सूत्रधार आता सौ. अधिकारी होत्या.

"पण तुम्हाला मारून तुमच्या मारेकऱ्याचा काय फायदा झाला?"

ताडकन उत्तर आले : 'बराच फायदा झाला. मी धंद्यात त्यांची पार्टनर होते. माझ्या मृत्यूनं तो फॅक्टरीचा सर्वस्वी मालक झाला. पुन्हा माझ्या होणाऱ्या बाळाची आणि माझी कटकट मागे उरली नाही.' त्या वाक्यातील कडवटपणा कुणीतरी बोलल्यागत स्पष्ट जाणवत होता. 'आणि...'

"आणि काय?" सौ. अधिकारींनी विचारले.

'स्त्रिया हा त्याचा कमकुवतपणा होता. प्रत्येक वेळी टूरवर जाताना त्याला नवं पाखरू हवं असायचं. त्याच्या बायकोसारखी मी नव्हते. आमची भांडणं त्यावरून होऊ लागली. माझ्या मृत्यूनं आणखी फायदा म्हणजे तो एक नवा धडा शिकला.'

"तो कोणता?" सौ. अधिकारींनी शांतपणे विचारले.

'कुठंही न गुंतण्याचा. विचार तुझ्या नवऱ्याला.' ग्लास गरगरला.

"त्यांचा काय संबंध?" सौ. अधिकारींना हवं ते उत्तर आता येणार होते. त्या वाट पाहत होत्या. पण कुणीतरी प्रत्यक्ष बोलल्यागत आलेले उत्तर... त्या चमकल्या.

'सीली! तुझ्या नवऱ्यानं मला मारलं. मी नीता शहा. एके काळची तुझ्या नवऱ्याची प्रेयसी. फॅक्टरीतील पार्टनर.'

श्री. अधिकारींकडे पाहण्याची हिंमत होईना सौ. अधिकारींना. तेवढ्यात श्री. अधिकारी म्हणाले, "तो अपघात होता. तसं सिद्धही झालंय."

'तो खून होता. यू किल्ड मी... यू किल्ड मी... यू हेटेड मी...' कुणीतरी बोलल्यागत स्पष्टपणे पुन्हापुन्हा येणारी ही वाक्ये...

भारल्यागत सर्व बसून होती. पांढराफट्ट पडलेला नीलाचा चेहेरा... सौ. अधिकारींना वाटू लागले, उगाच श्री. सावंतांनी नीलाला ह्यात गुंतवली. एकटक त्या ग्लासकडे बघत बसलेले श्री. अधिकारी... त्यांचा बापुडवाणा वाटणारा चेहेरा...

ते म्हणाले, "नाही नीता, तुझा गैरसमज झालाय. आय लव्हड् यू. तू माझ्या बायकोपेक्षा वेगळी होतीस आणि म्हणून मला आवडत होतीस. आपलं बाळही मला हवं होतं; पण मिस् डिसूझावरून झालेलं आपलं भांडण... ते विकोपाला गेलं. तू फॅक्टरीतून हिस्सा काढायचं ठरवलंस. मी पार बुडणार हे नक्की होतं. त्या रागाच्या भरात, माझ्या शेवटच्या धडपडीत–"

श्री. अधिकारींनी एक दीर्घ निःश्वास सोडला. "तू कोणत्याही तऱ्हेनं ऐकायला तयार नव्हतीस. समझोत्याचं नाटक करून तुला खूप दारू पाजली आणि गाडीत जाणून बुजून भांडणं उकरून काढली. व्हीलवरचा तुझा ताबा सुटला आणि मी बाहेर उडी घेतली. मारायचं किंवा मरायचं ठरलं की, माणूस तसा तयारीनंच जातो. बट आय लव्हड् यू."

'आय कांट बिलीव्ह. डू यू स्टिल लव्ह मी? देन कम माय डार्लिंग, कम... आय ॲम वेटिंग...'

प्लँचेटवरची ही अक्षरे पाहताच इतका वेळ खिळल्यागत बसलेले श्री. अधिकारी ताडकन उठले.

त्यांना थांबवावे असे सौ. अधिकारींना वाटत होते; पण त्या खिळल्यागत बसून होत्या. पुढच्या दरवाज्याचा धाडकन आवाज झाला तेव्हा भानावर येऊन मायलेकी उठल्या; पण तेवढ्यात मोटर गेटमधून बाहेर पडलीही होती. तेवढ्यात वीज चमकली. तिचा झालेला भयानक आवाज.... घाबरून नीलाने त्यांच्या गळ्याला मिठी घातली आणि तिने डोळे फिरविले. कसेबसे तिला सांभाळत सौ. अधिकारी सोफ्यावर टेकल्या.

बसलेल्या धक्क्याने नीला बेशुद्ध झाली होती, की ह्या सर्व ताणामुळे थकली होती? त्यांना काही समजत नव्हते. तिच्या तोंडावर पाणी शिंपडावे असे त्यांच्या मनात आले; पण तिथून हलण्याची हिंमत त्यांच्या शरीरात नव्हती. नीलाचा हा तुटपुंजा आधारही सोडण्याची हिंमत त्यांच्यात नव्हती.

उदबत्तीचा वास अजूनही हॉलभर दरवळत होता. वातावरणातील जडत्व जाणवत होते. मागे वळून बघण्याची हिंमत सौ. अधिकारींच्या अंगात उरली नव्हती. प्लँचेटचा तो मांडलेला खेळ, तो गरगरणारा ग्लास, ती येणारी उत्तरे, त्या आठवणीने अंगभर शहारे आले होते. एक अदृश्य आत्मा घुटमळतोय असा चमत्कारिक भास होत होता. नीलाचे डोके खांद्यावर संभाळत त्या बसून होत्या. तिला कसे शुद्धीवर आणायचे ते त्यांना समजत नव्हते.

अशा कोवळ्या मुलीच्या मनावर परिणाम झाला तर? श्री. सावंतांना त्याची पर्वाच नव्हती. केसचा उलगडा झाला की झाले, मग कुणाचे काही होवो. त्यांना सावंतांचा रागच आला होता आता. सकाळ होईपर्यंत वेळ कसा काढावा ते सुचत नव्हते. वेड्यासारख्या त्या बसून होत्या. किती वेळ गेला कुणास ठाऊक!

एकाएकी बेलचा आवाज हॉलभर घुमला. क्षणभर त्यांना कळेचना बेल टेलिफोनची होती की दारावरची होती? बेल पुन्हा घणघणली. नीला सावरून बसली आणि सौ. अधिकारींचा हात घट्ट धरून म्हणाली, ''कुणीतरी बातमी घेऊन आलाय.''

''थांब, पाहू या.'' पण तेवढ्यात पुन्हा बेल वाजली.

सौ. अधिकारींनी दार न उघडताच आतूनच विचारले, ''कोण आहे?''

''मी पोलीस इन्स्पेक्टर सावंत. दार उघडा.''

सौ. अधिकारींनी दार उघडले. श्री. सावंतांना पाहताच नीलाने विचारले, ''डॅडी अपघातात सापडले ना? कसे आहेत ते? त्याच वळणावर गाडी आपटली का?''

''मी तुम्हाला तेच सांगायला आलोय; पण तुम्हाला कसं कळलं हे?'' काहीशा संशयाने आळीपाळीने दोघींकडे पाहत श्री. सावंतांनी विचारले.

नीलाचा हा सारा अंदाज होता याची सौ. अधिकारींना खात्री होती. त्या सावंतांना म्हणाल्या, ''ह्याचा अर्थ काय? तुम्हीच तर– ''

पण सौ. अधिकारींना पुरे बोलून न देताच नीला तारवटलेल्या डोळ्यांनी त्यांच्याकडे पाहत म्हणाली, ''तिने येऊन सांगितलं मला.''

''काय?'' सौ. अधिकारी ओरडत मटकन खालीच बसल्या.

''कुणी?'' सावंतांनी विचारले.

''नीता शहाने...'' भारल्यागत नीला बोलत होती. सर्व अंगभर एक चमत्कारिक लहर सळसळत गेली सौ. अधिकारींच्या. ह्या सर्वांचा नीलाच्या मनावर परिणाम झाला असावा असा त्यांना संशय येत होता. त्या चिडून श्री. सावंतांना म्हणाल्या, ''हा प्लँचेटचा जीवघेणा डाव तुम्हीच मांडायला लावलात नीलाला. ह्या कोवळ्या वयात हा असा जीवघेणा डाव...''

''काय म्हणताय काय तुम्ही? मला तर काहीच कळत नाही. नीट स्पष्ट सांगा सर्व.'' पण ते काही बोलणार तेवढ्यात त्यांची नजर त्या सेन्ट्रल टेबलकडे वळली आणि ते भीतीने किंचाळले.

''ते... ते काय?''

मघा सेन्ट्रल टेबलवर मांडलेला प्लँचेट तसाच होता. आता आजूबाजूला कोणीही नव्हते तरी तो काचेचा ग्लास सुडाच्या आवेशाने गरगरत होता.

घाबरून विस्फारलेल्या नजरेने त्या ग्लासकडे सौ. अधिकारी पाहत उभ्या होत्या. बघता बघता गरगरणारा तो ग्लास अचानक थांबला आणि नीला पुटपुटली, ''माझी खात्री आहे, डॅडी जिवंत नाहीत आता.''

सौ. अधिकारी आणि श्री. सावंत आश्चर्याने तिच्याकडे पाहतच राहिले. ती किंचित हसून म्हणाली, ''तुला कुणी सांगितलं असंच ना? नीता शहानं. तिनं निरोप घेताना सांगितलं.'' सौ. अधिकारी तिच्याकडे पाहत खिळून उभ्या होत्या.

पण नीला शांतपणे सांगत होती.

''ह्यात आश्चर्य करण्यासारखं काही नाही. नीता शहा माझ्या खोलीत अनेकदा येऊन मला सूचना करायची. मम्मी, मनात असणाऱ्या प्रश्नाचं उत्तर शोधायची तुझी तयारी दिसली आणि नीता शहानंच प्लँचेटची युक्ती सुचवली मला.''

नीलाच्या बोलण्याने भीतीची एक लहर सळसळत सौ. अधिकारींच्या अंगातून गेली. श्री. सावंतही वेड्यासारखे नीलाकडे पाहत उभे होते. तेवढ्यात फोन घणघणला. श्री. सावंतांनीच तो उचलला. फोन हॉस्पिटलचा होता. कारण सावंत विचारीत होते, ''स्टेटमेंट घेऊन झालं? सारी केस...''

त्या दोघींकडे सावंतांचे लक्ष गेले आणि बोलताबेलता ते गप्प झाले. त्यांनी फोन खाली ठेवला.

''ही इज नो मोअर. फक्त... जाऊ दे आता. त्या स्टेटमेंटची आवश्यकताही नाही म्हणा...''

पण तेवढ्यात नीला उठली आणि तिने टेबलावरचा टेपरेकॉर्डर सुरू केला. प्लँचेट चालू असतानाचे सर्व संभाषण त्यावर टेप झाले होते. सर्व प्रश्न स्पष्टपणे ऐकू येत होतेच; पण त्याशिवाय एक स्त्रीचा आवाज स्पष्टपणे ऐकू येत होता. तिचे बोलणे, प्रश्नांची उत्तरे....

खिळल्यागत ती तिघे बसून होती. घडलेला चमत्कार... मेलेल्या नीता शहाचे स्पष्टपणे ऐकू आलेले बोलणे... टेप खटकन बंद झाली तरीही कुणाला जागेवरून उठण्याची हिंमत झाली नाही बराच वेळ!

■

भृगुसंहितेचा बळी

जे घडलेय ते सारे इतके चमत्कारिक आहे, की तुमचा त्यावर विश्वासच बसणार नाही. तुम्ही म्हणाल ही निव्वळ सारवासारव आहे, हा निव्वळ बचावाचा प्रयत्न आहे किंवा हा खोटे तरी बोलतोय. पण तसे नाही हो! घडलेय ते सारे खरे आहे.

माझी स्वत:ची तरी अजून कुठे खात्री पटत होती? वाटत होते, हे चमत्कारिक स्वप्नच आहे... लांबलचक... रखडणारे. मी समोरच्या गजांवर चारसहा वेळा डोकेही आपटून घेतलेय. का, तर जाग यावी. पण डोक्याला टेंगूळ येण्यापलीकडे काही घडले नाही. त्या टेंगुळाला हात लावला की सत्य परिस्थितीची जाणीव होते तेवढीच.

तुमचा विश्वास नाही बसणार असे म्हणतोय. पण तरीही तुम्हाला सारे सांगतोय. निव्वळ सहानुभूती नकोय. आणखीही एक काम आहे. कराल? नव्हे, कराच! पण आधी ऐकून तर घ्या.

खरे म्हणजे जे घडले त्याची सुरुवातही अशाच एका चमत्कारिक स्वप्नापासून झाली. 'चमत्कारिक' शब्द मी सारखा वापरतोय ना? माझे डोके फिरलेय असे समजून चमत्कारिक नजरेने असे माझ्याकडे पाहू नका हो! जे घडलेय ते सारे खरेच आहे.

तुम्हाला विनायक बळिभद्राची चाळ माहीत आहे? ह्या चाळीला आम्हा भाडेकरूंच्या दोन पिढ्यांपासून ठेवलेले 'विनायक दळभद्र्याची चाळ' हेच नाव जास्त ओळखीचे आहे. वंशपरंपरागत चालत आलेली ही थट्टा! मध्यमवर्गीय माणसाची सूड उगवायची कुवत याहून काय जास्त असणार?

तर मी विनायक दळभद्र्याच्या चाळीत राहतो. माहीत आहे का तुम्हाला ही चाळ? तसे बघण्यासारखे काही नाही तिथे. काहीच नाही. टंच पोरी नाहीत. असणारच कशा? पांढरपेशा आणि दारिद्र्य ह्या दोन चाकांमध्ये भरडल्या जाणाऱ्या

आमच्या पोरी नव्हाळी येतायेताच सुकून जातात. कुठेतरी प्रेम करतात, फसतातही. कुठे किरकोळशी नोकरी धरून बापाचा संसार सावरून धरतात. इथल्या मुलांचीही हीच अवस्था. तारुण्याने रसरसण्याआधीच ती मटका-दारूत मुरतात. हातापायांच्या नसा बाहेर पडलेल्या. नोकरी कुठेतरी कारखान्यात, कंपनीत नाहीतर मिलमध्ये. असेच प्रेम नि मग लग्न. चाळीत विशेष काही घडतही नाही. कधीच घडत नाही.

म्हणूनच म्हणतो, ही चाळ तुम्ही पाहिलेली नसली तरी मुळीच बिघडत नाही. गिरगावातल्या अनेक मोडक्या चाळींसारखी ही एक चाळ दोन बोळांच्या बोळकांडीत उभी आहे. शंभर वर्षांहून जुनी असल्यामुळे जिकडेतिकडे टेंभे लावलेले. मुडदूस झालेल्या मुलाच्या फासळ्या दिसाव्यात तशी प्लॅस्टर जाऊन दिसणारी काँक्रिटच्या तारागजांची भगदाडे. जिन्याच्या मागच्या फळ्या जाऊन म्हाताऱ्याच्या तोंडासारखी दिसणारी भगदाडे. सर्वांच्या दारात कोळशाच्या पेट्या. त्यावर रात्री तरुण पोरे झोपतात. मवालीपणाची सुरुवात इथूनच होते. पण घरात बरोबरीच्या बहिणी. त्यामुळे त्यांना आतही झोपवता येत नाही. प्रत्येकाच्या दारात तुळशीची कुंडी. गुलाबाची कुंडी क्वचितच. म्हाताऱ्या पाध्यांसारख्याच्या कुंडीत पाती चहा आणि दुर्वाच मिळायच्या.

अशा ह्या चाळीत दुसऱ्याच्या दारातला कचरा, सामान आमच्या दारात आले म्हणून, नाहीतर नळाच्या पाण्यावरून भांडत मी जगलो– जवळजवळ अठ्ठावन्न वर्षे. त्या वर्षी मी म्युन्सिपालटीतून निवृत्त होणार होतो. पंचावन्न वर्षांपर्यंत माझे जीवन तसे साधे सरळ गेले. असे कधी भांडण झाले तरच. पण तसा मी चाळीतला भला माणूस म्हणूनच प्रसिद्ध होतो. पण गेल्या तीन वर्षांत माझ्या जीवनाला मिळालेले ते वेगळे वळण... त्याबद्दलच सांगयचेय तुम्हाला.

आमच्या चाळीचा जिना चढून तुम्ही आलात की इतर बिऱ्हाडांतून डोकावत पुढे चला. माझी शेवटची खोली म्हणजे हवा, उजेड भरपूर असे वाटत असेल ना? कसले काय! अहो, खोली संडासाजवळची. खिडक्या असून उपयोग नाही. स्वैपाकघरातली खिडकी तर बंदच असते. बाहेरच्या खोलीतली उघडी ठेवतो. सवय झालीय आता. चाळीचा नळही इथेच आहे. खालीही आहे. पाण्यासाठी, संडासासाठी इथे वर्दळ भरपूर असते. जवळजवळ साठ बिऱ्हाडे आणि प्रत्येक घरी चार-पाच माणसे. करा हिशेब.

माझी खोली इतर चाळीतल्या खोल्यांसारखीच. एक कॉट, त्यावर गाद्या-उश्यांची थप्पी. कॉटखाली जुने धान्याचे डबे. कधीकाळी काढलेल्या रंगाचे पोपडे गेलेल्या भिंती. भिंतींना मारलेल्या फळ्या, त्यावर बोचकी आणि ती झाकण्यासाठी त्रेतायुगात केलेला, धुळीची पुटे चढलेला पडदा.

आतली खोली ह्याहूनही गोंधळाची. पाण्याची पिंपे, गंजलेले पत्र्याचे डबे, थोडी

भांडी, मोरी, ओटा, स्टोव्ह, शेगडी आणि ह्या साऱ्या गर्दीत कोनाड्यात स्थान टिकवून असलेले देव. कोळिष्टके, शेगडीचे काळे. सवयीने हे सारे डोळ्याला खुपत नाही.

हे सारे सांगतोय ते तुम्हाला ह्या घडलेल्या घटनेची पार्श्वभूमी माहीत असावी म्हणून.

ह्या अशा साम्राज्यात कर्त्या पुरुषाची झोपण्याची सोय कॉटवर असते, तशीच माझीही होती. पत्नी आतल्या खोलीत. वयात आलेली कुसुम, धाकटा बाळू कॉटच्या पुढे आणि पंचविशीचा बबन्या बाहेर पेट्यांवर.

त्या दिवशी ते चमत्कारिक स्वप्न पडले ते ह्याच आमच्या राज्यात. आजूबाजूला अठरा विश्वे दारिद्र्य होते आणि मी त्या स्वप्नात रंगलो होतो. त्या स्वप्नातले सारे तपशील मला आठवतायत.

आमच्या त्या खोल्यांना प्लॅस्टिक इमल्शनचा लावलेला आइस्क्रीम कलर. भिंतीवरची बंद कपाटे, फॉल्स सीलिंग, गरगरणारा पंखा, सोफा कम बेड, गोदरेजचे कपाट, कॉटवरच्या नव्या जाड गाद्या, त्यावरची गुलाबी चादर, उश्यांचे पांढरेशुभ्र अभ्रे आणि कॉटजवळच्या खिडकीचा वाऱ्यावर हलणारा पडदा...

आतल्या खोलीतली चकचकीत भांडी, नळ, बाथरूम, उभा ओटा, त्यावर गॅस, खाली बंद कपाट, सारे स्वच्छ, झगझगीत. गुबगुबीत, बायको झुळझुळीत साडीत, हसतमुख, शिऱ्याची बशी घेऊन आलेली. मुलांचे, माझे कपडेही टेरेलिनचे. ऑफिसमध्ये मी हेडक्लार्क. इतके सर्व छान! आणि मग अचानक मी मेट्रो सिनेमाशी उभा असतो. ट्रॅफिक सिग्नलजवळ मला ती ऐटदार मोटार दिसते. तिचा निळा रंग, पांढऱ्याशुभ्र गाद्याही मला आठवतायत. ड्रायव्हिंग करणारा तो माणूस, त्याचा चेहरा, त्या मिशा... आणि बघताबघता सिग्नलशी उभ्या असलेल्या मला पाहून तो चपापतो– झटकन निघतोही; आणि मी त्या मोटारीपुढे उडी घालतो. कर्णकर्कश आवाज... आणि मी स्वप्नातून जागा होतो...

स्वप्नात हे सारे इतके खरे वाटले होते की जागा होताच घरावरून नजर फिरलीच आणि चपराक बसल्यागत वाटले. 'काय विचित्र स्वप्न...' मी तरीही त्याच गुंगीत होतो.

नळावरून येणारे भांड्यांचे आवाज, टमरेलांचे आवाज, वसईवाल्यांच्या बरण्यांचा खडखडाट. पत्नी कण्हतकण्हत म्हणाली, "अहो उठताय ना? केव्हाची हाका मारतेय. त्या मेल्या बंडू दामल्यानं आज घड्याळ आतल्या खोलीत ठेवलं वाटतं."

तेव्हा मी ताडकन उठलो. कसले स्वप्न आणि काय? पाणी गरम करून बायकोला दिले. बायकोचे चिकटणारे डोळे उघडण्यासाठी रोजचाच हा कार्यक्रम. दातांवर दंतमंजन फासून बादल्या घेऊन नळावर धावलोच. बाळूच्या पायावर गडबडीत पाय पडला. तो कळवळला तरी बघायला मला वेळ नव्हता.

नळावर नंबर चुकला की आफत. वाटेत बंडू दामल्या पाणी भरताना दिसला.

तो मिशीतल्या मिशीत हसला. त्याची ढम्मेली बायको खिदळली. गजराचे घड्याळ आतल्या खोलीत ठेवून त्याने माझी धांदल उडवून दिली होती. चाळीतले हे हेवेदावे असेच. पण मनातून संताप आला. त्या दामल्याच्या तुंदिल पोटावर रट्टा मारावासा वाटत होता.

पण ते शक्य नव्हते. नोकरीची तीन वर्षे बाकी होती. एखादेवेळी असा कुजकेपणा केला तरी नेहमी त्याचे घड्याळ बाहेरच्याच खोलीत असायचे. त्याच्याच गजराने मला जाग येते. लहरीत असला तर बंडू दामले कधीमधी हाकाही मारतो: 'वसंतकाका, उठा!'

हो! बंडू दामल्याचा मला हेवा वाटतो. तसा लाइनीत असलेला मुलगा. बायको नोकरी करणारी. 'हम दो हमारे दो' असा त्यांचा संसार. चाळीतल्या सुखवस्तू कुटुंबात गणना होते त्याची. हेवा वाटणे तसे स्वाभाविकच नव्हे का?

नळाचे पाणी भरताना त्या स्वप्नाची आठवण झाली आणि मनात आले, बंडू दामल्याच्या हेव्यादाव्यातून तर ते स्वप्न पडले नसेल ना? बंडू दामल्याची खोली स्वप्नातल्या खोलीशी मिळतीजुळती जरी नव्हती तरी बरीचशी तशी होती.

काही स्वप्ने अशी आखीवरेखीव असतात, हुबेहूब असतात की त्यांच्या आठवणी मनातून जात नाहीत. ह्या स्वप्नाचेही असेच झाले. आणि म्हणूनच वास्तवतेचा उबग आला होता मला.

रोज लक्षात येत नाही. पण त्या दिवशी पाणी भरताना दमल्यासारखे वाटले होते. दोन हातांत दोन बादल्या धरून बदाबदा पिंपात पाणी ओतीत मी सारा राग काढत होतो. बाहेर पेटीवर ताणून दिलेल्या बबन्याचा राग आला होता. धपाटे घालावेसे वाटत होते, पण पंचविशीच्या पोरांना कुणी मारते का? घरात झोपलेली आमची कुसुम– तिच्या कमरेत लाथ घालावीशी वाटत होती, पण बाविशीच्या पोरीला धड पोसता येत नव्हते, तिचे लग्न करता येत नव्हते. फक्त लाथ घालणे शोभले असते काय?

त्यातल्या त्यात बाळू लाइनीत, शिकणारा. बारा वर्षांचा पण टी.बी. मुळे लहानखुरा वाटतो. मुसमुसत होता पण जवळ गेलो नाही, समजावले नाही.

पाणी भरून झाले तेव्हा नेहमीपेक्षा उशीरच झाला होता. वाटेत पाणी सांडले होते, त्यावर पाय घसरून आदळलोच. बाळूच्या चेहेऱ्यावर पसरलेले हास्य, कुसुमचे पांघरुणातून हळूच डोकावणे. बायकोनेही बाहेर पाहिले होते. सर्वांवर ओरडलोच, "हसा भोसडीच्यांनो! बाप मेल्यावरही हसा!"

अपघात तर होणार नाही ना? ही मनात रुखरुख... त्या दिवसाची सुरुवात ही अशी. चहा झाला. शेजारीपाजारी पेपरात डोकावले आणि तेवढ्यात बायकोने स्टोव्ह पुढे आदळला, "घ्या! पेटत नाही. दुरुस्त करून आणा."

"आठ वाजता सांगा ही कामं! त्या पोरांना सांगा की! एक दिवसरात्र उनाडतो. दुसरी टिवल्याबावल्या करते."

आणि तरी स्टोव्ह उचलून चालू लागलो. दिवसाला पनवती लागते ती अशी. पुढे सांगण्यासारखे काही नाही. उशीर झाला होता. नेहेमी मी गिरगावातून चालत जातो. आज बसने निघालो. बसच्या नागमोडी क्यूमध्ये ओळखीचे कुणी दिसले तर तिकीट काढायला लागेल ह्याची मनातून धास्ती वाटत होती. पण केला हिय्या. ठरवून ठेवले, दिसलेच कोणी, तरी शेवटपर्यंत त्यांच्या तिकिटासाठी खिशात हात घालायचाच नाही. बसच्या क्यूमध्ये नाईक, परांजपे, वैद्य ही मंडळी नव्हती. हायसे वाटले.

बस आली. आज तिसरा लेट होता म्हणून घाबरत होतो. पण वेळेवर पोचणार होतो. तिकीटही काढले. जरा आरामात बसलो.

पण आमचे नशीबच असे फुटके! बस मेट्रोपर्यंत गेली आणि बंद पडली. आता सुरू होईल, मग होईल म्हणून वाट पाहिली. कधी नव्हे ते वीस पैसे खर्च केलेले. तावातावाने कंडक्टरकडे गेलो. त्याने खांदे उडवले. माझ्या फाटक्या कॉलरकडे बघूनही असेल.

मग काय, निमूटपणे रांगेत उभा राहिलो. काही माणसे चालत चालली होती. पण मला वीस पैसे वसूल करायचे होते, मी थांबलो. मागाहून येणाऱ्या बसमध्ये चढलो. ऑफिसजवळ पोचलो. धावत जिना चढून वर गेलो तर मस्टर हेडक्लार्क रानड्यांच्या टेबलावर गेलेले.

रानडे साला खडूस आहे. चार पोरी आहेत त्याला. नोकरी करतात. पण एकीचे लग्न होत नाही. त्याचे उट्टे आमच्यावर काढतो. धावपळ करून फक्त त्याचे छद्मी हास्य पदरात. निमूटपणे जिना उतरलो. आता हाफ डे शिवाय मार्ग नव्हता. जावे का घरी? पण काय करायचे घरी जाऊन, सांगा! घरात तरुण पोरे, पोपडे गेलेले घर आणि दमेकरी, डोळ्यांची चिपाडे झालेली बायको. सरळ उठलो आणि समोरच्या आझाद मैदानात फतकल मारून बसलो.

मुलांचे क्रिकेट रंगले होते. बघ्यांची गर्दी होतीच. मी सावलीत बसून होतो. शून्य नजरेने, सुन्न मनाने आजबाजूचे व्यवहार पाहत होतो. रस्त्यावर माणसांची गर्दी नव्हती आता. वाहने मात्र धावत होती. त्या मोटारींची सिग्नलशी थांबलेली रांग बघता बघता मला स्वप्नातली ती निळी मोटार आठवली. त्यांत दिसलेला, मला पाहून घाबरलेला तो मनुष्य... काही चेहेरे उगाचच ओळखीचे वाटतात... तसा आमच्या सारख्या गरिबांचा एवढा मोटारवाला कुठला नातेवाईक असायला? पण स्वप्नातला तो चेहेरा तरीही मनात तरळत होता.

बराच वेळ बसलो. क्रिकेट पाहिले. ही दुपार आयुष्यात महत्त्वाची ठरेल असे

वाटले नव्हते. कंटाळा आल्यावर उठलो. चणेवाल्याकडून चणे घेतले, ते खात मेट्रोकडे आलो. थिएटरवर लावलेली कुठल्यातरी sexy सिनेमाची चित्रे पाहिली. 'I am King of all I survey' अशा थाटात सिग्नलशी थांबलो. शाळेतली ही कविता मनात कशी काय घोळत होती कोणास ठाऊक! मनात येत होते, 'शाळेत एवढी हुषारी दाखवून फुकट! आपले करतोय 200-5-EB वगैरे.'

आणि असा उभा असतानाच ती निळी मोटार दिसली. मी वेड्यासारखा पाहतच राहिलो. सिग्नल पडला होता पण मला भान नव्हते. मी पाहत होतो ती निळी मोटार, तिच्या पांढऱ्या गाद्या, तो चालवणारा तोच झुपकेदार मिश्यावाला मनुष्य. स्वप्नात असा उभा असतानाच त्याचे माझ्याकडे लक्ष गेले होते. तो चेहेरा प्रत्यक्ष पाहिल्यावर अगदी नक्कीच कुठेतरी पाहिल्यासारखा वाटत होता आणि मग ती शाळेतली कविता ओठांतच राहिली. कारण एकाएकी ते नाव आठवले होते. तो आमच्या शाळेतला 'हिरालाल शहा' होता. मी बहुधा ते नाव मोठ्याने उच्चारले असावे. बाकी कुणी माझ्याकडे पाहिले नव्हते, पण हिरालालने पाहिले. त्याचा तो घाबरलेला चेहेरा... आणि माझ्या लक्षात आले, हा गाडी सुरू करणार! आणि स्वप्नातल्यासारखाच, डोळ्यांचे पाते लवते न लवते तो मी धावलोच.

बस्स! मग साऱ्या घटना भराभर घडल्या. मोटारींचा कर्णकटू आवाज, बघ्यांची गर्दी आणि मोटारीखाली शरीराचा अर्धा देह गेलेला मी तसा सुरक्षितच; पण घाबरलेला. ग्रीन सिग्नल असतानाच गाडी सुरू केल्याबद्दल लोकांची आरडाओरड आणि अजीजीने हात जोडून उभा असलेला हिरालाल...

'सोडू नका, चोपा!'

'काय समजात हे स्वत:ला?'

'गरीबों को जान ही नही जैसी!'

मी डोळे उघडले तेव्हा हिरालाल मोटार मागे घेत होता आणि लोक मला हात धरून उठवत होते.

लोकांच्या तावडीतून सुटण्यासाठी असेल, हिरालालने आपला पवित्रा बदलला. त्याच्या चेहेऱ्यावर हताश, नाइलाज झाल्याचे भाव होते. पण त्याने मला ओळख दिली, "केम वसंत भिडेच ना तमे?"

"हट् साला! ओळखही विसरलास. मी एवढा धावलो आणि तू चक्क गाडी सुरू केलीस?" मी त्याच्या पाठीवर थापा ठोकीत विचारले. आणि बघ्यांच्या लक्षात आले, फुकट तमाशा संपला. ते गेले, ट्रॅफिक जास्त वेळ अडवून धरण्यात अर्थ नव्हता. हिरालालने फ्रन्ट सीटचा दरवाजा उघडला आणि मी झटकन आत शिरलो.

ते पहाटे पडलेले स्वप्न, त्यातली आठवणारी प्रत्येक गोष्ट, भविष्याची सूचक नांदी तर नव्हती ना ती? आणि त्या क्षणीच मला हिरालालच्या बापाची– मगनलाल

शेटची– आठवण झाली. प्रत्येकाच्या जीवनाचे अचूक भविष्य सांगणारे 'भृगुसंहिता' हे अत्यंत जुने दुर्मिळ पुस्तक त्याच्याकडे होते. त्यावर पैसे कमावून तो गब्बर झाला होता. लहानपणी शाळेच्या परीक्षेत नापास होणारा हिरालाल म्हणायचाही, 'काय करायचं लई शिकून? बापानं भविष्य सांगितलंय. आपुन जास्त शिकणार नाय. बापाचा भविष्याचा धंदा आपुन चालविनार!' आणि खरोखरच इंग्लिश दोन-तीन यत्ता झाल्यावर हिरालालने शाळा सोडली.

ह्या साऱ्या जुन्या आठवणींबरोबर मला माझी कुंडलीही आठवली. मला थोडाफार ज्योतिषाचा नाद होताच. घरच्या बिकट परिस्थितीमुळे ग्रह बघण्याचाही नाद होता. पण अचूक कुठले भविष्य कळणार हो?

भविष्य जाणून घेण्याची उत्सुकता कोणाला नसते? हिरालाल बोलत नव्हता फारसा, तरी मीच चौकशा करू लागलो. "बाबा अजून आहेत का?" माझा बाप मरून वीस वर्षे झाली होती तर त्याचा त्याच वेळी म्हातारा असलेला बाप कुठला जिवंत असायला? पण माहिती ही कळायलाच हवी होती.

हिरालालने न बोलता बोट वर केले. 'बाप वारला' एवढे तोंडाने बोलण्याचे कष्ट त्याने घेतले नाहीत. श्रीमंत माणसांना गरिबांशी बोलायला आवडत नाही तर असे मोटारीत घालून फिरवायला आवडेल? इतक्या वर्षांनी आम्ही मित्र भेटलो होतो, पण साध्या औपचारिक चौकश्याही नाहीत. पण रागवण्यात अर्थ नव्हता. मला माझा स्वार्थ साधायचा होता. मी चिकाटी सोडली नाही.

"मग भविष्याचा धंदा तूच चालवत असशील! तूच करतोस, मला माहीत आहे. थापा मारून काही फायदा नाही व्हायचा." मी जरा जोरातच बोललो.

"करतो बाबा करतो. सूं जाये छे तमे? मी खोटा बी सांगितला तरी इश्वास नाही बसणार. झूट बोलून काय फायदा बी नाय तर कशाला वार्ता करू? भविष्यात जे हाय ते घडणारच. पर एक सांगते ते ध्यानात ठेव. घडायचं ते समदं घडतं मग भविष्य बघायचं कशाला? ह्यो नाद लई वाईट! जुगाराहून बी खराब. म्हून म्हनतो, तू गाडीतून उतर आणि सीधा आपल्या धंद्याला जा." त्याच्या स्वरात असलेली ती अजीजी...

पण मी ऐकणार? मी हसलो. "हे बघ, मला भविष्य ऐकायचंय. मोटार तुझ्या ऑफिसकडे घे." मी एवढ्या जरबेने बोलू शकतो आणि ते कोणी ऐकते हे त्या दिवशी कळले. घरात आमचा बबऱ्या उत्तराला प्रत्युत्तर करतो, पण इथे एवढा मोठा शेठ गोगलगाईसारखा माझे म्हणणे मान्य करीत होता.

त्याचे ऑफिस नेमके कुठे आहे ते मी तुम्हाला सांगत नाही. पण त्याने गाडी फाउंटनशी थांबवली आणि आम्ही पायी चालत हॅन्डलूम हाउसजवळच्या बोळकांडीतून आत शिरलो. तिथल्या एका जुन्या इमारतीचा जिना चढून वर गेलो. बाहेर 'लक्ष्मी

ट्रेडिंग कंपनी' अशी पाटी होती, पण आत कसलाही ट्रेड नव्हता. मग लक्षात आले, इथे भविष्याचा ट्रेड चालतो.

मला हिरालालबरोबर येताना पाहून ऑफिसमधल्या माणसाने मला अदबीने सलाम केला. डॉक्टरांच्या दवाखान्यात असते तशी गर्दी तिथे होती. चिन्तातुर पण तरीही उत्सुक चेहरे..

मी हिरालालच्या मागोमाग केबिनमध्ये शिरलो. तिथे असलेल्या कडक बंदोबस्तापेक्षा माझे लक्ष केबिनच्या थाटाकडे होते. एअर कंडिशन्ड केबिन, गुबगुबीत सोफा, गाद्या. मी आरामात बसलो. हिरालाल गटागटा पाणी प्यायला आणि डोके धरून बसला. मी त्यांची समाधी भंग होऊ दिली नाही. जरा वेळाने त्याने नजर वर उचलली. मला तिथे पाहून तो दचकलाच. बाजूची घंटा दाबण्यासाठी गेलेला त्याचा हात मी तसाच वरच्या वर पकडला. इतक्या वर्षांनी भेटलेला दोस्त– ना चौकशी, ना प्रेमाने वास्तपुस्त... आणि वर धक्के मारून घालवून द्यायचा विचार तर नाही ना?

मग थोड्या वेळाने खोल गेलेल्या आवाजात तो मला म्हणाला, "बैसो. पर तरी बी एकदाचा लास्ट सांगतो. भविष्याच्या नादी लागू नको. भला नाय व्हायचा. त्यावर तुझी मर्जी."

मी न बोलता माझी कुंडली त्याच्यासमोर कागदावर काढली. अगदी हताश झाल्यागत त्याने ते जुनाट पुस्तक काढले आणि माझ्या कुंडलीसारखी कुंडली पाहून भविष्य पाहायला सुरुवात केली.

भविष्य पाहताना सुरुवातीला असलेले भाव बदलत बदलत गेले. त्याच्या चेहऱ्यावर भीतीचे, दुःखाचे भाव होते का? काय होते माझे भविष्य? न विचारताच जावे का? पण सकाळचे ते सुबत्तेचे स्वप्न– स्वप्नात दिसलेला हिरालालही प्रत्यक्ष भेटला होता. म्हणजे नक्कीच काहीतरी चांगले होते.

मी त्याला म्हणालोही, "बोल."

तो खोल गेलेल्या आवाजात म्हणाला, "मी असं करतो– माझी तशी अटच आहे– मी भविष्य लिहून देतो; फक्त ते वाचायचं खाली जाऊन. इथे नाही."

मी ही अट हसतहसत मान्य केली. तो भराभर लिहीत सुटला. तो कागद एका लिफाफ्यात बंद करून त्याने माझ्या हातात दिला आणि केबिनमधून उठून तो मला सोडायला बाहेर आला. वॉचमनला मला व्यवस्थित खाली सोडायला बजावले. तसा रस्ता तर सरळ होता. ह्या हिरालालचे काय डोके फिरलेले होते की काय कुणास ठाऊक? वॉचमनही निमूटपणे खालपर्यंत आला. मला खाली सोडून सलाम ठोकून निघून गेला. आपण कुठल्या दुसऱ्या रस्त्याने आलो इकडेही माझे लक्ष नव्हते. हातातल्या लिफाफ्यात काय असेल ह्याबद्दल उत्सुकता होती. पाय लटलटत होते.

मी समोरच्या हॉटेलात गेलो. चहा मागवला आणि थरथरत्या हाताने लिफाफा

उघडला. आणि आनंदातीशयाने मला वाचता वाचता उकळीच फुटली. नशिबाचा मटकाच फुटला होता साला! मनात एकदा शंका आली की जो बबन घरात एक दमडा पैसा देत नाही, उलट मटक्यासाठी आईकडून पैसे घेतो, तो घर सावरणार? काही असो. मी लवकरच हेडक्लार्क होणार होतो. बायकोची प्रकृती सुधारणार होती. बाळूही शाळेत जाऊ लागणार होता. 'त्यानंतरचे वर्ष मात्र खडतर आहे. तरुण मुलगी पळून जाणार नाही ह्याबद्दल दक्षता घ्यावी. बायकोच्या, मुलाच्या प्रकृतीला धोका'... सर्व तारीखवार, पण पुढे मात्र एक-दोन कोरे कागद. सबंध जीवनाचे एवढेच भविष्य?... जाऊ दे. जातोस कुठे? गाठीनच तुला... असे बडबडत मी तिथून बाहेर पडलो.

मी येणाऱ्या वर्षावर खूष होतो. त्या नादात ऑफिसमध्ये गेलो. हाफ डे लीव्हबद्दल नाईकने नेहेमीचा चावट जोक मारला. पण चिडलो नाही. भराभरा काम आपटले. कित्येक दिवसांनी दत्तासाठी हार घेतला, पेढे घेतले आणि लवकरच घरी परतलो.

दाराशी येतोय तो भज्यांचा वास सुटलेला! मी चप्पल काढली. घरात झुळमुळणारी पोरं चिडीचिप! बबनसुद्धा तोंड चुकवीत बाहेर जाऊ लागला. पण त्याच्या अपेक्षेप्रमाणे मी ओरडलो नाही.. 'सगळं तेल संपवून महिन्याच्या शेवटी बोंबला!' वगैरे ऐकवले नाही.

घरात डोकावून मी म्हणालो, "भजी चालल्येत? वा वा ! बबनराव, आज काय विशेष?"

तो चाचरत म्हणाला, "नाही, आज जरा पैसे मिळाले होते. आईला सामान आणून दिलं म्हणून तिनं–"

"भजी केली, असंच ना?" मी त्याचे वाक्य पुरे केले. "ठीक आहे. मी पण येतो खायला. पण आधी जरा दत्ताला हार, पेढे ठेवू या. मग आपली पोटपूजा. चला रे पोरांनो."

मी आरती केली. उदबत्तीच्या वासाने बाहेरची खोली दरवळली. चाळीतली माणसे येताजाता डोकावली. मी हसलो मनात. पूजा आटपून प्रसाद दिला. मजेत गप्पा मारीत भजी खाण्याचा कार्यक्रम सुरू झाला. मी बबनला म्हणालोही, "बबनराव! असेच घरात लक्ष घाला. तुम्ही मोठे चिरंजीव. साऱ्या घराची मदार तुमच्यावर."

भजी खाताखाता मनात बेत चालले होते. दिवाळी झाली की ह्या वर्षीच कुसुमचे लग्न करून टाकायचे. पुढच्या वर्षीच्या भविष्याची काळजी आताच घ्यायची. बायको, मुलाला डॉक्टरला दाखवायचं. बाजूला बसलेल्या बाळूला गोंजारत मी म्हणालोही, "ऑफिसचा नवीन डॉक्टर आलाय, त्याला तुला आणि तुझ्या आईला दाखवू या. दोघं खडखडीत बरी व्हाल."

एवढे बोलून भविष्याच्या दृष्टीने मी निश्चिंत होतो. त्या दिवसापासून आमच्या घराचे स्वरूप बदलले. कुरकुरणारे घर प्रसन्न झाले. सर्वांचे चेहेरे आनंदी दिसू लागले.

बबन पैशाचा हातभार लावू लागला आणि रोजच्या जेवणातही फरक पडला. चांगलेचुंगले होऊ लागले. बायको बबनच्या आवडी जपायची, पण मला राग येत नसे. गजराचे घड्याळ दुरुस्त करायचे म्हणताच बबनने एक जॅपनीज घड्याळ आणून टाकले.

ह्याच दरम्यान मी हेडक्लार्क झालो आणि इच्छा होती, स्वप्नात पाहिले होते, तसे फॉरिन टेरिलीनची पॅन्ट, शर्ट असे– बबनने आणून दिलेल्या कापडाचे– कपडे शिवले. ऑफिसमध्ये गेल्यावर तो इरसाल नाईक मागे लागला. सारेच विचारायचे, म्हणायचे, "अहो वसंतराव! आम्हाला पण असा पीस मिळाला तर बघा ना!"

मी बबनला म्हटल्यावर तो म्हणाला, "हात्तेच्या! देईन की. किती हवेत?" त्याने किमतीचा आकडा सांगितला. मग असे पॅन्ट आणि बुशशर्टचे कापड पुरवणे हा माझा धंदाच सुरू झाला.

हळूहळू आमचे घर बदलत होते. आम्ही बदलत होतो. घरातले सामान, वस्तू वगैरे बदलत होत्या. हे सारे अपेक्षितच होते. मी निश्चिंत होतो. टी.व्ही. वर एखादी खेळलेली क्रिकेट मॅट दाखवली जाते, तिचा रिझल्ट तुम्हाला आधीच माहीत असतो. सुनील शून्यावर बाद झाला तरी वेंगसरकर सेंच्युरी काढणार, चौहान त्याला साथ देणार, बॉलर्स मागे हटणार नाहीत, आपण मॅच जिंकणार आहोत, वगैरे. मी तसाच बेफिकीर होतो.

तसा होण्यासारखेच घडत होते. टेरिलीनची पॅन्ट, बुशशर्ट घालून हेडक्लार्क म्हणून मी ऑफिसमध्ये जात होतो. मस्टरवर सहीसाठी लेट येणाऱ्या लोकांकडे जुन्या हेडक्लार्कसारखे डोळे फाडून पाहत होतो. स्वप्नात पाहिला तोच रंग खोलीला लागला होता. लॉफ्ट, फॉल्स सीलिंग झाले, सोफा कम बेड झाला. खिडकीला झुळझुळीत पडदा आला. बायकोची, बाळूची प्रकृतीही हळूहळू सुधारत होती. आतल्या खोलीत भांडी आली. थोडक्यात आमचे घर चाळीतले एक सुखवस्तू बिऱ्हाड म्हणून गणले जाऊ लागले होते. बंडू दामले, वरच्या मजल्यावरचे साठे, थांबून चौकशी करू लागले होते.

आपले असे चांगले भविष्य माहीत असले की जिवाला हुरहूर नसते. वर्ष कसे गेले समजले नाही. पुढच्या वर्षीच्या दृष्टीने मी काळजी घेत होतो. पण कुसुमचे कुठे जमले नाही. शेवटी बायकोच म्हणाली, "अहो! लग्न आणि घर हे नशिबातले योग– असतात तेव्हाच घडतात. होईल पुढच्या वर्षी."

बायकोच्या बोलण्यावर मी निश्चिंत राहिलो आणि नेमका दावा साधला गेला. एकाएकी चालत्या गाडीला खीळ बसावी, नांदत्या घराला दृष्ट लागावी तशाच घटना घडू लागल्या.

कुसुम एक दिवस घरातून नाहीशी झाली. आम्ही जंगजंग पछाडले पण तिचा पत्ता लागेना. हिरालालने वर्तवलेल्या भविष्याचे दुसरे पर्व सुरू झाले होते. ती आता सापडणार नाही हे निश्चितच होते. माझा शांतपणा बघून बायको, मुलगा दोघे माझ्यावर चिडली. बायकोने तर मनाला लावूनच घेतले. चाळीत नाचक्की झाली. कुणी काही, कुणी काही बातम्या आणू लागले. काय बोलणार त्यावर? जे घडायचे होते ते घडून गेले होते.

माझ्याबद्दल प्रवाद सुरू झाले. कोणी म्हणे, 'साधू मनुष्य!' तर कोणी म्हणत, 'काय बाप आहे की कसाई? पोरीचा पत्ता नाही, पण ह्याला काही वाटत नाही.'

ह्या गडबडीत बायको अंथरुणाला खिळली. समजावले, धाक दाखवला पण व्यर्थ. ह्याचा परिणाम तिच्या प्रकृतीवर होऊ लागला. जेवणखाण सुटलेच. पुन्हा शरीर अस्थिपंजर झाले.

हिरालालने वर्तवलेल्या भविष्याचे दुसरे प्रत्यंतर येणार हे हळूहळू ध्यानात येऊ लागले. पण करणार काय? मी सुन्न होऊन गेलो. रात्ररात्र विचारात गढून जायचो. झोपही नाहीशीच झाली. रात्रीबेरात्री बायकोच्या तोंडाकडे टक लावून मी बघत असे. हिरालालने दिलेली तारीख, एक एक कमी होणारा दिवस... माझे मन गोठतच चालले होते.

बायको एकदा म्हणाली, "सारे झाले. सोन्याच्या गाठणीतल्या मंगळसूत्राची हौस होती. कुसुमच्या लग्नात करणारही होते, पण... "

एकदा वाटले, तिला मंगळसूत्र करावे. पण पुन्हा विचार केला, मेल्यावर भटाचीच धन करायची, त्यापेक्षा आहे ते काय वाईट? तिचा मृत्यू हा ठरलेलाच असल्यामुळे मी औषधोपचारही पुढे बंद केले. इतकेच नव्हे, पावसाळ्यात सेलमध्ये लागलेली स्वस्तातली हिरवी साडीचोळीही घेऊन ठेवली. माझा निर्दयपणा बायकोच्याही लक्षात आला होता. ती बडबडायची, "आता डोळे मिटण्याचीच वाट आहे."

त्यानंतर महिन्याभरानेच बायको गेली. रोज तिच्या मरणाचा विचार केल्यामुळे माझे मन मुर्दाड झाले होते. डोळ्यांत पाणी आले नाहीच. उलट घरातली सारी तयारी मी पुढे केली. लोकांच्या चर्चेचा मी विषय बनतोय, इकडे माझे लक्षच नव्हते.

बायकोच्या पाठोपाठ बाळू आजारी झाला. त्याची तारीख मला पाठ होती. शाळेतून त्याचे नाव काढले. लोक म्हणत होते, तरी औषधोपचार थांबवले. घरगुती काही चालू होते तेवढेच.

लोक म्हणत, 'स्मगलिंगच्या धंद्यात माझी होणारी चलती संपली म्हणून माझे डोके फिरलेय' वगैरे. माझे वागणे क्रूरपणाचे वाटणे तसे स्वाभाविकच, पण बाळूच्या उशाशी रात्र रात्र जागरणे करीत त्याच्या मरणाचा विचार करीत मी कसा वेळ काढला होता मलाच ठाऊक! एक-एक जाणारा दिवस भयानक वाटायचा

आणि मग असे रोज मरण पाहताना प्रत्यक्ष मरण आल्यावर काही वाटण्याइतके मन मृदू उरतच नसे. बाळूही त्या ठरलेल्या तारखेला गेला. भविष्याचे ठोकताळे अगदी अचूक आले होते. पण पुढे काय? पुढचे ते कोरे कागद– काय अर्थ होता त्याचा? विचार करून डोके फुटायची वेळ आली. हरणारी मॅच पाहताना होते तशी अवस्था झाली होती.

मी त्या दिवशी पुन्हा हिरालालला गाठायचे ठरविले. गेले वर्षभर एकामागून एक फटके बसल्यामुळे, भविष्य ठाऊक झाल्यामुळे मन रंजीस आले होते, निरुत्साही झालो होतो. तरी त्या कोऱ्या कागदाचा अर्थ मला उगाच भंडावत राहायचा. नसते तर्ककुतर्क सतावीत राहायचे. त्यामुळे हताशपणा आला होता. बसने मी फाउंटनला उतरलो आणि हँडलूमहाउसकडे निघालो. वाटेत बबनच्या कारखान्यातला दोस्त भेटला. बरोबर हिरव्या साडीतली बायको होती. कधीतरी बबनचेही लग्न करून द्यायला हवे हा विचार त्या जोडगोळीकडे पाहून आला.

प्राथमिक हवापाण्याच्या गप्पा झाल्यावर त्याने बबनची चौकशी केली. "कुठे नोकरी मिळाली त्याला? दोन वर्षांपूर्वी त्याला नोकरीतून कमी केलं तेव्हापासून गाठभेट नाही."

मी कसेबसे स्वत:ला सावरले आणि काहीतरी बोलून वेळ निभावली. बबनचे रात्रीबेरात्री बाहेर जाणे, फॉरिनच्या वस्तू, घरात अचानक आलेला पैशाचा ओघ ह्याचा अर्थ आता उमगत होता मला.

मी तसाच घरी परतलो. त्या दिवशी हिरालालची जागा शोधण्याइतकी ताकदच नव्हती मला. घरी आल्यावर टाळके फुटेपर्यंत विचार करीत बसलो. मनात विचार आला, ह्या कोऱ्या कागदाचा अर्थ आपल्यावर स्मगलिंगचा आळ येऊन आपण तुरुंगात खितपत पडणार असा तर नसेल ना? भराभर घर धुंडाळले, फॉरिन वस्तूंचा स्टॉकच केलेला होता पोटमाळ्यावर. फॉल्स सीलिंगवरच्या जागेतही हीच अवस्था. मला दरदरून घाम फुटला.

जीव मुठीत धरून मी आता जगत होतो. शेवटी पुन्हा हिरालालला गाठण्याचा प्रयत्न केला, पण गेलो तर त्या इमारतीत त्या जागी भलतीच पाटी होती. हिरालालची चौकशी केल्यावर वॉचमनही कोरा करकरीत चेहेरा करून उभा.

हिरालालला गाठणे आवश्यक होते. मी आता ऑफिसमध्ये न जाता मेट्रोपाशी थांबून राहू लागलो. येणाऱ्याजाणाऱ्या मोटारी न्याहाळीत. ती निळी मोटार दिसेना. मग मात्र काही दिवसांनी मोटारऐवजी माणसांचे चेहेरे न्याहाळू लागलो.

माझ्या ह्या तपश्चर्येला यश आले. खरे म्हणजे पुन्हा भविष्य पाहण्यात अर्थ नाही हे समजत होते. ह्या भविष्याने जीवनातली सारी गंमत गेली होती, उत्कंठा संपली होती. काहीतरी चांगले घडेल म्हणून अपेक्षेने जीवनाकडे बघणेच संपले होते. हताशपणा, यांत्रिकपणा आलेला होता. पण तरीही त्या कोऱ्या कागदांचा अर्थ मला हवा होता.

त्या दिवशी हिरालालची मोटार दिसली. तिचा रंग आता लाल होता. मी नंबर टिपून घेतला. त्याची नजर गर्दीत कुणाला शोधत होती? मलाच तर नसेल? पण मी मागच्यासारखी त्याला हाक मारली नाही. जाणारी टॅक्सी थांबवून त्या लाल गाडीच्या मागून गेलो.

हिरालालने गाडी व्ही.टी.च्या बाजूने हॅन्डलूम हाउसच्या पिछाडीला घेतली. आरशात बहुधा त्याला मागून येणारी टॅक्सी दिसली होती. त्याने वेग वाढवला. टॅक्सी त्याच्या गाडी पाठोपाठ गेली.

हिरालाल मोटार थांबवून धावत सुटला. तो त्याच इमारतीत शिरला.

अर्थात मी मागचा मूर्खपणा केला नाही. हिरालालची केबिन कुठे आहे, त्याचा मला आठवत असलेला नकाशा मनात तयार केला आणि मागच्या बाजूने त्या इमारतीत शिरलो. त्याच्या केबिनवर हळूच ठोकले आणि दरवाजा उघडताच आत शिरलो. हिरालाल पाहतच राहिला. पण मी शिताफीने दरवाजा बंद केला– मागचा आणि पुढचाही.

मी त्याच्यापुढे भविष्याचे ते कोरे कागद टाकले. ''ह्याचा अर्थ काय?''

पण ह्यावर काही बोलण्याऐवजी तो खिन्नपणे हसला, ''माझा मन आज सांगतच व्हता की तू आज येनार म्हून. बोल, सू जोये छे?''

त्याचा हा शांतपणा! मग मी दिसताच हा पळून का आला होता? मला टाळत का होता?

मी तेवढ्याच शांतपणे त्याला म्हणालो, ''मला पुढचं भविष्य हवंय.''

तो खिन्नपणे हसला, ''बे सालचा भविष्य सांगितला होता ना मी तुला? तरी बी हौस हाय? अरे मानूस हाय की जानवर?''

''हे बघ, मला मागच्यासारखं संदिग्ध भविष्य नकोय. 'मुलगा हातभार लावील संसाराला' असं म्हणालास, पण ते स्मगलिंग करून, हे अध्याहृतच ठेवलं होतंस तू. ते आधी सांगतास तर मी त्याचा बंदोबस्त केला असता.''

''तू काय बी शिकला नाय. असा भविष्य टाळता येते व्हय? व्हायचं ते व्हयाचंच. म्हून तर आज समद्या तयारीनिशी आलोय.''

''ही टंगळमंगळ नको. ह्या कोऱ्या कागदांचा अर्थ सांग.'' मीही हट्टाला पेटलो.

पण तो बोलेना, काही सांगेना. त्याला बोलता करण्यासाठी मी त्याला गदागदा हलवले.

''दोन वर्षांचं भविष्य सांगितलंस तसं हेही सांग. आता ते कळून घेण्याशिवाय मला मार्गच नाही. ते कळून फायद्याचं होत नाही हे मी दोन वर्षं अनुभवलंच. अरे, लोकांनी काय वाट्टेल ती नावं ठेवली. मुर्दाड, बनेल म्हटलं. पण चांगल्यावाईट घटनांतला प्रत्येक क्षण मी आधी जगलो होतो रे! हे सारं भयानक असतं हे पटतंय,

तरीही ह्या कोऱ्या कागदांचा अर्थ मला हवाय. कारण मला भीती वाटतेय. बोल. बोल रे!''

पण तरीही तो शांतच. त्या शांतपणाचा मला संताप आला. ''बोलतोस की नाही साल्या! तुझी भृगुसंहिताच फाडून टाकतो.'' माझे भानच हरपले होते.

शुद्धीवर आलो तेव्हा हिरालालची लुळी पडलेली मान माझ्या हातात होती. तरीही हा मेला असेल असे वाटले नाही. त्याला मी रागाने ढकलले आणि तो बदकन खाली कोसळला तो नेमका घंटेवर– मी त्याला हलवले तेव्हा लक्षात आले की हा मेलाय म्हणून.

दारावर धडका बसत होत्या. मी पेपरवेटच्या खाली ठेवलेले कागद उचलले. मला माझे जीवन नष्ट करणारी ती भृगुसंहिता हवी होती. पण त्या कागदावर माझी नि हिरालालची कुंडली मांडलेली होती आणि त्याखाली भविष्य होते. माझ्या कुंडलीत खुनाचा आरोप आणि त्याच्या कुंडलीत त्याचा होणारा खून– तारीख, वार, वेळसुद्धा अचूक वर्तवलेला होता. हिरालालचे मला घाबरणे, भविष्य सांगण्याविषयी नाराजी दाखवणे ह्यामागचे कारण एवढ्या उशीरा कळत होते, पण काय उपयोग?

एकच इच्छा होती– माणसाचे जीवन भयानक करणारी ती भृगुसंहिता जाळायची.

दरवाजा फोडून लोक आत आले तेव्हा मी तीच धुंडाळत होतो. बैठकीच्या गाद्या, उशा सोफासेट.. सारे फाडले, पुस्तके उलथीपालथी केली, तरी ती सापडली नव्हती.

पुराव्यानिशी मी सापडलो होतो. बचावाचे साधन काही नव्हते. 'कुणी भविष्य सांगितले म्हणून खून होत नाही' म्हणाल, पण हे सारे घडले आहे.

काही लोकांचे म्हणणे, त्या भृगुसंहितेसाठी मी खून केला. ती हिरालालने दिली नाही म्हणून मी त्याचा जीव घेतला. पण नाही हो! खरेच नाही!

वर सांगितले ते सारे खरे आहे. बचावासाठी चाललेली ही सफाई नव्हे. विश्वास नाही ना बसत? माझा तरी कुठे बसलाय? मीच सारे केलेय, तरीही वाटतेय, हे वाईट स्वप्न असेल. खिडकीवर चार वेळा डोके आपटून घेतलेय. टेंगूळ आले तिथे डोके ठणकतेय. म्हणून तर पटतेय की हे स्वप्न नव्हे.

तो पाहा सेन्ट्री आलाय. मला म्हणतोय, ''गप रे भडव्या! दुसऱ्याची मुंडी पिरगळताना लई मजा आली नव्हं? आता तुमचं बी त्येच.'' फाशीची त्याने केलेली खूण...

म्हणूनच म्हणतो, माझे एक काम आहे. हिरालालने आकाशाकडे बोट दाखवून खूण केली होती. त्यालाही ती भृगुसंहिता नष्ट करावीशी वाटत असावी बहुधा. ती कुठे आहे ते मला समजलेय. कराल एवढे? नाहीशी कराल ती? फक्त एवढेच : आपली कुंडली पाहण्याचा मोह आवरा. नाहीतर...

सफर

बसनं वळण घेतलं. मसुरीची वस्ती आता स्पष्ट दिसत होती. उतरंडीवर असलेली घरं... एखाद्या चित्रातल्यासारखा दिसणारा देखावा... आता आणखी एक वळण, आणि मग तेथूनच जरा खाली गेलं की, 'हॉटेल पॅरडाईज'...

'देवदत्त ट्रॅव्हल्स'ची दुसरी बस मागाहून येतेय ह्याची देवदत्त सबनीसनं खात्री करून घेतली आणि मग फ्रन्टसीटवरच्या त्या अपुऱ्या जागेत हातपाय ढिले सोडून सुटकेचा नि:श्वास सोडला.

दिवाळीचे चार दिवस मसुरीला 'हॉटेल पॅरडाईज'मध्ये काढले की, टुरिस्टना घेऊन खाली उतरायचं. मग जबलपूरचा भेडाघाट पाहिला की मुंबईची वाट धरायची. ट्रिपची सांगता होण्याची वेळ आली होती तरीही मनात असणारी ही विचित्र हुरहूर, काळजी...

'देवदत्त ट्रॅव्हल्स' ही त्याची स्वत:ची कंपनी होती. तशी प्रत्येक ट्रिपच्या वेळी एक जबाबदारी जाणवायचीच. ठराविक वेळा साधायच्या म्हणजे रेल्वेवाल्यांना द्यावी लागणारी चिरीमिरी, तरीही न होणारी कामं, कुठं हॉटेल रिझर्वेशनचा गोंधळ, राग, लोभ, क्वचित भांडणं... सारं सारं अंगवळणी पडलं होतं त्याच्या. टुरिस्टमध्ये चालणाऱ्या कुरबुरी तशा नेहमीच्याच. क्वचित भांडणं, क्वचित आजार तर कधीकधी अपघातही. ह्यावेळी तर सिस्टर सुलाखे चार वेळा अपघातातून बचावली होती. असे प्रसंग आले तरी तो सहसा डगमगत नसे; पण ह्यावेळी मात्र तो अस्वस्थ होता.

ही अस्वस्थता त्याचा पार्टनर, अशोकलाही जाणवली होती. दिल्लीला साईट सीइंगच्या कार्यक्रमाच्या वेळी तो देवदत्तला म्हणालाही होता, "एनीथिंग रॉंग देवदत्त?" आणि मग वेळ मारून नेण्यासाठी देवदत्तनं झोप येत नसल्याची सबब सांगितली होती.

"अरे, एवढंच आहे तर कॅनॉट प्लेसला आपण आज जाणारच आहोत. आपल्या नेहेमीच्या केमिस्टकडून झोपेचं औषध घे." एवढं सांगूनच अशोक थांबला

नव्हता. त्या दिवशी मग कॅनॉट प्लेसला त्यानं देवदत्तला उतरवलंही होतं.

आपलं काहीतरी बिनसलंय हे आपल्या चेहेऱ्यावरून ओळखू येतं का?... देवदत्तनं बाजूच्या काचेत दिसणारं आपलं प्रतिबिंब न्याहाळलं.

बाहेर पडलेल्या कडाक्याच्या थंडीपासून बचावण्यासाठी अंगात घातलेला हायनेकचा स्वेटर आणि वूलनचा कोट. त्यामुळं आणखीनच रुंद वाटणारे खांदे, उन्हानं रापलेला चेहेरा, डाव्या गालावरचा पैशाएवढा मस आणि डोक्यावरच्या वूलन टोपीआड दडलेले भुरभुरीत केस. आरशात दिसणारी ही छबी मौजमजा करण्यासाठी निघालेल्या टूरिस्टचीच होती. पण टुरिस्टचा चेहेरा कसा प्रफुल्ल असतो. असा चिंताक्रांत थोडाच असतो? आपल्या कपाळावर दाभणीसारख्या दिसणाऱ्या स्पष्ट रेषा, काळजीनं काळवंडलेला चेहेरा... ओ! डॅम इट!

बॅगेच्या तळाशी असलेली ती बाटली... दॅट वॉज द लास्ट सोल्यूशन. त्या बाटलीच्या आठवणीनं त्याच्या मनाला जरा बरं वाटलं.

दहाबारा दिवस गेलेच. तसेच हेही आठदहा दिवस जातील. एकदाची मुंबई गाठली की... मग? तू जीवनात आलेल्या या वादळातून स्वत:ची कायमची सुटका करून घेऊ शकशील? ह्या प्रश्नाचं उत्तर त्यालाच देता येत नव्हतं.

त्यानं समोर दिसणाऱ्या आरशात पाहिलं. कुणाचंही लक्ष न जाता बसमधल्या प्रवाशांना स्पष्ट न्याहाळता येत होतं. बहुतेक सारे प्रवासी कंटाळलेले होते. कुणी डुलक्या घेत होते.

चौथ्या बाकावर बसलेले श्री. आणि सौ. गायतोंडे कुजबुजत होते. हळूच कुणाचं लक्ष आहे का हे पाहत होते. तर पुढच्या बाकावरचे कदम विचारात पडलेले होते. त्यांची पत्नी बाहेरचा देखावा पाहत होती खरी; पण तिचं लक्ष सिस्टर सुलाखेकडेच होतं.

डॉ. साने डोळे मिटून पडले होते; पण त्यांच्या चेहेऱ्यावर जाणवणारी अस्वस्थता... तिसऱ्या बाकावरचे फडतरे तर चक्क पुटपुटत होते काहीतरी. त्यांची ही अस्वस्थता त्यांच्या पत्नीला जाणवलेली दिसत नव्हती. ती मजेत बाहेर पाहत होती.

ह्यावेळी प्रवाशांतही आढळणारी अस्वस्थता... खरं तर 'देवदत्त ट्रॅव्हल्स' म्हणजे आराम. कोणताही ताणतणाव नको म्हणून लोक मुद्दाम सुखसोयीनं युक्त असलेल्या 'देवदत्त ट्रॅव्हल्स'कडे चार पैसे जास्त देऊनही धावायचे. पंधरावीस दिवस लोकांना घरदार विसरायला लावायचं हे 'देवदत्त ट्रॅव्हल्स' चं ब्रीदवाक्य होतं. पण ह्यावेळी...

देवदत्तची नजर सहज सिस्टर सुलाखेकडे गेली. डोळे मिटून ती पडली होती. पण तरीही... चुकून तिनं डोळे उघडले तर मग... मग होणारी ती नजरानजर... त्या डोळ्यांत दिसणारं ते हास्य... झटकन देवदत्तनं नजर दुसरीकडे वळवली.

बसनं शेवटचं वळण घेतलं आणि ती 'हॉटेल पॅरडाईज'च्या अंगणात थांबली.

माशा उठाव्यात तशी प्रवाशांची गडबड सुरू झाली. विचार करायला, थांबायला आता देवदत्तला वेळ होताच कुठं? त्यानं मॅनेजरचं डेस्क गाठलं. रिझर्वेशनची मॅनेजरनं दिलेली यादी त्यानं एकदा डोळ्यांखालून घातली आणि तो बाहेर व्हरांड्यात आला, तेव्हा सारे प्रवासी तिथं जमले होते. देवदत्तनं नावं वाचली आणि रूम नंबर सांगितले.

"अय्या! आपण शेजारी!"

"तुम्ही रूम नंबर पाचमध्ये? चाळीस नंबर कुठं आहे कुणास ठाऊक!"

अशी उलटसुलट चर्चा जरावेळ रंगली. पण थोड्या वेळातच सारे आपआपल्या खोल्यांकडे वळले.

थोड्याच वेळात रूम बदलून हवी म्हणून लोक सांगायला येतील हे देवदत्त जाणून होता. एकही जागा खाली नसल्याचं मॅनेजरनं आधीच सांगितलं होतं. खोल्यांकडे निघालेल्या प्रवाशांना देवदत्तनं म्हणूनच शेवटी ती सूचना दिली होती.

मग सारंच शांत झालं. रूमवर सामान टाकून प्रवासी चहासाठी हॉलकडे जाताना दिसू लागले. त्यांची खोल्यांबद्दलची चर्चा कानांवर येत होती.

तेवढ्यात सिस्टर सुलाखे देवदत्तकडे आली आणि लाडेलाडे म्हणाली, "त्या भिडेबाईंना माझ्या का गळ्यात बांधलंय? वाटेत कुपेमध्ये तीच पार्टनर आणि आता इथंही."

देवदत्तनं तिच्याकडे न पाहताच कोरडेपणानं सांगून टाकलं, "तिथं नको असेल तर डॉर्मेटरीत सोय होईल."

"नको रे बाबा! त्यापेक्षा आहे ते बरं आहे." मान वेळावत सुलाखेबाई म्हणाली, "पण खरं सांगू का? मला किनई सिंगलरूमच आवडली असती... बरं! अच्छा, गुडनाईट म्हणत नाही. कारण आपण भेटूच. नाही का?" तिचं ते हसणं...

मग मान वेळावत अल्लडपणे ती मॅनेजरला म्हणाली, "यहाँ डीलक्स रूम नही है क्या? किराया जादा होगा तो भी कुछ बिगडेगा नही। देवदत्त देही देंगे। बराबर है ना देवदत्त?"

तरीही देवदत्तनं हातातल्या फायलीत खुपसलेली मान बाहेर काढली नव्हती. सिस्टर सुलाखेची पाठ वळताच मॅनेजर म्हणालाही, "बूढी घोडी लाल लगाम। भाई कहाँसे लाता है तू ऐसे नग राम जाने। यही सतरा नंबर में है ना? कोई इसका रूम नंबर पूछ रहा था थोडी देर पहेले!"

मॅनेजरच्या बोलण्यावर देवदत्त हसला. इतरांसारखाच चहा घेण्यासाठी तो डायनिंग हॉलकडे वळला. तेव्हाही त्याच्या मनात सिस्टर सुलाखेचेच विचार चालले होते. तिच्या खोलीचा नंबर कुणी विचारला असेल आणि का? ही बया आपल्या

ट्रिपबरोबर आलीच नसती तर? ही येणार हे आधी कळलं असतं तर जागा भरल्याचं सांगून तिला परत पाठवलं असतं. कोण आलं होतं हिचं रिझर्वेशन करायला?

तेवढ्यात आचारी संध्याकाळचा शिधा घ्यायला आले. त्या गडबडीत ह्या असल्या विचारांना वेळच नव्हता. त्यात नवीन जागा, देखरेख, हवं-नको बघून झालं. रात्री आठ वाजता देवदत्त कामातच बुडालेला होता. जेवणाची वेळ झाली तेव्हा त्यानं काम आटपतं घेतलं. जेवणही त्यानं गडबडीत उरकलं.

जेवण आटपल्यावर रात्री साडेआठ वाजता ओळख करून देण्याचा कार्यक्रम ठरलेला होता. हॉलमध्ये वेळेवर सारे प्रवासी जमले होते. कार्यक्रमाची सुरुवात झाली. प्रत्येकजण उभं राहून आपल्यासंबंधी दोनचार शब्द सांगत होता.

सिस्टर सुलाखेची पाळी आली आणि ती उठून उभी राहिली. ती एका प्रायव्हेट क्लिनिकमध्ये नोकरीला होती.

"नर्सचा पेशाच असा आहे..." आपल्या बोलण्याचा काय परिणाम होतो त्याचा तिनं अंदाज घेतला. "लोकांनी भानगडी करायच्या आणि निस्तरायला डॉक्टरकडे यायचं. त्या घडीला आमची कदर करतात. पुढं मात्र लोक आम्हाला ओळखही नाकारतात. आमच्या इथं येणारे लोक..."

कशी कुणास ठाऊक, देवदत्तच्या मांडीवर असलेली बॅग खाली घसरली. तिच्या धाडकन झालेल्या आवाजानं सौ. गायतोंडे किंचाळल्या.

जरा स्थिरस्थावर झाल्यावर सिस्टर सुलाखे म्हणाली, "सांगायचं एवढंच. संभावित म्हणून जगणारे हे लोक, त्यांच्या चेहऱ्यावरचे हे मुखवटे दूर केले तर दिसणारे त्यांचे खरे चेहेरे...."

सिस्टर सुलाखेचे भाषण संपत नव्हतं.

देवदत्त उठून उभा राहिला. "सिस्टर सुलाखे, अजून बरीच मंडळी आहेत. तुमचं भाषण 'अपराधी कौन' किंवा 'मुखवटे आणि चेहेरे' इतर कोणत्यातरी वेळी ठरवू या." इतकं तुटकपणं सांगून देवदत्तनं तिला खाली बसवलं. पण त्याचा यत्किंचितही परिणाम सिस्टर सुलाखेवर झाला नव्हता. निर्लज्जपणे हसत ती खाली बसली.

दुसऱ्या दिवशी साईट सीईंगचा खास कार्यक्रम काहीच नव्हता. आठ-पंधरा दिवसांच्या प्रवासानंतर हॉटेलमध्ये राहणं हे असं पहिल्यांदाच होत होतं. कपडे धुणं, व्यवस्थित आंघोळ करणं हे गाडीच्या डब्यात शक्यच नसतं. त्यामुळं मसुरीला आल्यावर दुसऱ्या दिवशी देवदत्त विश्रांती द्यायचा. तो दिवस त्यानंही आरामात काढला.

दुसऱ्या दिवशी सकाळी आठ वाजता 'कॅमल बॅक' आणि 'बोटॅनिकल गार्डन'ला जायचं होतं. इथलं साईट सीइंग पायीच होतं. संध्याकाळीच देवदत्तनं नोटिस बोर्डावर नोटिस लावली. जेवणघरातून बाहेर पडलेले लोक नोटिस वाचून रूमकडे परतत होते.

देवदत्त मात्र तडक आपल्या खोलीकडे वळला. बराच वेळ सिगरेट फुंकत तो बसून राहिला. बाहेर सामसूम झाल्यावर त्यानं बॅगेतून तो लिफाफा काढला. दहाचे ठोके पडले आणि तो बाहेर पडला. बाहेर हॉटेलच्या आवारातल्या बागेकडे तो वळला. बाहेर भयानक थंडी पडली होती. त्यानं मंकी कॅप पुढं ओढून घेतली.

परत फिरताना त्यामुळंच त्याची अशोकशी टक्कर झाली. अशोकनं त्याला थांबवलं तेव्हा तो दचकलाच. अशोक त्याला म्हणालाही, "काय रे, काय झालं? चेहेरा पांढराफट्ट पडलाय. घाबरलास का एवढा?"

देवदत्तनं थंडीची सबब सांगताच तो म्हणाला, "गेलासच कशाला ह्या थंडीत बाहेर?" त्यावर मात्र देवदत्त काहीच बोलला नाही. दुसऱ्या दिवसासंबंधी अशोकला सूचना देऊन तो आपल्या रूमवर परतला. जवळच्या बॅगेतून त्यानं ग्लास आणि बाटली बाहेर काढली. अगदी थकला तरच एखादा पेग घ्यायचा तो.

ड्रिंक घेतल्यावर त्याला जरा बरं वाटलं. दुसरा पेग चढवल्यावर उद्याची वाटणारी काळजी मिटली आणि तिसरा पेग चढवल्यावर तो हवेतच तरंगू लागला.

बॅगेच्या तळाशी असलेली ती छोटी बाटली काढून न्याहाळीत तो पुटपुटला, "नाहीतर शेवटी हा जालीम उपाय आहेच." बाटली कशीबशी बॅगेत टाकून देवदत्तनं पथारी पसरली.

सकाळी तो जागा झाला तेव्हा त्याला उठायचीच इच्छा नव्हती. कालचा हँग ओव्हर तसाच होता. जरा वेळ तो तसाच पडून राहिला. मग मात्र उठावंच लागलं.

त्यानं झटपट आटपलं. हॉलवर तो हजर झाला तेव्हा प्रवासी टोळीटोळीनं जाण्याच्या तयारीत उभे होते. गप्पा रंगल्या होत्या. रात्री कुणी भयानक विव्हळणं ऐकलं होतं. कुणी कुत्र्याच्या रडण्याभुंकण्याच्या आवाजामुळं झोप न आल्याची तक्रार करत होते. श्री. वैद्य हलणाऱ्या गाडीच्या झालेल्या सवयीमुळं झोप न आल्याचं सांगत होते.

सौ. वैद्य ह्यावर नवऱ्याला म्हणाल्या, "कुक्कुलं बाळच की नाही? जोजवायला हवं." ह्यावर वैद्य तिच्या कानात कुजबुजले. त्यावर तिचा आरक्त झालेला चेहेरा... बरोबरीच्या तरुण जोडप्यांनी त्यांना डोक्यावर घेतलं.

आज साईट सीइंगला येणाऱ्यांची संख्या रोडावलेलीच होती. थंड हवेत झोपून राहणंच लोकांना जास्त पसंत होतं. आले होते तेवढ्या प्रवाशांना घेऊन देवदत्त साडेसातच्या ठोक्याला बाहेर पडला. वक्तशीरपणा हे 'देवदत्त ट्रॅव्हल्स' चं वैशिष्ट्य होतं. साईट सीइंग आटपून देवदत्त परत फिरला तोही नेमका अकराच्या ठोक्याला– जेवणाच्या पहिल्या पंक्तीच्या जरा आधीच. हॉटेलजवळ बरीच गर्दी दिसली. ते पाहून सारेच चक्रावले.

"क्या हुआ?" प्रवाशांपैकी कुणीतरी न राहवून गर्दीतल्या एकाला विचारलं.

"पता नही । कोई औरत मर गयी है । पुलिस आये है । कोई बोलता है, मर्डर हुआ है ।"

देवदत्त गर्दी हटवून कसाबसा हॉटेलपर्यंत पोचला. गेटपासून हॉटेलपर्यंतचं ते छोटंसं अंतर. पण त्या तेवढ्या वेळात मनात विचारांची गर्दी उसळली होती. काल रात्री दारूच्या धुंदीत आपण भलतंसलतं तर करून बसलो नसू ना? बॅगेत असलेली ती छोटी बाटली... त्याचे हातपाय कापत होते. तो नेटानं कसाबसा पुढं गेला. त्याला पाहताच अशोक झटकन पुढं आला.

'काय झालं?' असं विचारण्याआधीच अशोकनं माहिती पुरवली, "सिस्टर सुलाखे रूममध्ये मेलेली आढळली. डॉक्टरना बोलावलं. त्यांना विष पोटात गेल्याचा संशय येतोय. मग पोलीसही आले. तुला कुठं गाठावं तेच कळेना. मी पोलीस इन्स्पेक्टर शर्मांना हवी ती माहिती दिली आहे. पण कंपनीचा मालक तू, त्यामुळं..."

देवदत्तला तेवढ्यात कुणीतरी बोलवायला आलंच. इन्स्पेक्टर शर्मांनी त्याला काही प्रश्न विचारले आणि सरतेशेवटी ते म्हणाले, "पोस्टमार्टेम तो करनाही पडेगा. उसके बादही पता चलेगा. लेकिन जब तक मै कहूंगा नही तब तक आप लोगोंको जाने की इजाजत नही मिलेगी. ये मेरा हुक्म है और उसे आपको मानना पडेगा।"

इन्स्पेक्टर निघून गेले तरी देवदत्त होता तसाच बसून होता. अशोक येऊन म्हणाला, "ही बया नसती पनवतीच होती. टळली एकदाची. फक्त मरायला इथंच कशाला आली देव जाणे!" आपण काहीतरी भलतंच बोलून गेलो हे लक्षात आल्यावर तो घाईगर्दीनं म्हणाला, "मेलेल्या व्यक्तीबद्दल म्हणू नये; पण... जाऊ दे. असं हातपाय गाळून कसं चालेल? काहीतरी उपाय करायलाच हवा. महिनाभर इथं मुक्काम ठोकून काय कंपनीचं दिवाळं काढायचंय?"

देवदत्त ह्यावरही काहीच बोलला नाही. समोरच्या दरीत अजूनही दाट धुकं पसरलं होतं. वेड्यासारखा तो तिकडे पाहत राहिला.

थोड्या वेळानं नाइलाजानं उठून तो आपल्या खोलीवर परतला. घरी बायकोला फोन करायला हवा होता. मुंबईला कंपनीच्या वकिलांचा सल्ला घेणं जरुरीचं होतं. अशोकही त्याच्या मागोमाग खोलीवर आला. जरा वेळ कामासंबंधी चर्चा झाल्यावर दोघं सिगरेट ओढत बसले. अशोक घुटमळतोय, त्याला काही विचारायचं आहे हे देवदत्तच्या लक्षात आलं. तो अशोकला म्हणाला, "तुला काय जाणून घ्यायचं ते मला माहीत आहे. काल रात्री बागेत मी सिस्टर सुलाखेला भेटलो होतो का? हेच की नाही?"

अशोक काही म्हणणार होता, पण त्याला पुढं न बोलण्याची खूण करत

देवदत्त म्हणाला, ''हो. काल रात्री मी तिला बागेत भेटलो होतो. मी तिला ओळखत होतो. फार पूर्वी... जाऊ दे. त्याची आत्ता इथं गरज नाही. तिनं माझा काही पूर्वेतिहास प्रसिद्ध केला असता तर कंपनीचा नावलौकिक खराब झाला असता. तिनं तोंड बंद ठेवावं म्हणून ठरल्याप्रमाणं पाच हजार रुपये लिफाफ्यात घालून मी तिला बागेत नेऊन दिले. अर्थात हे सारंच 'चोरीचोरी' होतं. मी घाबरलो होतो ते म्हणून.'' बोलताबोलता देवदत्त गप्प झाला.

''म्हणजे ती तुलाही ब्लॅकमेल करत होती का? देन व्हाय डिड यू अलाऊ हर टू कम वुइथ अस? माझ्याशिवाय तुला दुसरं कुणी पाहिलं असलं तर?''

''जे काही घडलंय ते आपण लपवण्यापेक्षा खरं सांगितलेलंच योग्य ठरेल. इन्स्पेक्टर शर्मांनाही मी हे आपल्या मुंबईच्या वकिलांचा सल्ला घेतल्यावर सांगणार आहे. दुसरी गोष्ट म्हणजे ती बरोबर येणार असल्याची कल्पना मला नव्हती. तिचं तिकिट काढायला दुसरंच कुणीतरी आलं होतं. नावावरून पत्ता काय लागणार? मला थोडी जरी कल्पना आली असती तरी... ही बया आल्यापासून झंझटच सुरू आहे. हरिद्वारला पाण्यातच वाहत जात होती. अलाहबादला संगमावर नेमकी हिचीच बोट उलटी झाली होती. सिमल्याहून कलकत्त्याला परत फिरलो तर रेल्वेयार्डात अंधारात नेमका हिलाच लोखंडी खांब लागला. पनवतीच होती; पण आता काय करणार? कंपनीचं दिवाळंच निघेल फार दिवस राहावं लागलं तर!''

देवदत्त बडबडत होता पण अशोक उठलाच. ''इन्स्पेक्टरला सारं सांगायलाच हवं का याचा विचार कर. बरं! मी जेवणाकडे बघतो. द शो मस्ट गो ऑन. आजच्या प्रकारानं सगळेच हबकले आहेत; पण प्रत्येकाला चार घास खायला हवेच असणार. आचाऱ्यांनी काय केलंय ते पाहतो.''

ॲश-ट्रे कचऱ्याच्या डब्यात रिकामा करून देवदत्तनं दुसरी सिगरेट शिलगावली. ''दामू आचाऱ्यानं साग्रसंगीत नसला तरी बराचसा स्वयंपाक केलाय. मघाशीच भेटला होता तो.''

अशोक मग बाजूच्या सोफ्यावर टेकला. सिगरेटचा धूर सोडत, वर जाणाऱ्या वलयांकडे पाहत दोघं बसून राहिले. तेवढ्यात कुणीतरी दारावर टकटक केली. ''येस, कम इन.'' देवदत्त बसल्या जागेवरून ओरडला.

दारात सेकंडमधून प्रवास करणारे गृहस्थ उभे होते. ''येऊ का? तुम्हाला जरा डिस्टर्बच करतोय.'' असं म्हणत ते सरळ आत आले.

बाजूच्या खुर्चीकडे बोट दाखवत देवदत्त म्हणाला, ''बसा. सुलाखेबाईंच्या बाजूच्या रूममध्ये होतात की काय तुम्ही? रूम बदलून...''

पण देवदत्तला पुढं बोलू न देता ते म्हणाले, ''नो. नो. त्यासाठी नाही आलो मी.'' असं म्हणत त्यांनी आपलं व्हिजिटिंग कार्ड पुढं केलं.

'सी.आय.डी. इन्स्पेक्टर विद्यापती घाटपांडे (Rtd).'

देवदत्तने आनंदानं त्यांचा हातच पकडला. "अरे, देवासारखे धावून आलात; पण..."

"मी हे आधीच का सांगितलं नव्हतं असंच ना? ओळख करून देतानाही मी हे सारं गुप्तच ठेवलं होतं. मी आता प्रायव्हेट डिटेक्टिव्ह म्हणून काम पाहतो. मध्यंतरी कामाचं प्रेशर फार वाढलं. डॉक्टरांनी विश्रांतीचा सल्ला दिला. बदलही हवा होता. बायकोचं तुमच्या कंपनीतून ट्रिपला जाण्याचं कित्येक वर्षं घाटत होतं. तुम्ही आता अडचणीत आहात. आय थिंक, आय कॅन हेल्प यू."

"यस, यस. यू मस्ट. प्लीज. अहो, चार दिवसांऐवजी आठवडाभर मुक्काम वाढवावा लागला तरी हरकत नाही; पण तपास लागेपर्यंत राहावं लागलं तर दिवाळं निघेल. कंपनीचं नाव धुळीला मिळेल."

पण देवदत्तच्या बोलण्याकडे विद्यापतींचं लक्षच नव्हतं. स्वत:शीच ते पुटपुटत होते, "ही केस सुरुवातीपासून मोठी रहस्यमय वाटतेय. बाईंना ह्या ट्रिपवर तीन-चार वेळा तरी अपघात झाले होते. नाही? आणि आता त्यांचा मृत्यूच झाला. यस. इट इज व्हेरी इंटरेस्टिंग. मी ही केस घेतो; पण..."

"पण काय? पैशासंबंधी काही..."

देवदत्तला पुरे बोलू न देताच विद्यापती म्हणाले, "पैशाचं काही नाही हो. फक्त मला सर्व माहिती न लपवता सांगावी लागेल. उदाहरणार्थ, काल रात्री तुम्ही..." अशोककडे त्यांचं लक्ष गेलं आणि ते थांबले.

"काही हरकत नाही. त्याला सगळं माहीत आहे. हा माझ्या कंपनीत पार्टनर आहे. ही नोज मी. काल रात्री बागेत घडलेली गोष्टही त्याला माहीत आहे." बोलता बोलता देवदत्तनं एक दीर्घ सुस्कारा सोडला. त्याचं लक्ष खिडकीच्या काचेतून दिसणाऱ्या बाहेरच्या देखाव्यावर स्थिरावलं. धुकं आता वितळलं होतं. सूर्याची किरणं झाडांझाडांवर पडली होती. गवताच्या पात्यांवर पडलेलं दव चमकत होतं. पक्ष्यांची मधुर किलबिल सुरू होती. मसुरी हे त्याचं आवडतं ठिकाण होते. इथले देखावे, हिमालयाची दिसणारी शिखरं, दरीतून वितळत जाणारं धुकं... दुपारची जेवणं आटपली की, बागेत तोंडावर पेपर ठेवून अंगावर ऊन घेत तो पडायचा. इथल्या वास्तव्यात त्याचा हा आवडता कार्यक्रम होता. पण आज घडलेला प्रसंग. त्यामुळं कदाचित साऱ्यालाच मुकावं लागणार होतं.

"काय, मी म्हणतोय ते पटतंय ना?" विद्यापती घाटपांडेंच्या बोलण्यावर देवदत्तनं मान डोलावली. हॉटेलच्या घड्याळाचे बाराचे ठोके कानावर आले आणि देवदत्त म्हणाला, "चला, आपण आधी जेवून घेऊ या. मग बोलणी करता येतील. तुमच्या शर्ती मान्य आहेत मला विद्यापती."

जेवून ते दोघे रूमवर परतले. सिगरेट ओढत देवदत्त सोफ्यावर विसावला. विद्यापतींनी तंबाखूची चिमटी व्यवस्थित मळली आणि तिची गोळी करून अलगद जिभेवर ठेवली आणि ते म्हणाले, "आता बोला."

पण कुठून सुरुवात करावी हा प्रश्न देवदत्तला पडला होता. एक सुस्कारा सोडत तो म्हणाला, "तुम्हाला सुरुवातीपासूनच सांगतो. म्हटलं तर तसं विशेष काही नाही. लहानपणापासून मी फार श्रीमंतीत वाढलो. ह्याचा व्हायचा तोच परिणाम झाला. मी फारसा शिकलो नाही, वाईट संगत लागली आणि मग बाई आणि बाटली ह्यात विशीतच तरबेज झालो. पैसा संपत आला आणि मित्र दूर झाले. नको त्या बायकांकडे जात असल्यामुळं भलताच रोग लागला. शेवटी डॉ. चिटणीसांकडे गेलो. त्यांचं प्रायव्हेट क्लिनिक होतं. सुलाखे तिथं नर्स होती. डॉक्टर फारच सज्जन होते. पण ही बया... अर्थात तेव्हा काहीच कल्पना नव्हती.

"तिथून बरा झाल्यावर सन्मार्गानं जायचं ठरवलं. पैसे घेऊन सफरीला गेलो. वाटेत येणाऱ्या अडचणी पाहिल्या. मनात आलं, हाच धंदा सुरू केला तर? मुंबईत आल्यावर तयारीला लागलो. पहिल्यांदा थोड्या प्रमाणावर; पण आता भलताच किफायतशीर धंदा ठरलाय हा.

"ही सुलाखे पुन्हा कधी भेटेल हे ध्यानीमनीच नव्हते. प्रवासी मी छाननी करून घेतो. तिकिटाच्या वेळी ही बया स्वत: आलीच नव्हती. गाडीत ती भेटली आणि मग नुसती ओळख देऊनच थांबली नाही. सुरुवातीला आडून आणि मग प्रत्यक्ष धमक्या सुरू झाल्या. ब्लॅकमेल सुरू झालं. हे सारं लोकांना कळलं असतं तर धंद्यावर काय परिणाम झाला असता हे तुम्ही जाणताच.

"चार वेळा ती अपघातातून बचावली. तेव्हा मनात आलं, ही मेली का नाही? तिला मारावं असं माझ्याही मनात आलं. ही विषाची बाटली मी त्यासाठीच विकत घेतली." बॅगेतून विषाची सीलबंद बाटली काढून देवदत्तनं दाखवली.

"काल रात्री ठरल्याप्रमाणं तिला बागेत मी भेटलो आणि पाच हजार रुपये बंद लिफाफ्यात घालून दिले. तिचा गळा घोटावा असं वाटत होतं. तिचं ते हसणं... पण स्वत:ला सावरलं आणि परत फिरलो तेव्हा अशोक मला व्हरांड्यातच भेटला होता."

"हे सारं तुम्ही खरं सांगताय ना?" विद्यापतींनी विचारलं," बरं ह्या अशोकबद्दल काही सांगाल?"

"हा अशोक साधले. गेली बारा वर्षं माझ्याबरोबर आहे. आला तेव्हा त्याला नोकरीची फार जरूर होती. एका केसमध्ये त्याला गुंतवलं होतं असं तो म्हणाला. मनुष्य सज्जन वाटला आणि मी ठेवून घेतला. अजूनपर्यंत तरी माझ्या ह्या मताला त्यानं धक्का लावलेला नाही."

विद्यापतींनी खिशातल्या डायरीत काही नोंद केली आणि ते उठले. ''बरं, भेटू पुन्हा.'' ते रूमवर परतले तेव्हा त्यांची पत्नी अलकनंदा रूमवर नव्हती. विद्यापतींनी खिशातून डायरी काढली. ते स्वत:शीच बडबडत होते. ''ती देवदत्ताला ब्लॅकमेल करत होती ह्याचा अर्थ... झालेले अपघात-'' त्यांनी तंबाखूची चिमटी अंगठ्यानं चोळत चुना लावून गोळी केली आणि अलगद जिभेवर सोडली. डोळे मिटून विचार करत ते बसून राहिले. विचार करताना नेहमीसारखाच बोटांनी बाजूच्या मेजवर ताल धरलेला होता.

अलकनंदा कधी आत आली तेही त्यांना कळले नाही. ''हं! ही सुलाखेची केस हातात घेतलेली दिसतेय.''

''घेतली म्हणजे...'' विद्यापती तोंडातला मुखरस टाकण्यासाठी उठले. ''फारच गुंतागुंतीची दिसतेय केस. सुलाखेला झालेल्या अपघातांपासून माझं लक्ष तिच्याकडे वेधलं होतं. तिचा खून करून आपण त्या गावचेच नसल्याचा बहाणा करणारा हा खुनी अट्टल बदमाष असला पाहिजे. तुला काय वाटतं?''

''आपण इथं विश्रांतीला आलोय महाशय!'' अलकनंदानं आठवण करून दिली.

''तो बिचारा देवदत्त अडचणीत आहे. म्हणून मी त्याला शब्द दिला.'' अलकनंदा नाराज होणार हे त्यांना स्पष्ट दिसत होतं.

''ही केस तुम्ही घेतलीय असंच ना? मला हे माहीत होतं आणि म्हणूनच तुम्ही म्हणता तसंच सुलाखेबाईंना अपघात व्हायला लागल्यापासून माझंही लक्ष त्यांच्याकडे वेधलं होतं. आज सकाळी नाश्त्याच्या वेळी आम्ही मोजकीच माणसं होतो. तुमच्यासारखे काहीजण साईट सीइंगला गेले होते.''

''सुलाखेबाई नाश्त्याला आल्या नव्हत्या. झोपून होत्या म्हणून चर्चा सुरू झाली. फर्स्टक्लासमधल्या कुणालाच त्या आवडत नव्हत्या असं एकंदरीत दिसलं. सौ. गायतोंडे, सौ. कदम त्यांच्याशी बोलत नव्हत्या म्हणे! बोलण्यावरून वाटलं, त्यांची ओळख आधीच होती.''

विद्यापतींनी मघाची डायरी काढली. ''फर्स्टमध्ये कोणकोण आहेत सांगा बघू.''

'' 'ए'मध्ये श्री. व सौ. गायतोंडे, डॉ. साने आणि सौ. साने, 'बी'मध्ये सुलाखे, भिडेबाई आणि 'सी'मध्ये श्री. व सौ. फडतरे आणि श्री. व सौ. कदम. बरोबर ना?'' अलकनंदाच्या ह्या उत्तरावर विद्यापतींनी मान डोलावली.

''सुलाखेबाईंना एकंदर तीन वेळा अपघात झाले; नाही का?'' विद्यापतींच्या ह्या बोलण्यावर अलकनंदानं माहिती पुरवली, ''हरिद्वारला गंगेत पाय घसरून त्या पडल्या तेव्हा गायतोंडे मंडळी त्यांच्याबरोबर होती. अलाहबादला डॉ. साने आणि त्यांची पत्नी अपघाताच्या वेळी जवळ होते आणि कलकत्त्याला गाडीचा खांब लागला तेव्हा फडतरे मंडळी बरोबर होती आणि दिल्लीला त्या बसखाली सापडत

होत्या तेव्हा श्री. आणि सौ. कदम बरोबर होती. म्हणजे एकूण तीन वेळा नव्हे चार वेळा अपघात झाले.''

अलकनंदाच्या ह्या माहितीवर विद्यापती खूष झाले. ''शाबास अलकनंदा! गुड शो.''

''अखेर बायको कुणाची आहे?'' विद्यापतींनी मग मघाचीच डायरी तिच्यापुढं केली आणि त्यात ही नवीन नावं घालायला सांगितली. त्यात असलेली नावं पाहून ती चकितच झाली. 'देवदत्तही?''

''शी वॉज ब्लॅकमेलिंग हिम. आताच त्यानं हे सांगितलं. त्याशिवाय त्याचा पार्टनर अशोक साधले. सुलाखे मेल्यावर त्याच्या चेहेऱ्यावर दिसणारे सुटकेचे भाव... हे झाले सहा आणि सातवी भिडेबाई. ती तिच्याच खोलीत राहत होती म्हणून. आय थिंक, शी वॉज ब्लॅकमेलिंग ऑल ऑफ देम. सो ऑल आर सस्पेक्टेड.''

''ह्याचा अर्थ फर्स्टमधले सारेच प्रवासी संशियत खुनी. पुन्हा कंपनीचे दोन्ही मालकही ह्या ब्लॅकलिस्टमध्ये. हे जरी मान्य केलं तरीसुद्धा फर्स्टमधली गोगलगायीसारखी भिडेबाई संशयित खुनी म्हणजे जरा जास्तच होतंय.''

अलकनंदाच्या ह्या बोलण्यावर विद्यापती म्हणाले, ''ती ब्लॅकमेल करत होती. अर्थात ते पैसेवाल्यांनाच करणार. फर्स्टचे प्रवासीच ती निवडणार. 'देवदत्त ट्रॅव्हल्स' ही गिरगावसारख्या मध्यवर्ती ठिकाणची कंपनी. तिथं येणारे प्रवासी जास्त करून आजूबाजूचेच असणार. 'चिटणीस क्लिनिक' हेही गिरगावातच होतं. तेव्हा...''

''शक्य आहे. म्हणजे लॉजिक बरोबर आहे.'' अलकनंदानं विद्यापतींची नक्कल केली.

तरीही विद्यापतींचं लक्ष नव्हतं. ते तिला म्हणाले, ''पण सुलाखेबाईंचा मृत्यू झाला कशानं? पोस्ट मार्टेमचे रिपोर्ट्स आता मिळतील. तेव्हा मी पोलीसचौकीवर जाऊन येतो. शिवाय सुलाखेबाईंच्या सामानाची तपासणी व्हायला हवी. मी येतोच. तोपर्यंत...''

''मी भिडेबाईंकडून माहिती काढावी. असंच ना?'' अलकनंदानं विचारलं.

''काय मनकवडी आहेस गं!'' विद्यापतींनी हसतच तिचा निरोप घेतला.

विद्यापती देवदत्तच्या खोलीवर गेले तेव्हा देवदत्त चहा घेत होता. चहाचा भरलेला कप त्यांच्यापुढं करत त्यानं विचारलं, ''काही सुरुवात?''

''एवढ्यात? अहो अजून जुजबी चौकशीही झाली नाही. मी तुम्हाला एवढं आश्वासन मात्र देतो की, सर्व धागेदोरे आले की, चार दिवसांत केसचा उलगडा होईल. त्यासाठीच पोलीस चौकीवर जायचंय. चला, तुम्ही माझी ओळख करून द्या. काही अधिकृत माहिती पोलिसांकडूनच मिळेल. तेव्हा....''

देवदत्त त्यांना म्हणाला, "एक शंका आहे. तुम्ही प्रायव्हेट डिटेक्टिव्ह. तुमचं आणि पोलिसांचं पटत नाही असं निदान पुस्तकांतून तरी वाचलंय."

एक दीर्घ सुस्कारा सोडीत विद्यापती म्हणाले, "ह्याचा अनुभव मीही घेतलाय. पण प्रयत्न करायला काय हरकत आहे?"

विद्यापतींचं हे बोलणं देवदत्तला पटलं. तो त्यांच्याबरोबर बाहेर पडला. मॉलवरून ते पोलीसचौकीकडे वळले तेव्हा बाजाराला वळसा घालावा लागला होता. शॉपिंगमध्ये गुंतलेल्या लोकांना पाहून विद्यापती म्हणाले, "काल ह्यावेळी असं काही घडेल ह्याची खुन्याशिवाय कुणालाच कल्पना नसणार. बरेचसे लोक काल शॉपिंगला आले होते."

"सुलाखेबाईला तरी कुठं कल्पना असेल त्याची? मरताना दावा साधला तिनं. लवकर सुटलो, नाही तर दिवाळंच निघेल माझं." देवदत्तच्या ह्या बोलण्यावर विद्यापतींनी देवदत्तचा खांदा थोपटून त्याला दिलासा दिला. तेवढ्यात पोलिसचौकी आलीच. इन्स्पेक्टर शर्मा तिथंच होते. "आईये! आईये! कुछ नयी खबर लाये हो क्या?" देवदत्तनं नकारार्थी मान डोलावली. "फिर?" इन्स्पेक्टर शर्मांनी विचारलं. तेवढ्यात देवदत्तला डोळ्यांनी खूण करून विद्यापती पुढं सरसावले. त्यांनी आपलं कार्ड पुढं केलं. ते पाहिल्यावर शर्मांनी त्यांच्याशी शेकहॅन्ड केला.

"तो आप हैं सी.आय.डी. इन्स्पेक्टर विद्यापती. ग्लॅड टू मीट यू. आपको इस केस में बहुत दिलचस्पी होगी! क्या खयाल है आपका इस केस के बारे मे?"

विद्यापती हसत हसत म्हणाले, "अरे, आप इनचार्ज हैं। मै क्या कहूँ? वैसे तो रिटायर्ड आदमी हूँ। आपके जैसे कॉपिटंट आदमी के हाथमे केस है। भला मै क्या और कर सकता हूँ। लेकिन आपकी मदद के लिये जो हो सके वह करूंगा।"

आणि मग शर्माजींना बाजूला घेऊन ते म्हणाले, "यहाँ काम करनेकी इजाजत मुझे नही ये मै जानता हूँ। बंबईमें ऐसे कई मर्डर्स मैने देखे हैं और चार दिन मे खुनी भी पकडा है। बेचारा देवदत्त। बडा परेशान है। लेकिन क्या करूँ। हाथ बंधे हैं।"

'ऐसी कुछ बात नही है विद्यापतीजी। खुनी आप ढूँढ लो। क्रेडिट हमेही मिलेगा। हमे कोई ऐतराज नही है। लेकिन चार दिनमे नही मिलेगा तो?" शर्माजींनी हातातली छडी गरगर फिरवत विचारलं.

"आपका कोऑपरेशन मिलेगा, जो चाहे वह जानकारी मिलेगी तो खुनी कहाँ जायेगा?" विद्यापतींच्या ह्या बोलण्यावर शर्माजींनी हात पुढं केला. "बेस्ट ऑफ लक देन. इट्स अ डील. बताईये क्या मदद करूँ?"

मग बराच वेळ विद्यापतींनी डॉक्टरांचे पोस्टमार्टेमचे रिपोर्ट्स पाहिले. सुलाखेबाईंच्या पोटात सापडलेले अन्नाचे अवशेष.... त्यांत सापडलेल्या आर्सेनिक या जालीम विषामुळं मृत्यू ताबडतोब झाला होता.

सुलाखेबाई ज्या खोलीत मृत्यू पावली होती ती खोली बंद करण्यात आली होती. हातांचे ठसे घेऊन झाले होते. सिस्टर सुलाखेचं सामानही तपासून झालं होतं. त्यात सापडलेल्या वस्तूंची नोंद केलेली होती. बाईंच्या साड्या, प्रसाधनं, एक डायरी आणि नोटांची पुडकी होती. प्रवासात सारेच प्रवासी जास्त पैसे घेतात पण बाईंनी चाळीस हजार रुपये बॅगेत ठेवले होते.

"जरा डायरी देख सकता हूँ?" विद्यापतींनी असं सांगताच शर्माजींनी डायरी हजर केली. त्यात बरेच पत्ते होते.

"हॅव यू नोटीस्ड समथिंग अनयूज्वल?"

विद्यापतींच्या ह्या बोलण्यावर शर्माजी हसले, "अरे! आप हमे बच्चा समझते हैं क्या? वो अॅड्रेसेस हमने चेक किये है। फर्स्ट क्लासके चारपाँच लोगोंके पते हैं उस मे। लेकिन इससे क्या सबूत मिलेगा? ये पते तो उन्होने पहचान के बाद भी लिये होंगे।"

"यस. दॅट इज पॉसिबल."

"इसमे शक करने का सवालही नही निकलता। अचरज लगता है इस बात का की इतना सारा पैसा लेकर ये औरत कहाँ जा रही थी? खून ये पैसोंके लिये तो नही हुआ? शायद ढूंढने के बाद भी खुनी को पैसे नही मिले होंगे।"

विद्यापती यावर काहीच बोलले नाहीत. इकडच्यातिकडच्या गप्पा झाल्यावर ते बाहेर पडले.

"एनी होप्स?" देवदत्तनं विचारलं.

"मी चौकशी केली तरी शर्माजी आडकाठी करणार नाहीत एवढं नक्की. सिस्टर सुलाखेचा मृत्यू आर्सेनिक नावाच्या विषामुळं झाला." विद्यापतींनी हे मुद्दाम सांगितलं.

पण देवदत्तच्या चेहऱ्यावर जराही चलबिचल नव्हती.

"सुलाखेबाईंना तुम्ही बागेत भेटला होतात ना? तेव्हा त्या कशा होत्या?" विद्यापतींनी विचारलं आणि देवदत्तनं दिलेलं चॉकलेट तोंडात टाकलं.

"शंभर टक्के जिवंत होती. आता तुम्ही खाल्लंत अगदी तसंच तिनंही मी दिलेलं चॉकलेट खाल्लं होतं. आय हेटेड हर... पण ती भेट सहज आहे हे दाखवण्यासाठी मी चॉकलेट पुढं केलं होतं."

चॉकलेटमधूनही आर्सेनिक घालणं शक्य होतं. हा विचार त्यांच्या मनात आला तरी ते बोलले नाहीत. विचार करतच ते चालले होते. देवदत्तही त्यांच्यामागून निमूटपणं चालला होता. 'हॉटेल पॅरडाईज' आलं तेव्हा त्यांनी मानेनंच एकमेकांचा निरोप घेतला.

विद्यापती खोलीवर परतले तेव्हा अलकनंदा मासिक घेऊन वाचत पडली होती. ते आले तरी तिनं लक्षच दिलं नाही.

"काय, रागावलात?"

"तासभर म्हटलं होतंत आणि आता दोन तास झाले. ह्या केसबद्दल एक साडी पाहिजे बरं का! हं, आता तुमची बातमी सांगा." अलकनंदानं विचारलं, "मृत्यू नैसर्गिक का अनैसर्गिक? नाहीतर सारंच ओमफस..."

"आर्सेनिक पावडरचा उपयोग खाण्यातून करण्यात आला होता. पोस्ट मार्टेमचे रिपोर्ट पाहिले. त्याशिवाय शी वॉज ब्लॅकमेलिंग. बॅगेत चाळीस हजार रुपये सापडले. बरं! तुझी बातमी सांग ना? मी गेल्यावर काय केलंस?"

"काही नाही. सरळ भिडेबाईंना गाठलं. त्या आता बारा नंबरमध्ये आहेत. शोधत शोधत गेले."

"काय म्हणत होत्या भिडेबाई?"

"अहो, आधी दादच लागू देईनात. चक्क सांगूनच टाकलं त्यांनी, सुलाखेबाईंबद्दल विचारायला आल्या असाल तर परत जा. त्या विषयानं माझं डोकंच गरगरायला लागलंय."

"मग?" विद्यापतींनी उत्सुकतेनं विचारलं.

"मग काय? प्रेमानं त्यांची चौकशी केली. इकडच्यातिकडच्या गप्पा मारल्या. सहानुभूती दाखवली. तेव्हा भिडेबाई खुलल्या आणि सांगू लागल्या. 'ह्या खोलीतही भीती वाटते हो. सारखी सुलाखेबाई नजरेसमोर येते.' शेवटी काय, पोटात शिरून माहिती काढावी लागली."

"काय माहिती मिळाली मग?" विद्यापतींनी अधीरतेनं विचारलं.

"त्यांच्या मते सुलाखेबाई ढालगज होती, खादाड होती. स्वतःच्या पैशानं न खाता दुसऱ्याच्या पैशानं खाण्यात तरबेज होती. खोटारडी होती. काल वाटतं, भिडेबाईंनी त्यांना शॉपिंगसाठी विचारलं होतं तर सिस्टर सुलाखेनं विश्रांतीसाठी सबब सांगितली होती आणि मागाहून भिडेबाईंनी त्यांना 'शॉपिंग सेंटर'मधल्या कॉफी हाऊसमध्ये श्री. आणि सौ. गायतोंडेबरोबर डोसा खाताना पाहिलं होतं. शॉपिंग आटपून भिडेबाई परतल्या तेव्हा सुलाखेबाई कदम मंडळींबरोबर रस्त्यावर सामोसे खात होत्या. हातात सामानाची पुडकी होती.

"सुलाखेबाई बरीच खादाड होती. दररोज महाराजाला जेवणाचा मेनू विचारून घ्यायची. मरायच्या रात्री जेवणाला पिठलंभात आहे हे तिला माहीत होतं. जेवायला जाण्याआधी ती भिडेबाईंना म्हणाली होती, 'आज खूप खाल्लंय. डोसा, सामोसा, भजी, वडा, चहा, कॉफी. जराही भूक नाही मला. नावालाच येते बरोबर.'

"शॉपिंगसाठी सुलाखेबाई बरोबर न आल्यामुळं भिडेबाईंना रागच आला होता. न बोलता त्या जेवायला निघून गेल्या होत्या.

"रात्री साडेनऊ वाजता जेवून जरा गप्पा मारून भिडेबाई रूमवर परतल्या होत्या तरी सुलाखेबाईंचा पत्ता नव्हता. दुसऱ्या दिवशी साईट सीइंगला जायचं होतं.

भिडेबाईंनी नेहेमीसारखी कांपोझची गोळी घेतली आणि त्या झोपण्याच्या तयारीत असतानाच सुलाखेबाई खोलीवर आल्या.

"खोलीत नाईटलॅम्पच्या उजेडातच सुलाखेबाईंनी तोंड धुतलं. भिडेबाई गुंगीतच पडून होत्या. गुंगीत अशा पडून असतानाच त्यांना भास झाला, कुणीतरी त्यांनी घरून आणलेला लाडवांचा डबा उघडून लाडू खात होतं.

"सकाळी सुलाखेबाई झोपलेल्याच होत्या. भिडेबाई उठून साईट सीइंगला गेल्या तरीही सुलाखेबाई आपल्या झोपलेल्याच. रात्रभर मुडदा आपल्या सोबतीला होता ह्याची त्यांना त्यावेळी कल्पनाच नव्हती. आता मात्र भिडेबाई पार हादरल्यात."

"वेल डन माय गर्ल ! यू आर अ जेम."

विद्यापतींनी अलकनंदाची पाठ थोपटली, "हे बघ. दोन दिवस मी कसाही वागलो, केव्हाही बाहेर आलो, गेलो तरी रागवायचं नाही. ओ.के? मी येतोच तासाभरात मग...."

"अहो पण..." अलकनंदाचं बोलणं पुरं होण्याआधीच ते खोलीतून सटकले आणि मॅनेजरच्या टेबलाकडे गेले. तो असा बधणार नाही हे त्यांना माहीत होतं. त्यांनी आपलं कार्ड त्यांच्यापुढं ठेवलं.

मॅनेजर चपापलाच. मग त्यानं त्यांना खाडकन सलाम ठोकला. "आपकी सेवा में हाजिर हूँ साब! बोलिये, क्या काम है?"

विद्यापतींनी डायरीत नोंद केलेली नावं सांगून रूम नंबर विचारले आणि त्यांनी प्रथम गायतोंड्यांची खोली गाठली. दरवाजा उघडायला श्री. गायतोंडेच आले. त्यांच्यापुढं आपलं कार्ड दाखवत त्यांच्यापाठोपाठ खोलीत शिरले.

आपला चष्मा सावरत गायतोंड्यांनी विचारलं, "तुम्ही कोण आहात ते समजलं. पण..."

"मी सिस्टर सुलाखेच्या खुनाची चौकशी करतोय."

"आम्हाला काऽय हो माहीत? पण ह्या असल्या बायकांना हे असंच मरण यायचं. मेलेल्यांना म्हणे शिव्या देऊ नयेत; पण..." सौ. गायतोंडे हेल काढत बोलत होत्या.

श्री. गायतोंडे त्यांना दटावत होते, पण त्यांचं तिकडे लक्षच नव्हतं.

"शालन... शालन..." त्यांनी दोनतीन हाका मारल्या तेव्हा त्या गप्प झाल्या. आपलं काहीतरी चुकलं हे त्यांच्या तेव्हा लक्षात आलं. सावरून घेत त्या म्हणाल्या, "मला काही माहीत नाही हं. पण लोक म्हणतात म्हणून..."

विद्यापतींनी आपल्या भेदक नजरेनं एकदाच त्यांच्याकडे पाहिलं आणि ते म्हणाले, "हरिद्वारला गंगास्नानाच्या वेळी सुलाखेबाईंना अपघात झाला तेव्हा तुम्हीच बरोबर होतात. हे पाहा गायतोंडे, मला सर्व माहीत आहे आणि म्हणूनच तुम्ही स्पष्ट

कबुलीजबाब द्यायला हवा.''

ह्यावर सौ. गायतोंडे म्हणाल्या, ''हो! मी ढकललं तिला गंगेत. ती मरावी अशी माझी इच्छा होती. धमक्या देत होती सारखी. सोन्यासारखा चाललेला माझ्या मुलीचा संसार उधळून लावू पाहत होती. ती मेली, फाऽर छान झालं.''

इतका वेळ कपाळाला हात लावून बसलेले गायतोंडे मग म्हणाले, ''आता सर्वच सांगतो. पंधरा वर्षांपूर्वीची गोष्ट आहे. माझी मुलगी चुकली. लक्षात आलं तेव्हा तीन महिने होऊन गेले होते. मग डॉ. सान्यांनी डॉ. चिटणीसांचं नाव सांगितलं. ही सुलाखे नर्स तेव्हा तिथं होती. त्यानंतर तिच्याशी कधी संबंध आला नाही. पुढं आमच्या मुलीचं लग्न झालं. ती सुखात आहे आणि आता ह्या बाईनं आम्हाला गाठलं. ब्लॅकमेल चालू झालं. हरिद्वारला तिनं आम्हाला गाठलं ते पैशाच्या मागणीसाठीच. पुढचं तुम्हाला माहीतच आहे; पण खरंच सागंतो. ह्या खुनाशी आमचा संबंध नाही.''

''पण काल शॉपिंग करताना तुम्ही तिला कॉफीहाऊसमध्ये भेटला होतात.'' श्री. गायतोंड्यांनी सौ. गायतोंड्यांकडे पाहिलं.

''भेटलो होतो. ती भेट सहज आहे हे दाखवण्यासाठी तिघांनी डोसाही खाल्ला आणि तेव्हाच तिला दहा हजार रुपयेही दिले.''

''एवढी रक्कम बरोबर घेतली होतीत तुम्ही?'' विद्यापतींनी विचारलं.

''एवढे पैसे कशाला आणणार बरोबर? तिचा लकडा लागला आणि मग बरोबर घेतलेले ट्रॅव्हलर्स चेक वटवले दिल्लीला. काही पैसे घरून मागवले पण हिचं तोंड बंद करायचं ठरवलं.''

''आणि तिचं तोंड आता कायमचं बंद झालं.'' सौ. गायतोंडे पटकन बोलून गेल्या. आपण भलतंच बोललो हे मागाहून त्यांच्या लक्षात आलं.

विद्यापती उठले. जाता जाता त्यांनी विचारलं, ''ह्या ट्रिपला सुलाखे नर्स येणार हे तुम्हाला ठाऊक होतं का?''

''कमाल केलीत राव! ते ठाऊक असतं तर दहा हजार कॅशच घेऊन आलो असतो. डॉ. साने म्हणाले म्हणून जरा पैसे घेतले होते.'' गायतोंड्यांनी माहिती पुरवली, ''त्यांच्या आग्रहानंच ट्रिपला आलो. आता वाटतं, झक मारली. ह्या नर्सची गाठ पडली ना! म्हणून म्हणतोय.''

''डॉ. सान्यांची आणि तुमची पूर्वीची ओळख आहे वाटतं?'' विद्यापतींनी विचारलं.

''फार चांगला डॉक्टर आहे. त्यांनाच कन्सल्ट करतो आम्ही.'' सौ. गायतोंडे म्हणाल्या.

विद्यापती तिथून बाहेर पडले ते विचारातच. त्यांनी डायरीतला पुढचा रूम नंबर पाहिला आणि एक एक करत साऱ्यांनाच भेटून, माहिती काढून ते आपल्या खोलीवर परतले. तेव्हा पाच वाजून गेले होते.

अलकनंदा त्यांची वाटच पाहत होती.

"काय? कुठं काही तपास लागत नाही ना? वाटलंच."

डायरी टेबलावर ठेवत विद्यापती म्हणाले, "हे शब्दकोड्यासारखं अवघड झालंय. प्रत्येक माणूस खुनी म्हणून संशयित ठरतोय."

"म्हणजे?"

"नीट ऐक हं. देवदत्तला ती ब्लॅकमेल करत होती हे तुला सांगितलंच मघाशी. आता संशयित नंबर दोन, श्री. व सौ. गायतोंडे. त्यांच्या मुलीचं घसरलेलं पाऊल सुलाखेनं सावरलं होतं. इथंही ब्लॅकमेल करणं सुरू केलं तिनं. मुलीच्या आयुष्याचा प्रश्न होता. खून करायला एवढं कारण पुरे.

"डॉ. साने संशयित नंबर तीन. डॉ. चिटणीसांच्या नर्सिंगहोममध्ये ऑपरेशन करताना त्यांच्या हातून हलगर्जीपणामुळं एक पेशंट दगावला. डॉ. चिटणीसांनी सावरून धरलं पण सुलाखे? शी वॉज ब्लॅकमेलिंग हिम. ह्या बाईपायी त्यांचा धंदा, इभ्रत धुळीला मिळणार होती. डॉ. सान्यांकडे खुनाचा हेतू नक्कीच होता. ह्या ट्रिपची योजना आपलीच असल्याचं त्यांनी कबूलही केलं. तसं सुलाखेला ट्रिपबद्दल त्यांनीच सुचवलं होतं. इतकंच नव्हे, गायतोंडे मंडळी आणि श्री. फडतरे ह्या आपल्या दोन्ही पेशंट्सनाही– जे अर्थातच डॉ. चिटणीसांच्या नर्सिंग होममध्ये अडचणीच्या कामानिमित्त जाऊन आले होते– त्यांनी आग्रहानं बरोबर घेतलं. परस्पर काटा निघाला तर त्यांना हवाच होता. निदान खून झाल्यावर सर्व प्रकरण आपल्यावर शेकू नये हा त्यांचा हेतू नक्कीच होता."

"चेहेरे आणि मुखवटे... सुलाखे नर्स म्हणत होती ते खोटं नाही; पण ह्या फडतऱ्यांचा काय संबंध?" अलकानंदानं विचारलं.

"श्री. फडतऱ्यांना नशीली औषधं घ्यायची सवय होती. डॉ. सान्यांच्या आग्रहानं ते चिटणीसांच्या नर्सिंग होममध्ये राहिले होते. त्यांच्यावर तिथं उपचार झाले. ही गोष्ट त्यांच्या बायकोला माहीत नव्हती. वैवाहिक जीवन उजाड होण्याची शक्यता हे कारण खून करायला पुरेसं आहे. हा संशयित नंबर चार बरं का!"

डायरीतलं पुढचं नाव वाचून अलकनंदानं विचारलं, "श्री आणि सौ. कदमांचं काय?"

"ते संशयित नंबर पाच. कदमांचं हे दुसरं लग्न आहे. पहिली बायको जिवंत असतानाच त्यांचा आताच्या ह्या सौ. कदमशी संबंध आला. मैत्रीचं रूपांतर... दिवस राहिले आणि अशा अडचणीत फडतऱ्यांनी 'चिटणीस नर्सिंग होम'चा पत्ता त्यांना सांगितला. सिस्टर सुलाखेशी संबंध आला तो तेव्हा. पुढं श्री. कदमांची पहिली बायको तडकाफडकी वारली. लोकांनी संशय व्यक्त केला. नक्की काय घडलं माहीत नाही; पण तेव्हापासून सुलाखे कदमांची डोकेदुखी ठरलीय."

“संशयित नंबर सहा, अशोक साधले? अहो, म्हणजे आपल्या टूरिस्ट कंपनीबरोबर आहेत तेच ना?” अलकनंदानं आश्चर्यानं विचारलं.

“देवदत्त कंपनीचा पार्टनर.”

“पण...”

“तोही ह्याच भोवऱ्यात सापडलाय. युक्तीप्रयुक्तीनं काढलेली माहिती अशी आहे, चार वर्षांच्या मुलीवर बलात्कार केल्याच्या प्रकरणात त्याला कोणीतरी गुंतवलं होतं. त्यातून तो सुटला; पण हे जगाला कळलं तर?”

“अच्छा! तर एकूण असं आहे! म्हणजे फर्स्टचे सारे प्रवासी... गोगलगायीसारख्या भिडेबाईसुद्धा संशयित खुनी. यात्रा कंपनीचे दोन्ही मालकही. पण हे जरा अशक्यच नाही वाटत?”

“ह्यात अशक्य काय आहे? डॉ. सानेंनी गायतोंडे आणि फडतरेंना आग्रहानं बरोबर घेतलं. फडतऱ्यांनी कदमांना. 'देवदत्त ट्रॅव्हल्स'मधून जायचं ठरवलं सिस्टर सुलाखेनं, कारण ह्या दोघांकडूनही तिला पैसे उकळायचे होते.” विद्यापतींनी खुलासा केला.

“एकूण तुम्ही म्हणालात ते खरं. आर्सेनिक हे विष जालीम आहे. त्यासंबंधी डिटेक्टिव्ह कादंबऱ्या वाचून सर्वांनाच माहिती असतं हल्ली. मला एवढंच म्हणायचं की, त्याला काही डॉक्टरच हवा असं नाही.”

“ते बरोबर गं! पण हे विष मिळवायला डॉक्टर, केमिस्ट किंवा असाच एखादा माणूस हवा.”

“दॅट्स द पॉइंट. म्हणजे पुन्हा बोट डॉ. सानेंकडेच.”

“धिस इज द केस ऑफ एलिमिनेशन. तशी सर्वांनाच तिला मारायची इच्छा होती. त्यांना तशी संधीही होती; पण तरीही सर्वांनी तिच्या सांगण्याप्रमाणे ब्लॅकमेलचे पैसे दिले. भिडेबाई फक्त अपवाद. अर्थात तिला मारायची इच्छा जरी सर्वांनाच होती तरी मारणारा एकच होता. त्याला 'क्ष' म्हणू या. 'क्ष'कडे तिला देण्याएवढे पैसे नव्हते किंवा तो देऊ इच्छित नव्हता.”

“बरं मग?” अलकनंदाच्या ह्या प्रश्नावर विद्यापती गप्पच राहिले. त्यांनी दोन भुवयांच्या मधली कातडी चिमटीत पकडली. डोळे बंद झाले. आपोआप. सोफ्यावर बसून ते पुटपुटू लागले, “डोसा, सामोसा, भजी, चहा, कॉफी, लाडू”... आणि मग त्यांनी गाण्याचा ठेका धरला,

“डोसा, सामोसा,
भजी, चऽहा ऽ
कॉ ऽ फी, लाडू
आर्सेनिकनं मृत्यू येतो,
आर्सेनिकनं मृत्यू येतो”

विद्यापतींचं विक्षिप्त वागणं, गाणं सारं अलकनंदाच्या परिचयाचं होतं. त्यांची विचार करण्याची ही पद्धत. अशा वेळी त्यांना एकटं सोडायचं, जराही डिस्टर्ब करायचं नाही हे ती जाणून होती. ती गुपचूप कॉटवर बसून राहिली. ही समाधी कधी होईल तेव्हाच भंग होणार होती. त्यात व्यत्यय आणणं म्हणजे पतिराजांचा राग ओढवून घेणं होतं.

ती बाहेर पाहत गुपचूप बसून राहिली. बाहेर अजूनही उन्हाची तिरीप होती. थंडी मी म्हणत होती. काचेच्या खिडकीतून विलायती फुलं दिसत होती. मॉलकडे जाणारा रस्ता वळणं घेऊन मागच्या बाजूनं पुढं गेला होता. रस्त्यावरच कोपऱ्याकोपऱ्यावर ठेवलेली बाकं, तिथून दिसणारं दरीचं दृश्य... चित्र-विचित्र पोशाख करून माणसं थव्याथव्यानं फिरत होती आणि ह्या माणसांत, नव्हे ह्या हॉटेलात, एक खुनी त्यांच्यातला एक बनून वावरत होता. हू वॉज ही? त्या विचारानंच तिच्या अंगावर काटा आला. तिनं अंगाभोवतीची शाल आणखीनच घट्ट लपेटली.

तेवढ्यात विद्यापती विजेचा धक्का बसावा तसे ताडकन् उठले आणि धावतच रूमबाहेर पडले. "अहो, अहो! काय झालं?" पण अलकनंदाच्या हाकांकडे त्यांचं लक्ष नव्हतं. ते गेले त्या दिशेकडे ती वेड्यासारखी पाहत राहिली.

ते तासाभरानं परत आले ते खुशीत शीळ घालतच. "जरा चक्कर टाकून येऊ या मॉलवर. तुला काही खरेदी करायची असली तरी उरकू या."

विद्यापतींच्या ह्या बोलण्यावर अलकनंदा म्हणाली, "कशाला एवढ्यात? रग्गड वेळ आहे की! खुनाचा तपास लागेपर्यंत तरी आपल्याला काही इथून हलता येणार नाही."

"ह्याचा अर्थ तुझा आपल्या नवऱ्याच्या बुद्धिमत्तेवर विश्वास नाही. निदान तू तरी..."

"हं! म्हणजे मला आलेला संशय बरोबर आहे. केसचा उलगडा होत आलाय असंच ना?" अलकनंदानं उत्सुकतेनं विचारलं.

"देखते जाओ– देखते जाओ." विद्यापतींनी असं संदिग्ध उत्तर दिलं की, काही बोलायचं नाही हे इतक्या वर्षांच्या अनुभवानं अलकनंदाला माहीत होतं.

फिरून, थोडीफार खरेदी आटपून ती दोघं परत फिरली तेव्हा डायनिंग हॉल गजबजलेला होता. दिवाळी दोन दिवसांवर आली होती. मसुरीसारख्या थंड हवेच्या ठिकाणी लोक मजेसाठी, विश्रांतीसाठी आले होते; पण वातावरणात जडत्व होतं. मुलं काय गडबड करत होती तेवढीच. मोठी माणसं थव्याथव्यानं उभी राहून चर्चा करत होती.

लिमयांनी आगाऊपणे विद्यापतींकडे चौकशी केली आणि शिष्टपणे ते म्हणाले, "लवकरच खुनी शोधून काढा. तिकडे मुंबईला आमचे उद्योगधंदे वाट पाहत आहेत."

हात धुवायला जाताना लिमयांची बायको लिमयांना म्हणाली, "हे का ते विद्यापती? अगदीच मेंगळट दिसताहेत. त्यांच्याकडे का केस दिलीय? मग झालंच. इथला आपला मुक्काम काही लवकर हलत नाही मग."

अलकनंदानं हे बोलणं ऐकलं. तिचा रागानं लाल झालेला चेहरा पाहून तिला बाजूला घेऊन विद्यापतींनी हळूच काहीतरी सांगितलं.

आणि मग वॉशबेसिनजवळ झालेल्या गर्दीत घुसत अलकनंदानं मिसेस लिमयेंना गाठलंच. "अहो, मिसेस लिमये, आजची ताजी खबर ऐकलीत का? भिडेबाईंचा लाडवांचा स्टीलचा डबा हरवला होता. पोलीस झडतीत तो म्हणे, तुमच्या खोलीत सापडला. बनारसला कढयांच्या वेळी असंच झालं होतं म्हणे."

"त्यावेळी कढई नजरचुकीनं त्यांच्याकडे गेली होती. हो की नाही हो मिसेस लिमये? पण आता ह्यावेळी काय सबब सांगणार हो?" एक ढालगज भवानी म्हणाली.

"त्या वेळी मी काही कढई मुद्दाम घेतली नव्हती आणि मला काय करायचेत मिसेस भिडेबाईंचे लाडू?" मिसेस लिमये फणकारल्या.

"लाडू नव्हे हो. स्टीलचा डबा." दुसरी एक म्हणाली.

अशी आग लावून अलकनंदा बाजूला झाली. मिसेस लिमयेंचं बोलणं कुणीच ऐकून घेत नव्हतं. भिडेबाईंचा लाडवांचा डबा चोरीला गेला ह्याचीच चर्चा जोरात चालू होती. भिडेबाईंभोवती गर्दी जमली होती. त्या पुन्हा पुन्हा सांगत होत्या, "अहो, काल तर डबा होता. आज बघायला गेले तर डबा गायब. चांगला जाड स्टीलचा डबा होता हो. दोनशे रुपये किंमत होती. भावजयीला कोणत्या तोंडाने आणि काय सांगू?"

"इज शी अ गुड ॲक्ट्रेस ऑर ॲम आय रॉंग?" विद्यापती पुटपुटले.

हात धुऊन ते परत फिरले आणि मॅनेजरला बाजूला घेऊन त्यांनी काहीतरी सांगितलं. "मी येतोच अर्ध्या तासात." असं अलकनंदाला सांगून ते मॅनेजरबरोबर आतल्या बाजूला गेले. अलकनंदा प्रतीक्षालयात बसून होती. जरा वेळानं मॅनेजर परत आला. त्यानं विद्यापती फोन करत असल्याची खूण केली.

अलकनंदा हसली. विवेक, विद्यापतींचा सहाय्यक, थोडे दिवस सुट्टी म्हणून निश्चिंत असेल. पण आता हे काम म्हणजे... त्याचं म्हणणं काही खोटं नाही. विद्यापती जिथं जातात तिथं खून होतो आणि मग खुनाचे धागेदोरे ते शोधू लागतात.' ती अशी विचार करत बसलेली असतानाच विद्यापती परतले. ते काही बोलले नाहीत म्हणून अलकनंदानंही विचारलं नाही.

दुसऱ्या दिवशी सकाळ आरामात काढली त्यांनी. विद्यापतींना दुपारी एक फोन आला होता. बाकी खुनाच्या तपासाच्या दृष्टीनं काहीच हालचाल नव्हती.

दुपारी अलकनंदा हॉलवर चहा प्यायला गेली तेव्हा विद्यापती आरामात झोपून होते. ती परत आली तरीही ते आपले झोपूनच. चांगलं घोराख्यान लावलं होतं त्यांनी.

परत आल्याआल्या तिनं त्यांना हलवलं.

"अगं, झोपू दे की, बाहेर थंडी किती आहे! कसं उबेत छान वाटतंय, तू पण ये."

"वेड लागलंय तुम्हाला म्हातारपणी. बातमी ऐकलीत की झोप उडेल तुमची. सुलाखे नर्सच्या खुनावरून भिडेबाईंना पोलिसांनी पकडलंय. त्यांचा तो फेमस लाडवांचा डबा! त्यातल्या तीन-चार लाडवांत आर्सेनिक मिळालं म्हणे! तो डबा चोरीला गेला नव्हता तर पोलिसांनी नेला होता. केमिकल ॲनलायझरचा रिपोर्ट मिळताच पोलीस आले आहेत. शर्माजी जीप आणि पोलिसांची तुकडीच घेऊन आले आहेत."

"उतावळा नवरा, गुडघ्याला बाशिंग. शर्माजींच्या मिशा बघितल्यास? छपरेबाज पण खाली निमुळत्या मिशा ठेवणारी माणसं घायकुती आणि किंचित मूर्खही असतात. पण आपण मूर्ख असल्याचं त्यांना समजत नाही." असं म्हणून विद्यापती दुसऱ्या कुशीवर वळले.

"आता मात्र कमाल झाली. उठताय की नाही? ती भिडेबाई बिचारी रडतेय. गुन्हा केला नसल्याचं पुन्हा पुन्हा सांगतेय. तुम्ही जरा बघा काही करून." अलकनंदानं त्यांचं पांघरूण बाजूला केलं.

मग नाइलाजानं विद्यापती उठले. ते बाहेर आले तेव्हा पोलिसांची जीप निघून गेली होती. प्रवाशांची चर्चा जोरात चालू होती.

"वाटलं नव्हतं हो. देव देव करणारी ही बाई."

"दिसतं तसं नसतं आणि म्हणूनच जग फसतं."

"अहो, पण कशासाठी केलं तिनं हे?"

"इश्श! लिमये, कमालच करता! तुम्हीच तर सांगत होतात त्या दिवशी, सुलाखेबाईंना भरपूर पैसा मिळणार होता ना कुठूनतरी? त्यासाठी भिडेबाईंनी केला असेल खून."

"एवढा पैसा काय करणार हो ही बाई? एकटीच तर आहे. ना पोर ना बाळ. नवरा रेल्वेच्या अपघातात वारला म्हणे! त्याचीच लाखभर नुकसान भरपाई मिळालीय. त्यात ही राहते भावाकडेच. म्हणजे कसलाच खर्च नाही."

"पैशासाठी माणूस काय करेल सांगता येत नाही."

अलकनंदानं विद्यापतींकडे पाहिलं. "मला नाही हे पटत. भिडेबाई आणि खुनी? इम्पॉसिबल."

"कितीतरी असंभव वाटणाऱ्या गोष्टी घडतात. देखते रहो. नाटकाचा शेवट जवळ आलाय." विद्यापती असं म्हणाले तरी अलकनंदाचं समाधान झालं नव्हतं.

"म्हणजे तुम्ही भिडेबाईंसाठी काहीच करणार नाही का?" तिनं विचारलं.

"ती आहे तिथं सुरक्षित आहे." विद्यापतींनी असं सांगितल्यावरही अलकनंदाचं समाधान झालं नव्हतं. त्यांनी बाहेर चलण्याचा आग्रह केल्यावर ती नाइलाजानं त्यांच्याबरोबर गेली. मध्येच विद्यापतींनी पोस्टात जाऊन टेलिग्राम केला तरीही तिनं तो कुणाला, काय वगैरे चौकशी केली नाही.

तीन दिवस हॉटेलमध्ये मग भिडेबाईंचाच विषय पुरला होता. तो विषय उगाळून उगाळून गुळगुळीत झाला. भिडेबाईंना पकडून तीन दिवस झाले तरी पोलिसांकडून टुरिस्टना पुढं जाण्याची परवानगी मिळाली नव्हती. असं का? ह्याचीच चर्चा आता चालू असायची.

एका संध्याकाळी प्रतीक्षालयात चार-सहा लोक बसून होते. विद्यापतीही तिथंच मॅनेजरच्या टेबलाशी घुटमळत होते. वारंवार त्यांची नजर घड्याळाकडे जात होती.

साडेसहाच्या सुमारास एक मध्यमवर्गीय जोडपं हातात एक छोटी बॅग घेऊन येताना दिसलं आणि विद्यापतींनी केलेली खूण अलकनंदाच्या नजरेतून सुटली नाही.

जोडप्यातील त्या पुरुषानं मॅनेजरच्या खुर्चीवर बसलेल्या विद्यापतींकडे चौकशी केली. "मेरी बहेन, मिसेस भिडे... 'देवदत्त ट्रॅव्हल्स'के साथ यहाँ आयी थी."

"हां, हां!" मॅनेजर बनलेल्या विद्यापतींनी पुटपुटत मान डोलावली.

"कहाँ है उनकी बॉडी?" क्रुद्ध स्वरात त्या माणसानं चौकशी केली.

"किसकी बॉडी?" विद्यापतींनी हातातल्या रजिस्टरमध्ये खुपसलेली मान बाहेर काढत चौकशी केली.

"अरे, मेरी बहेन की।" आता तो माणूस वैतागला होता.

"उनकी डेथ हुई है?" विद्यापतींनी असं विचारताच तो माणूस चिडलाच मग.

"ये 'हॉटेल पॅरडाईज' है ना? यहाँ खून हुआ है ये मालूम है आपको?"

"आप के पास कुछ सबूत है? वैसे रिपोर्टर्स भी बहोत आते है पुछताछ के लिये!" विद्यापती शांतपणे म्हणाले.

"अरे भाई! मै रिपोर्टर नही हूं। मै उनका भाई हूँ सगा। उनका खून हुआ आर्सेनिक पॉयझनिंग से। ये देखो टेलिग्राम।"

पण तो माणूस आणखी काही बोलण्यापूर्वीच विद्यापतींनी त्या माणसाचं मनगट धरलं आणि साध्या वेषातल्या इन्स्पेक्टर शर्मांना ते म्हणाले, "ये है वो कातिल जिसकी आपको तलाश थी।"

पुढं होत पोलिसांनी त्याला बेड्या घातल्या.

दुसऱ्या दिवशीची दिवाळी मग 'हॉटेल पॅरडाईज'मध्ये आनंदात साजरी झाली. भिडेबाईंनाही सोडून देण्यात आलं होतं.

झालेल्या प्रकारानं त्या हादरल्याच होत्या. आपल्या खोलीत पडून होत्या. अलकनंदा भिडेबाईंना भेटायला गेल्यावर तर त्या चक्क रडल्याच. ''आपलीच माणसं आणि हे असं? आता लक्षात येतं, भावजयीनं एवढे साजूक तुपाचे लाडू का करून दिले ते! पुन्हा पुन्हा ते लाडू दुसऱ्यांना वाटू नका म्हणून बजावलं होतं तिनं. पैशासाठी बरं हे! माझे डोळे मिटले असते तर काय बिघडलं असतं? बिचारी सुलाखेबाई! नाहक बळी गेला तिचा माझ्याऐवजी.''

तिची समजूत कशी घालावी तेच कुणाला कळत नव्हतं. रात्री दिवाळीच्या 'गेट-टुगेदर'साठी माणसं हॉलमध्ये जमली तेव्हा विद्यापतींना कुणीतरी ह्या केससंबंधी विचारलं.

घसा खाकरत विद्यापती म्हणाले, ''सुलाखे सिस्टरच्या बॅगेत आढळलेले पैसे आणि ब्लॅकमेलचा एक किस्सा मी ऐकलाच होता. मी नावं सांगत नाही; पण सुलाखेबाई काही व्यक्तींना ब्लॅकमेल करत होती. दुसऱ्यांच्या आयुष्यात घडलेल्या चुकांचा अशा तऱ्हेनं स्वत:च्या फायद्यासाठी सुलाखेबाई उपयोग करू लागली. तो तिचा व्यवसायच होता. अशा स्त्रीच्या मृत्यूचा विचार करणारे अनेक होते. आपल्या टुरिस्टमध्येही होते. तिच्या ह्या सहा-सात गिऱ्हाइकांतून नेमकं कोण निवडायचं तेच कळेना. आर्सेनिक हे विष तसं जालीम. त्यानं ताबडतोब मृत्यू येतो. त्या संध्याकाळी तिनं कुणा ना कुणाबरोबर काहीतरी घेतलं होतं; पण तेव्हा मृत्यू आला नव्हता.

''भिडेबाईंना झोपेत झालेला भास– तो भास नव्हता. त्या रात्री पिठलंभाताचं जेवण होतं. पण खूप खाणं झालं म्हणून सुलाखेबाई नीट जेवल्या नाहीत. संध्याकाळी खाल्लेलं खाणं केव्हाच जिरलं होतं. मग सुलाखेबाईंनी भुकेपोटी भिडेबाईंच्या डब्यातला लाडू खाल्ला होता आणि तो नेमका आर्सेनिकवाला.

''हे लक्षात आलं. पण त्या लाडवांत हे विष ठेवलं कुणी? आता ते शोधून काढणं भाग होतं. डबा चोरीला गेल्याचं कळताच भिडेबाई किंवा ज्यांना सुलाखेबाई ब्लॅकमेल करत होती ते कुणीच घाबरलेले दिसले नव्हते.

''विचार करताना मग भिडेबाईंना मुलं नसणं, त्यांच्या नवऱ्याला रेल्वे अपघात होऊन त्यांना मिळालेली लाखाची नुकसान भरपाई, त्यांचं भावाकडे राहणं– सारे मुद्दे लक्षात आल्यावर मग पुन्हा मुंबईला फोन लावला. तपासान्ती ते पैसे बाईंनी आपल्या नि आपल्या भावाच्या नावावर ठेवल्याचं आढळलं. बाईंच्या पश्चात ते भावाचे होणार होते.

''भिडेबाईंचा भाऊ केमिस्टच्या दुकानात काम करतो. त्यामुळं आर्सेनिक मिळवणं त्याला कठीण नव्हतं. मधल्या लाडवात हे विष घातलेलं होतं. विष असलेला लाडू नेमका सिस्टर सुलाखेनं खाल्ला– म्हणतात ना, अगदी तसाच वरचा न्याय खाली पृथ्वीवरच झाला.''

"पण ही सर्व भावाची करामत हे लक्षात आलं तरी सिद्ध करणं म्हणजे–"

"दॅट्स अ गुड क्वेश्चन. हे सिद्ध करणं कठीण होतं म्हणूनच तर नाटक करावं लागलं.

"भिडेबाई वारल्याची चक्क तारच त्यांच्या भावाला ठोकली. अंदाज होता त्या प्रमाणेच भाऊ-भावजय धावत आले.

"तो आल्यावर करायचं नाटक आधीच ठरलेलं होतं. प्रवासातून दमून आलेला माणूस. मॅनेजरचा थंडपणा, उडवाउडवीची उत्तरं, त्यानं मागितलेलं प्रूफ– ह्यातून नेमकं खरं सत्य भावाच्या तोंडून बाहेर पडणार हा भरवसा होताच.

"पुढचं तुम्हाला माहीत आहेच. तारेत मी फक्त मृत्यूचा उल्लेख केला होता. पण भावाच्या तोंडून झालेला खुनाचा उल्लेख... त्यानं आर्सेनिक विषाचाही उल्लेख केला. मग आणखी कोणता पुरावा हवा?"

"पण त्यांच्या भावानं आर्सेनिक वगैरे शब्दच तोंडातून काढले नसते तर?" कुणीतरी शंका प्रगट केली.

"तर मग त्या केमिस्टच्या दुकानातून पुरावा गोळा केला असता. एक मात्र नक्की. खुनाला वाचा ही फुटतेच."

■

ओझं

व्ही.टी. स्टेशनवर आल्यापासून माझं लक्ष त्याच्यावर केंद्रित झालं होतं. त्याच्याजवळ माझ्यासारखे फारसे सामान नव्हते. एक बॅग होती हलकी फुलकी. ती अगदी सहजपणे उचलून तो चालला होता.

रिझर्वेशन चार्टजवळ उभा राहून त्याने पुन्हा पुन्हा आपला सीटनंबर, डबा ह्याबद्दल खात्री करून घेतली. गाडीच्या वेळेआधी अर्धा तास अगदी माझ्यासारखाच तोही हजर झालेला होता.

सावकाश धीम्या गतीने तो चालला होता. त्या चालीत धावपळ नव्हती, गडबड नव्हती. डब्याजवळ आल्यावर त्याने पुन्हा नावाची लिस्ट पाहिली, नंबर पाहिला आणि मगच तो डब्यात चढला. माझ्या डब्यात, माझ्या समोरची सीट त्याला मिळाली होती; अगदी माझ्यासारखी खिडकीजवळची. आम्ही अगदी आमनेसामने होतो.

डब्यात गेल्यावर त्याने सावकाश मधल्या टेबलावर बॅग ठेवून उघडली. एक जुने फडके काढून सीट स्वच्छ पुसली. प्लॅस्टिकच्या पिशवीत ते फडकं टाकून पुन्हा बॅगेत टाकलं. बॅगमधून पेपर काढला. बॅग बंद करून ती त्याने वरच्या रॅकवर ठेवली. भराभर पंखे सुरू केले. कोट काढून मागे हुकवर लावून ठेवला आणि मग तो आपल्या जागेवर बसला.

त्याचे ते सिस्टिमॅटिक, मेथॉडिकल वागणे पाहून मी चक्रावलो होतो. तो दिसल्यापासून त्याच्या हालचालींवर माझे लक्ष होते. त्याची प्रत्येक कृती, वागण्याची पद्धत, खूपशी माझ्यासारखी होती. माझी सहीनसही नक्कल तो करीत होता. आरशात प्रतिबिंब निदान उलटे तरी दिसते. येथे अगदी हुबेहूब काम होते. स्टेशनवर तो आल्यापासून मी पाहत असल्यामुळे मला ते जाणवले होते.

राम और श्याम, सीता और गीता मधील आवळ्याजावळ्या भावंडांचा हा प्रकार नव्हता. तो मला अपरिचित होता. आमच्या रूपातही साम्य नव्हते.

तो गोरा होता. चांगला उंच होता. खांदे भरदार होते. देखण्यात जमा होईल असे रूप होते. डोळे घारे, नाक जरा अपरे होते. लबाड माणसांसारखे कान सुपासारखे मोठे आणि किंचित पुढे होते. व्यक्तिमत्त्व रुबाबदार होते. वय तिशीच्या आसपास. आमची आडनावेही वेगळी होती. त्याचे देसाई तर माझे वझे.

मी सावळा आहे, बुटका आहे. देहयष्टी किरकोळ आहे. फक्त एकच आकर्षक गोष्ट माझ्याकडे आहे. ती म्हणजे माझे डोळे. अतिशय भेदक आणि देखणे. पाहणाऱ्यावर पहिल्या भेटीत छाप पडते माझी ती म्हणूनच.

इतके वेगळे व्यक्तिमत्त्व असलेल्या आम्हा दोघांमधील ते साम्य म्हणून गोंधळवून टाकणारे होते. चार्ट बघण्यापासून ते सीटवर बसेपर्यंत त्याच्या हालचाली अगदी माझ्यासारख्या झाल्या होत्या.

नेहमीप्रमाणे सीट न पुसता, कोट न काढता मी चक्रावून बसून होतो. लक्षात आल्यावरही मी सीट पुसली नाही. फक्त कोट काढला. मागच्या हुकाला अडकविला आणि त्याला न कळेल अशारीतीने त्याच्या हालचाली न्याहाळीत बसलो.

त्याची वागण्याची पद्धत माझ्यासारखी होती एवढेच नव्हे तर पेहरावही पुष्कळअंशी माझ्यासारखा होता. आमच्या वयात पाच-सात वर्षांचे अंतर होते पण फॅशनग्रुप वेगळा नव्हता. आताच्या चालू फॅशनप्रमाणे चट्टेरी, चौकड्यांचा, ठळक सुटाचा कपडा नव्हता त्याचा. त्याच्या सुटाची शेड नेव्ही ब्ल्यू होती. माझी जरा लाइट होती. मी लाइट ऑरेंज लाइनींचा, फिक्या निळ्या रंगाचा शर्ट घातला होता. लाल रंगाचा हॅन्डलूमचा टाय लावला होता. त्याचा पोल्काडॉट्सचा शर्ट होता. टाय हल्लीप्रमाणे जरा रुंद होता इतकेच.

बॅग उघडून पेपर काढून वाचावेसे वाटेना. मी त्याचेच निरीक्षण करीत बसलो होतो. गाडी सुटली. तिकिटचेकरने येऊन तिकीट तपासले. त्याने ते पुन्हा पाकिटात घालून पाकीट खिशात ठेवले. आलेल्या कन्डक्टरजवळ कल्याणला चहाची ऑर्डर दिली. दादर स्टेशनवरील माणसांच्या गर्दीकडे तो थोडावेळ पाहत राहिला. एकदा माझ्याकडे पाहून किंचित हसला आणि त्याने पुन्हा पेपरात मान खुपसली.

मी बाहेर पाहण्याचे नाटक करीत होतो; पण माझे डोळे मधूनच त्याचे निरीक्षण करीत होते.

गेली पाच वर्षे मला ही फेस रीडिंगची सवय लागलेली आहे. माणसाच्या हालचाली, चेहऱ्यावरील भाव ह्यावरून तो जीवनात सुखी आहे की दुःखी ह्याचा अंदाज मला करता येतो. आज तर माझ्यासारखा पद्धतशीर वागणारा, माझ्याच आवडीनिवडीचा मनुष्य समोर होता. तो सुखी आहे की दुःखी, यशस्वी आहे की नाही हे जाणून घेण्याची मला फार उत्सुकता वाटत होती.

आणि मला जाणवले; हा माणूस कोणत्या तरी भयंकर काळजीत आहे आणि

मी चमकलोच. मला घरची आठवण झाली आणि मी डोळे मिटून घेतले. काही सेकंद त्याच्याकडे पाहू नये असे वाटत होते तरी डोळे उघडताच लक्ष त्याच्याकडे गेले. तो बाहेर पाहत होता, पण कोणत्यातरी विचारात दंग होता. कपाळावरील शीर ताठ झाली होती. काळजीने चेहरा ओढलेला वाटला मला त्याचा.

माझी उत्सुकता आता अनावर झाली होती. काही करून त्याला बोलते करायचे होते मला. त्याच्या समोरील बुलेटीनकडे बोट दाखवून मी म्हणालो, "If you don't mind."

"Not at all. घ्या ना!" त्याने पेपर मला दिला. मी पेपर चाळला, माटुंग्याजवळील रेल्वे अपघाताची बातमी ठळक अक्षरांत होती. पेपर परत देताना माझ्या लक्षात आले की तो माझ्याकडेच पाहत होता. काहीतरी बोलायचे म्हणून मी म्हणालो, "काय भयानक अपघात नाही! काय मरण बघा!"

"हं! सुटले एकदाचे. आता जाऊ की उद्या ही टांगती तलवार डोक्यावर नाही. मरण कसं येईल ही अनिश्चिती नाही. सारं उघडं, डोळ्यांसमोर."

त्याचे हे बोलणे चमत्कारिक होते. काय बोलावे हे न सुचल्यामुळे मी गप्प बसलो. चहावाला दोन ट्रे घेऊन आला आणि ह्या चमत्कारिक प्रसंगातून मी सुटलो. आम्ही दोघे निमूटपणे चहा घेऊ लागलो. बाहेरून वडेवाला ओरडत गेला. तो रेल्वेचा मनुष्य आहे अशी खात्री झाल्यावरच त्याने दोन पाकिटे घेतली. नको म्हणत असतानाही एक पाकीट माझ्या हातात कोंबले.

वडा आणि चहा झाल्यावर त्याने मला सिगरेट ऑफर केली. दोघे बाहेर पाहत धूर सोडीत बसलो.

मृत्यूसंबंधी त्याचे मघाचे बोलणे विचित्र, चमत्कारिक होते. त्याला काहीतरी असाध्य रोग असावा असे मनात आले, पण एवढ्याशा ओळखीवर त्याच्या खाजगी आयुष्यात डोकावणे प्रशस्त दिसणार नव्हते. मी गप्प बसलो.

कल्याण मागे पडले. झगमगणारी मुंबई मागे पडली होती. संधिप्रकाशात झाडांचे नुसते आकार दिसत होते. उघडीबोडकी माळराने आणि त्यात अधूनमधून असणारे वृक्ष सारे सारखे भासत होते, मृत्यू जवळ आलेल्या माणसांसारखे. सकाळी जाणवणारी त्यांची विभिन्नता आता जाणवत नव्हती. डोंगरांच्या रांगा आकाशाला चिकटल्या होत्या. आकाशाच भाग असल्यासारख्या त्या धूसर भासत होत्या. थोड्या वेळाने सारी सृष्टी त्या काळोखाचाच एक भाग बनून जाणार होती. मधूनच असलेल्या झोपड्यांतील धूर आकाशाला भिडत होता. तेथील मिणमिणता दिवा उगाचच दिलासा देत होता.

आज इतक्यावेळा मुंबई ते पिंपरी प्रवास केला होता पण असे विचार मनात आले नव्हते. डोळे नकळत बाहेरची दृश्ये टिपायचे. तोही विचारात पडलेला होता.

नेरळ आले. कोलाहल वाढला, तऱ्हतऱ्हेचे आवाज कानांवर आले. त्यालाही हे सारे परिचयाचे होते. काहीही खरेदी न करता तो नुसता बसून होता आणि मी पण.

कर्जत आले. बाहेर आता रात्र दाटली होती. चांदणे होते पण टिपूर नव्हते. दमछाक झाल्यासारखी गाडी पळत होती. तोही थकल्यासारखा बसून होता. बाहेरचे दृश्य आता फारसे दिसत नव्हते आणि त्याचे लक्षही नव्हते. आपल्याच विचारात चूर होऊन तो बसला होता. अंगठ्याने त्याने कानशिले घट्ट दाबली आणि तो उठला.

त्याने बॅग खाली काढली, कुलूप उघडले. प्लॅस्टिकच्या औषधांचा डबा बाहेर काढला. आणखी एक साम्य आढळले म्हणून मी हसलो. आतल्या गोळ्या त्याने उलटसुलट केल्या. पण हवी असलेली गोळी त्याला मिळत नव्हती.

बॅगच्या मागच्या कप्प्यात त्याने हात घातला. ॲनासिनच्या त्या दोन गोळ्यांकडे तो वेड्यासारखा पाहत राहिला. ‘‘अरेच्या! ह्या इथं कशा आल्या!’’ त्याने ते पाकीट उलटसुलट करून पाहिले. मला आश्चर्य वाटले, गंमतही वाटली.

माझ्यापुढे ते पाकीट करून त्याने मला विचारले, ‘‘काहो! ह्याचे कव्हर जरा फाटलेले वाटते का?’’ मी पाकीट हातात घेतले. ते किंचित फाटलेले होते.

‘‘हो! पण आहे ॲनासिनच.’’

तो चमत्कारिक हसला. त्याने ते पाकीट बॅगेत ठेवले आणि तो मला म्हणाला, ‘‘प्लीज, तुमच्याकडे ॲनासिन आहे का? माझे डोके विलक्षण ठणकत आहे.’’

औषधांच्या बाबतीत मी पण काळजीपूर्वक वागतो; पण इतका नव्हे. मला आश्चर्य वाटले. स्वारी जरा विचित्रच वाटली. पण बॅगमधून ॲनासिन काढून त्याला दिले. गोळी घेऊन तो डोळे मिटून स्वस्थ बसला होता.

घरच्या आठवणीत व्यग्र होऊन मीही बसलो होतो. दर आठ-पंधरा दिवसांनी माझ्या होणाऱ्या पिंपरीच्या खेपा आणि सुलूचे एकटे राहणे ह्यातून काय मार्ग काढावा हे समजत नव्हते. मी एकदा सहज त्याच्याकडे पाहिले. तो किलकिल्या डोळ्यांनी माझे निरीक्षण करीत आहे असा भास झाला मला एक क्षणभरच. कारण दुसऱ्या क्षणी गाडीला अचानक ब्रेक लागला. मी सावध होतो म्हणून तोंड आपटले नाही. तोही दचकून सावरून बसला. थोडा वेळ असाच गेला. मग तिकीट चेकर खाली उतरलेला पाहिला. तो परत आल्यावर डब्याचे ॲक्सल तुटले आहेत ही माहिती मिळाली. काय करावे समजेना.

आम्ही बसून होतो. थोड्या वेळाने टी.सी. आला. मैलभर अंतर चालून जाण्याची ज्यांची तयारी आहे त्यांना शटल सर्व्हिस मिळेल असे सांगू लागला.

मला पिंपरीला जायचे होते. थांबून चालण्यासारखे नव्हते. मैलभर चालणारी बरीच मंडळी निघाली. काही लोक तर चालूही लागले होते. मी माझ्या सहप्रवाशाकडे पाहिले. त्याने सामान आवरले. तो मला म्हणाला, ‘‘तुमच्याकडे टॉर्च दिसतोय. मी

तुमच्याबरोबर येऊ का? आज टॉर्च आणायचा मी विसरलो.''

माझी कसली हरकत असणार? वाट तेवढीच बोलत संपणार होती. आम्ही निघालो. बराच वेळ आम्ही निमूट चाललो होतो. बाजूची शांतता; दाट जंगल आणि आम्ही परस्परांच्या आधाराने चाललो होतो म्हणूनही असेल, तो मला म्हणाला, ''मघाशी मी केलेला मृत्यूचा उल्लेख चमत्कारिक वाटला असेल तुम्हाला. मला काहीतरी असाध्य रोग आहे असेही वाटले असेल तुम्हाला. पण तसे काही नाही. मी नॉर्मल हेल्दी मनुष्य आहे. पण मला जीव पोखरून टाकणारी काळजी आहे आणि ही काळजी कशी दूर करावी ते मला समजत नाही.''

माझ्या फेस रीडिंगवर मी खूष झालो. माझा पहिला अंदाज बरोबर होता तर... ''आज तुम्हाला हे सर्व सांगावंसं का वाटतंय ते कळत नाही. जे आपण ओळखीच्या माणसाजवळ बोलत नाही ते तिऱ्हाइताला सहज सांगतो म्हणूनही असेल. काळजीचं ओझं, कुणाशी तरी बोलल्यावर कमी होतं हे मात्र खरं.''

तो बोलत होता. त्याचे आयुष्य कसे आहे हे जाणण्याची, एकमेकांच्या आयुष्याची तुलना करण्याची माझी उत्सुकता अशी पुरी होणार होती.

''पाच वर्षांपूर्वी माझा विवाह झाला. मी बत्तीस वर्षांचा आहे.''

त्याच्या वयाबाबत माझा अंदाज बरोबर होता. ''माझी पत्नी रूपाने सुंदर आहे. श्रीमंत घराण्यातील आहे. सर्व बाजू अनुकूल असूनही लग्नाचं पहिलं वर्ष फारसं चांगलं गेलं नाही. सुरुवातीला वाटायचं ती नवीन आहे, बुजरी आहे. ती जास्त बोलत नसे. मिसळून वागत नसे. बळजबरीने आपण काही करावं, तिने ते मुकाट सहन करावं असं चाललं होतं. सहा महिन्यांनी मला हे सर्व असह्य झालं आणि आमचं भांडण झालं.''

''असतात हो अशा मुली लाजऱ्या. चहाच्या कपातील वादळं पहिल्या वर्षी जास्तच होतात, पण ती टिकत नाहीत.'' मला आमची अनेक भांडणे आठवली. सुलू विलक्षण चिडकी! चिडली की अद्वातद्वा बोलायची. शेवटी मीच माघार घ्यायचो.

''पण महाशय! आमचे भांडण टिकले. अगदी विकोपाला गेले. शेवटी तिने खरं सांगितलं. माझ्याशी लग्न करण्याची तिच्यावर बळजबरी झाली होती. तिचं प्रेम एका गरीब, इतर जातीच्या माणसावर होतं. मी नशिबावर वैतागलो आणि गप्प बसलो.''

एकंदरीत थंड डोक्याचा प्राणी वाटला. जीवनात येईल त्या परिस्थितीशी तोंड द्यावे लागते हे तत्त्वज्ञान त्याला संसाराच्या सुरुवातीलाच कळले होते.

''वर्ष असं धुसफुशीतच गेलं. काही झालं तरी ती माझी लग्नाची बायको होती. मला जे हवं होतं ते हवं तेव्हा मी वसूल करीत होतो. पण त्यात मजा नव्हती आणि

हळूहळू माझ्या लक्षात अनेक गोष्टी येऊ लागल्या. तिचा प्रियकर अजूनही लग्नाचा थांबलेला होता. तो तिला येऊन घरी भेटतो असा संशय येऊ लागला. पुढेपुढे ती बाहेर जाऊन त्याला भेटून येते असं वाटू लागलं. माझ्या बोलण्याचा काहीएक परिणाम होईना. पती-पत्नी म्हणून आम्ही निव्वळ नावालाच होतो. तिला स्पर्श केला, पती म्हणून हक्क बजावला तरी वाटे तिच्या प्रियकरानेही... आणि मग सारे नको वाटे. एकदोनदा मी तिला बेदम मारली.''

''ह्यापेक्षा घटस्फोट का नाही घेत तुम्ही? कायद्याप्रमाणे फारतर पोटगी द्यावी लागेल.'' मी माझ्या मताप्रमाणे सल्ला दिला.

''तिला पोटगी नकोय. तिला सर्व पैसा एकदम हवा आहे.'' तो थंडपणे म्हणाला, ''तेच तर सांगायचं आहे तुम्हाला. पुरावा कधीच मिळत नाही आणि मिळणारही नाही. पण एक दिवस घरातल्याघरात मला विषबाधा झाली. मी पंधरा दिवस हॉस्पिटलमध्ये होतो. मला संशय आला पण पुराव्याअभावी काही करता आलं नाही.''

''अल्युमिनियम, तांब्याचं भांडं ह्यामुळेही असं होतं कधीकधी.'' पण माझ्या बोलण्याकडे त्याचे लक्ष नव्हते.

''त्यानंतर मी दुसऱ्या बेडरूममध्ये झोपू लागलो. दाराचा कडेकोट बंदोबस्त करून. तरीसुद्धा धास्ती वाटायची. मघाशी मृत्यूची जी टांगती तलवार म्हटली ना ती हीच.''

तो राईचा पर्वत करत होता. संशयाचा वणवा पेटून त्यात तोच होरपळत होता.

''तिने केलेलं अन्न खायची धास्ती वाटायची. मग तिने केलेले अन्न मी मुद्दाम प्रथम तिलाच खायला सांगू लागलो. तिने एकदा उपवासाचा बहाणा केल्यावर त्यातले अन्न मी एका कुत्रीला घातले– ती तडफडून मेली. ते सर्व अन्न तपासण्यासाठी पाठवलं. त्यात काही दोष आढळला नाही; पण मला खात्री आहे– त्या कुत्रीने खाल्लेल्या चपातीत नक्की विष होतं.''

त्याला कसे समजवावे हे मला समजत नव्हते.

''लग्न मनाविरुद्ध झालं म्हणून तिला वेड लागलेलं नाहीये. ती चांगली शहाणी आहे. तिच्यावर मानसोपचार करण्यात काही अर्थ नाही. ती स्वभावत:च दुष्ट आहे. मी पती म्हणून तिच्यावर हक्क बजावतो हे तिला आवडत नाही. त्याचा सूड घ्यायचाय तिला. मी बराच श्रीमंत आहे. मला दुसरे कोणी नाही. त्यामुळे माझ्या पश्चात सर्व पैसा तिचाच होणार आहे. माझं आयुष्य तिच्यामुळे बरबाद झालं म्हणून राग येतो. ती मेली तर बरं असंही वाटतं; पण मी दुष्ट नाही. तिची अवस्था पाहून मला तिची कीवच येते.''

चालताचालता खाचखळग्यात माझा पाय वाकडा पडला आणि माझा तोल

गेला. टॉर्च हातातून निसटला आणि पुढची काच खळकन फुटली. तो आणि मी टॉर्च घेण्यासाठी एकदमच वाकलो. टॉर्च उचलताना नकळत प्रकाशाचा झोत आमच्या चेहऱ्यावर पडला. त्याच्या नजरेला नजर देण्याचे मी टाळले. आम्ही निमूटपणे चालू लागलो.

चालताचालता तो थबकला. त्याने मला विचारले, ''तुम्ही माझ्या जागी असतात तर कसे वागला असतात?''

त्या माणसाला आज मी प्रथमच पाहत होतो. त्याची परिस्थिती मला माहीत नव्हती. त्याची पत्नी खरोखरच व्यभिचारी होती किंवा नाही ह्याची मला कल्पना नव्हती. पण माणूस उपदेशाची संधी सोडत नाही म्हणूनही असेल– मी त्याला म्हणालो, ''मनुष्य आपली दुःखं आपणच निर्माण करतो. तुमचे दुःख तसेच आहे. संशयाने संशय वाढतो. समेट करा. पत्नीचे मागचे आयुष्य विसरा. पहिल्या प्रेमाची उत्कटता कदाचित अनुभवता नाही यायची; पण संसार म्हटला की तडजोड आलीच. त्यात तुमचा स्वभाव संशयी आहे. अगदी माझ्यासारखाच–'' आणि माझ्या बोलण्याने मीच दचकलो.

''खरंच? असं वाटतं तुम्हाला?'' त्याच्या स्वरात अविश्वास, आश्चर्य होते. माझ्या बोलण्यावर तो विश्वास करीत होता बहुधा– आणि मी पण. न बोलता आम्ही चाललो होतो.

स्टेशनवरचे दिवे दिसू लागले. उभी असलेली गाडी दिसली तेव्हा त्याने टॉर्च माझ्या हातात दिला. तो हसला. हस्तांदोलन करताना माझा हात प्रेमभराने दाबून त्याने आभार मानले माझे–

''तुमच्याजवळ मन मोकळं केलं; आता जरा बरं वाटतंय. काळजीचं ओझं क्षणभर तुमच्या डोक्यावर दिलं. तुम्हाला विचार करायला लावलं. तुमचा सल्ला घेतला आणि फार बरं वाटलं. दमल्यावर कुणाच्यातरी खांद्यावर हात ठेवून चालल्यावर वाटतं ना तसंच हलकं वाटतंय आज.''

तो शीळ घालीत मजेत डब्यात शिरला. मीही त्याच्या पाठोपाठ गाडीत चढलो. गाडी संपूर्ण भरलेली होती. पण दैवयोग! पुन्हा आम्हाला एकाच डब्यात जागा मिळाली.

मी त्याच्याकडे पाहिले. त्याच्या घाऱ्या डोळ्यांत उतू जाणारा उत्साह होता. तो भलताच देखणा वाटत होता. आता काळजीचं ओझे उतरल्यामुळे तो तरुण आणखी तरुण भासत होता.

तो माझ्याकडे पाहून हसला. पण त्याच्या नजरेला नजर देण्याचे टाळून मी बाहेरचे दृश्य पाहू लागलो. पण खिडकीतून आता बाहेरचे काही दिसत नव्हते. उलट खिडकीच्या काचेत माझेच प्रतिबिंब दिसले मला.

आणि माझे ते प्रतिबिंब पाहून मी दचकलो. कारण मघा त्याच्या चेहऱ्यावर पसरलेले ते काळजीच्या रेषांचे जाळे आता माझ्या चेहऱ्यावर अगदी फिट्ट बसलेले होते. अवघा पस्तिशीचा मी, एकाएकी वृद्ध दिसू लागलो होतो. विचार करताना ताठ होणारी कपाळावरची शीर आता दाभणासारखी जाड झालेली होती. माझ्या बोलण्याने त्याला दिलासा मिळाला होता आणि मी?

त्याचे बोलणे ऐकून माझे मन व्यग्र झाले होते. उगाचच उदास वाटत होते. कधी कधी अपरिचित व्यक्तींजवळ आपण आपले मन मोकळे करतो. त्याने तेच केले होते, पण त्याचे बोलणे ऐकून मी माझ्या आयुष्याचा विचार कधी करू लागलो हे माझे मलाच समजले नव्हते.

गेली पाच-सात वर्षे एका चमत्कारिक अवस्थेतून मी जात होतो. रोज मनात एकच विचार असायचा– कधीकाळी आपले जीवन सुधारेल का? त्या आशेवरच मी दिवस ढकलीत होतो.

लग्न झाले तेव्हा सर्व ठीक होते. ताबडतोब छोकराही झाला. सुलूची प्रकृती थोडी ढासळली. ती जरा रागीट होतीच– ती जास्त चिडकी झाली. मनाने हळवी होतीच, पण पुढे पुढे मनाला एखादी गोष्ट लावून घेऊन तासन्‌तास त्यावरच विचार करीत बसू लागली. मुलांचे सारे मीच पाहत होतो मग.

एक दिवस संध्याकाळी त्याला फिरायला घेऊन बागेत गेलो. एकाएकी काळाने झेप घातली. मुलाच्या अपघाती निधनाने मी फार दुःखी झालो. पण सुलू तर पार वेडीच झाली.

सुलूवर अनेक औषधोपचार झाले. पण माझ्याकडे पाहताना तिच्या डोळ्यांत मधूनच दिसणारी ती विचित्र छटा जाईना. आता मी पत्नीवर मानसोपचार करून घेत आहे. ती संपूर्ण बरी झालेली नाही. डॉक्टरांनी तिला जपण्याचा सल्ला दिलेला आहे. सुखी समाधानी जीवन जगणे नशिबी आहे की नाही देव जाणे! पण तरीही मी दिवस ढकलोतच आहे.

"कसला विचार चाललाय एवढा?" त्याने मला विचारले. त्याचा चेहरा फार प्रसन्न, हसरा भासत होता आणि माझा?

सापाचे विष भिनले की त्या ठिकाणी उतारा म्हणून कोंबडी लावतात. कोंबडी विष शोषून घेऊन मरते. तसेच काहीसे माझे झाले होते.

थकल्यावर क्षणभरच त्याने माझ्या खांद्यावर हात ठेवला होता आणि त्या स्पर्शातून ते विष माझ्या मनात भिनले होते. क्षणकालच काळजीचे ओझे त्याने माझ्या डोक्यावर ठेवले होते, पण माझे विचार त्यामुळे रक्तबंबाळ झाले होते.

आता तो मला म्हणून दृष्टीसमोर नको होता. पण तेथे बसण्याशिवाय गत्यंतर नव्हते. गाडी पिंपरीला आली आणि मी सुटकेचा निःश्वास सोडला. त्याच्याकडे न

बघता मी खाली उतरलो. शक्य तेवढ्या लवकर मला त्याच्यापासून दूर जायचे होते.

कारण त्याच्या माझ्या हालचाली, स्वभावात आढळलेले ते साम्य– आमचे विस्कळीत दु:खी वैवाहिक जीवन– त्याबद्दल मला इतके दिवस खंत होती. दु:ख व्हायचे पण अजूनपर्यंत मला भीती कधीच वाटली नव्हती.

पण आज एकाएकी मला अनेक गोष्टी आठवत होत्या. सुलूच्या डोळ्यांत मधूनच येणारी विचित्र छटा, रात्रीबेरात्री सुलूचे उठून बसणे, मला झालेली विषबाधा, हे सारे सुलूचा आजार, हलगर्जीपणा ह्यावारी नेले होते मी.

सुऱ्या, कात्री, चाकू पाहिल्यावर, सुलूच्या डोळ्यांत येणारी विचित्र चमक हा स्वत:चा मनाचा खेळ आहे अशी स्वत:ची मी समजूत घातली होती. अजूनपर्यंत सर्व ठीक चालले होते. पद्धतशीर, काटेकोर वागण्याची सवय मला आपोआप जडली होती. पण आज अचानक हा गृहस्थ भेटला होता आणि....

माझ्या विचारांनी मी दचकलो; चालता चालता थबकलो. मला दरदरून घाम फुटला. मनाच्या बाटलीचे उघडलेले बूच; त्यातला हात परजावीत बाहेर पडलेला राक्षस; त्याला आवरणे, पुन्हा बाटलीत भरणे मला जमत नव्हते. मी मागे वळलो व स्टेशनच्या दिशेने धावत सुटलो. गाडी अजूनही स्टेशनात उभी होती.

मघा त्या माणसापासून दूर जायला मी उत्सुक होतो आणि आता मी त्याच्याकडेच जात होतो. का? कशासाठी? माझे मलाच समजत नव्हते.

माझ्या मनातील राक्षसाला आवरणे त्यालातरी कुठे शक्य होते! काळजीचे ओझे जसेच्या तसे अंगावर फेकणेही मला जमणार नव्हते.

मी फाटकाशी जातो न जातो तोच गाडी सुटली. तरीही वेड्यासारखा मी धावत होतो. गाडी दूर गेल्यावर मी थांबलो.

माझ्यासारखाच परिस्थितीमुळे पद्धतशीर काटेकोर वागणारा, परिस्थितीत बरेच साम्य असलेला तो माणूस संशयाचे, काळजीचे न पेलणारे ओझे माझ्या डोक्यावर ठेवून निघून गेला होता. मला थकल्यासारखे झाले आणि मी मटकन खाली बसलो.

∎

निरोप

मंगळवारी अनंतराव ऑफिसमध्ये शिरले तेव्हा पावणे अकरा वाजून गेले होते. अजून मस्टर जागेवरच होता. मस्टरवर सही करण्यापूर्वी त्यांचे लक्ष आपल्या टेबलाकडे गेले. शनिवारी टेबलावर एकही केसपेपर नव्हता. आज कागदांची आणि फाईलींची चळत टेबलावर पडलेली होती. ह्याचा अर्थ उघड होता. घाटेला बजावूनही सोमवारी त्याने त्यांचे टेबल सांभाळले नव्हते.

टेबलावरील फाईलींची चळत बघून अनंतराव संतापलेच आणि कुठेही न पाहता आपल्या टेबलाकडे वळले. मस्टरवर सह्या करून थव्याथव्याने गप्पा मारणाऱ्यांपैकी कुणीतरी त्यांना हाक मारली पण कामाचा ढिगारा पुढे ओढून त्यांनी कामाची सुरुवात केली.

कुणाचीतरी सावली टेबलावर पडली. ''ए अनंता!'' घाटेचा आवाज त्यांनी ओळखला. तो काहीतरी सबब सांगणार हे ते ओळखून होते. घाटेची ही नेहमीची सवय होती. म्हणून ते तुटकपणे म्हणाले, ''कालच्याबद्दल सबब नको बाबा! ह्यापुढे तू रजा घेतल्यावर मी तुझं टेबल सांभाळणार नाही. चला, मला गप्पा मारायला वेळ नाही.''

इतक्यात आणखी चार-पाचजण त्यांच्या टेबलाभोवती गोळा झाले.

''अरे! बातमी तर ऐक, आपला माधव काळे रे!'' देशपांडे घोगऱ्या आवाजात बातमीचे महत्त्व पटविण्याचा प्रयत्न करीत होता, पण त्याला पुढे बोलू न देताच ते म्हणाले, ''त्याचं काय? त्याला रेसमध्ये लाखभर रुपये मिळाले का? असतं एकेकाचं नशीब! चला फुटा, मला काम करू द्या.''

तरीही मंडळी हलेनात, नुकताच लागलेला एक तरुण अनंतरावांना म्हणाला, ''अहो! आपले काळेसाहेब गेले.''

''कोणत्या खात्यात बदली झाली त्याची. प्रमोशनवर का?'' मनातून वाटणारी असूया लपवीत अनंतरावांनी विचारले. माधव काळे आणि ते ह्या खात्यात बरोबर

लागलेले होते. पण माधव काळे भराभर वर चढत गेला होता. दोघांची अजूनही दोस्ती होती. शनिवारी परस्परांच्या संगतीत, गप्पांत दोन तास गेले होते, पण त्यावेळी बदलीसंबंधी तो अवाक्षरही बोललेला त्यांना आठवत नव्हते.

सर्वजण वेड्यासारखे त्यांच्याकडे पाहतच राहिले आणि मग कोणीतरी म्हणाले, "अहो! बदलीचे काय बोलता? माधव काळे वारले.''

"काय?'' अनंतरावांचे आश्चर्य ओसरण्याआधीच प्रत्येकजण काहीबाही सांगू लागला. घाटे, दादरला माधव काळेच्या शेजारीच राहत होता. त्याने साद्यंत हकिगत पुन्हा सांगितली.

मृत्यू गूढ आहे, पण अचानक हार्टफेलने येणारा मृत्यू हा जास्त गूढ वाटतो. शनिवारी माधव काळे चांगल्या स्थितीत होता; कारण शनिवारच्या संध्याकाळच्या शो ची दोन तिकिटे त्याच्या खिशात होती. रविवारी तो रेसला गेला होता, त्याचाही पुरावा मिळाला होता. रात्री व्हिस्कीची बाटली घेऊन घरात शिरताना त्याला त्याच्या शेजाऱ्याने पाहिले होते. त्याच्या मते He was little bit Excited. बाकी व्यवस्थित होता. सकाळी दोन-चार वेळा बेल वाजवूनही दरवाजा उघडला गेला नव्हता म्हणून त्यांच्या नोकराला संशय आला होता. रात्री-अपरात्री काळे बाहेर जातात, बॅचलर काळ्यांचा हा रंगेलपणा शेजाऱ्याला माहीत होता, पण त्यांना घरात जाताना त्याने पाहिले होते. मग कोणीतरी काळ्यांच्या बहिणीला निरोप दिला. पोलीसही आले. दरवाजा उघडला गेला, तर काळे मृतावस्थेत पलंगावर पडलेले होते. शेवटी पोलीसपंचनामा, पोस्टमार्टेम होऊन प्रेत ताब्यात मिळेपर्यंत रात्रीचे साडेनऊ वाजून गेले होते. सर्व उरकून मंडळींना घरी यायला रात्रीचे बारा वाजून गेले होते.

घाटे आणि इतरांच्या बोलण्यावर विश्वास ठेवायलाच हवा होता; नाहीतर माधव काळेला अगदी उत्तम अवस्थेत त्यांनी शनिवारी पाहिले होते. गप्पा मारल्या होत्या. चहा घेतला होता. त्या माधव काळेचे आज काही म्हणजे काही शिल्लक उरलेले नव्हते. सर्व संपले होते त्याचे. आठवणी फक्त मागे होत्या. अनंतरावांना कमालीचा धक्का बसला.

"आश्चर्य आहे. शनिवारी गप्पा मारल्या, चहा घेतला आणि मी त्याचा निरोप घेतला त्यावेळी तो पुन्हा दिसणार नाही, असं माझ्या मनातसुद्धा आलं नाही. तो आजारी आहे असं वाटलंसुद्धा नाही.''

"तेच तर तुला विचारायचं आहे,'' घाटे म्हणाला, "कारण त्याच्या शेजाऱ्याने जरी त्याला शेवटी पाहिलेला असला तरी त्याच्याशी शेवटी बोललेला तूच आहेस. तुझी त्याची जानी दोस्ती होती. तुला त्याच्या बोलण्यावरून काही संशय आला का?'' माधव काळे पत्रिका पाहून भविष्य तंतोतंत सांगायचा. त्याच्या सूचक बोलण्याचे प्रत्यंतर कित्येकांना आलेले होते.

अनंतरावांनी आठविण्याचा प्रयत्न केला, पण नेहमीपेक्षा माधव काळे काही वेगळे बोललेले त्यांना आठवेना.

"छे रे! नेहमीचेच विषय होते. स्वत: तो संसारात गुंतला नव्हता. त्याची त्याच्या जिवाला खंत लागलेली दिसली, He was little bit depressed. बस्स! एरॉसजवळ मी त्याला सोडलं आणि चर्चगेट गाठलं."

माधव काळेच्या खिशात असलेली सिनेमाची तिकिटे, रेसची तिकिटे ह्याबद्दलचा आपला अंदाज बरोबर ठरला ह्याअर्थी घाटे, देशपांडेकडे बघून सूचक हसला. हार्टफेल आणि तडकाफडकी येणारा मृत्यू ह्यासंबंधी मग बऱ्याच गप्पा झाल्या. कोणीतरी म्हणालेही, "बरं झालं, बॅचलर होता तो! नाहीतर बायको-पोरांची पंचाईत झाली असती." गप्पा आणखीही रंगल्या असत्या. बारा वाजले. चहावाला आला आणि मंडळी पांगली.

फाईलींचे ढिगारे ओढून अनंतराव कामाला लागले खरे. पण त्यांना काम सुचेना. माधव काळेच्या मृत्यूने ते पार हादरले. राहून राहून एकच विचार त्यांच्या मनात घोळत होता. काय विचित्र योगायोग! शनिवारी निरोप घेताना ही शेवटची भेट ठरेल, हे शेवटचे बोलणे असेल असे वाटले सुद्धा नव्हते. रविवार-सोमवार बायको-मुलांना घेऊन त्यांनी माथेरानची मजेदार ट्रीप केली होती आणि त्या दोन दिवसांत माधव काळेच्या जीवनाची उलथापालथ झाली होती. जानीदोस्ताचे शेवटचे दर्शनही त्यांना झाले नव्हते. अंत्ययात्रेलाही ते हजर राहू शकले नव्हते.

अनंतरावांना काही सुचत नव्हते. कुणाचाही मृत्यू त्यांना क्षणभर थांबून विचार करायला लावी. पण माधव काळेच्या मृत्यूने एक नवीन भयंकर जाणीव झाली होती. मारलेल्या गप्पा, केलेली चेष्टा, उपदेश, अधूनमधून केलेली मजा, सर्व माधव काळे बरोबर संपले होते. A part of you dies with the dead ही जाणीव भयंकर होती. चैन पडू देत नव्हती.

कामाचा ढिगारा उपसताना त्यांचे मन पुन्हा पुन्हा माधव काळेभोवती घुटमळत होते.

एक वाजला. लंचसाठी प्रत्येकजण बाहेर पडू लागला. घरून आणलेला डबा अनंतरावांनी बाहेर काढला. झुलत्या दरवाजातून नेहमीप्रमाणे माधव काळे शेअर करायला येईल ह्या आशेने त्यांनी केबिनकडे पाहिले आणि एक आवंढा गिळून, काही न खाताच त्यांनी डबा बॅगेत टाकला. डोळे मिटून ते स्वस्थ बसून राहिले. ऑफिसमध्ये आता संपूर्ण शांतता होती. त्या शांततेमुळे माधव काळेशी झालेल्या गप्पा त्यांना आठवल्या. त्याच्या मृत्यूमुळे बसलेला धक्का आता जरा कमी झाला होता. विचार सुसंगतपणे धावत होते आणि माधवचे बोलणे जणू तोच बोलल्याप्रमाणे आठवत होते. त्याची छाननी करताना तो काही सूचक बोलला का ह्याची आठवण ते करीत होते.

'आता पैलतीर दिसू लागला आहे' स्वत:संबंधीचे त्याचे हे सूचक बोलणे आपल्याला कसे समजले नाही? 'तुझ्या प्रमोशनचा योग लवकरच आहे' त्याच्या ह्या बोलण्यावरून तरी आपल्याला समजायला हवे होते. आपली पत्रिका पाहिल्यावर तो घुटमळला होता, त्याला काहीतरी सांगायचे होते, असे अनंतरावांना आता वाटू लागले. दोघे चालत एरॉसजवळ आले होते. सिनेमाला वेळ होता. पुन्हा गप्पा रंगल्या होत्या. माधव काळे थोडा Sentimental झाला होता, असे अनंतरावांना आता वाटत होते. त्याच्या पापण्याच्या कडा निरोप घेताना ओलावल्या होत्या. हा भास नव्हता तर! 'पुढच्या वर्षी' एवढे बोलून माधव काळे पुन्हा घुटमळला होता. चर्चगेटकडे येणाऱ्या माणसांच्या लोंढ्याकडे त्याने चमत्कारिक नजरेने पाहिले. अनंतराव ह्या लोंढ्यात खेचले जाणार, इतक्यात घाईगर्दीने तो म्हणाला होता, "पुढच्या वर्षी तू माझ्या जागी येशील. पुढच्या वर्षी..." त्याचे बोलणे अर्धवट राहिले होते. हात वर करून कसाबसा त्याचा निरोप घ्यावा लागला होता अनंतरावांना.

आता अनंतरावांना खात्री होती. माधवला नक्कीच मृत्यू समजला होता. नाहीतर तो असे बोललाच नसता. त्यांना वाटले कुणाला तरी त्याचे हे बोलणे सांगावे, पण त्यांनी स्वत:ला आवरले, स्वत:च्या बढतीची बातमी अशी पसरविणे बरे दिसणार नव्हते. अनंतराव गप्प बसून राहिले.

पलीकडच्या टेबलावरील श्री. सुब्रह्मण्यम् पेन्सिल ताशीत बसला होता. अनंतरावांना सिनियर तोच होता. महिन्याने निवृत्तीपूर्वीच्या रजेवर जायचा होता तो. म्हणजे नक्कीच अनंतरावांना संधी होती. माधव काळेच्या निरोपाचा हाच अर्थ होता.

सर्व विलक्षण योगायोग! माधव काळेचे भविष्यसूचक बोलणे हे असे खरे ठरणार होते. महिन्याभराने माधव काळेची केबिन त्यांची होणार होती. माधव काळेची टेबल-खुर्ची त्यांची होणार होती. माधव काळेच्या जागी ते जाणार होते. त्याच्या खुर्चीवर बसणार होते. टेबलाचा तोच ड्रॉवर उघडणार होते. दाराचा झुलता पडदा त्यांच्या जाण्यायेण्याबरोबर हलणार होता. महिन्याभरात माधव काळेची जागा ते घेणार होते. महिन्याभरात... आणि अनंतराव थबकले.

माधव काळेचे बोलणे त्यांना आठवले. 'वर्षभरात माझ्या जागी येशील तू.' महिन्याभरात घडणाऱ्या ह्या गोष्टीसंबंधी माधव काळेने वर्षाचा अवधी का दिला होता? वर्षभरात का म्हटले त्याने? त्याला काय म्हणायचे होते? काय सूचना करायची होती? अनंतरावांची पत्रिका पाहून त्याला काय समजले होते? तो का घुटमळला होता? त्यांच्या पत्नीची आणि मुलांच्या पत्रिका पाहिल्यावर काहीतरी सांगण्यासाठी त्याचे ओठ हलले होते. पुन्हा तो गप्प झाला होता. "पुन्हा पाहीन कधीतरी सावकाश, नीटपणे." असे सांगून त्याने पत्रिका परत दिल्या होत्या. पत्रिका पाहून त्याला काय भविष्य समजले होते!

अनंतरावांना दरदरून घाम सुटला. माधव काळेच्या ह्या बोलण्यामागे फार मोठा आशय दडलेला आहे असे वाटू लागले. माधवचे कलेवर, त्याची प्रेतयात्रा दिसू लागली. मडके घेऊन जाणारा माधवचा भाचा दिसू लागला आणि बघता बघता त्यांना स्वत:ची प्रेतयात्रा दिसू लागली. मडके घेऊन जाणारा स्वत:चा मुलगा दिसू लागला. घाबरून, अनंतरावांनी डोळे मिटून घेतले. त्यांना वाटले, माधवला बोलवावे, त्याला शब्द मागे घ्यायला लावावे. तुझी जागा मला नको म्हणून सांगावे. अनंतरावांना काही सुचत नव्हते. समजत नव्हते. त्यांची मन:स्थिती फार चमत्कारिक झाली होती.

लोक सांगत होते, पण त्या दिवशी ते लवकर घरी परत गेले नाहीत. काम संपवीत बसले ते. घरी जाऊन काय करायचे हा प्रश्नच होता. विचार करणे त्यांना नकोसे वाटत होते. पत्नीकडे, मुलांकडे पाहताना हा फक्त वर्षभराचा सहवास ही जाणीव दु:खदायक होणार होती.

टेबलावरील सर्व काम संपवून थकूनभागून अनंतराव घरी गेले. पत्नी, मुले वाटच पाहत होती. काही न बोलता ते कॉटवर पडले. जेवण तयार झाल्यावर जेवायला बसले, पण त्यांना अन्न जाईना. घास घशात फिरू लागला. डोके दुखण्याचे निमित्त करून ते पानावरून उठले.

मोठी झालेली मुले घरात बडबडत होती. "कमाल आहे बाबांची! कशाला इतकं काम करायचं?"

"म्हणतात ना, जित्याची खोड–" अनंतरावांना पत्नीचा आवाज ऐकू आला.

पत्नीने पुऱ्या न केलेल्या त्या म्हणीने त्यांचा जीव थरथरला, त्यांच्या अंगावर भीतीचा काटा आला आणि त्यांना हुडहुडी भरली.

पत्नी काम आटपून त्यांच्या चौकशीला आल्यावर त्यांनी हळूच बातमी सांगितली. माधवचा मृत्यू कसा झाला त्याची सविस्तर हकिगत त्यांना सांगावीच लागली. त्यातील प्रत्येक बारीकसारीक तपशील त्यांच्या मनावर जणू कोरलेला होता. 'पुढच्या वर्षी तू माझ्या जागेवर येशील' ह्या माधवच्या शेवटच्या निरोपाच्या वाक्याशिवाय, त्याने सांगितलेल्या भविष्याशिवाय, सर्व गोष्टी त्यांनी सांगितल्या. घरातील वातावरण दु:खित झाले. बाबांना बसलेला धक्का मुले समजू शकत होती, नवऱ्याची हळवी मन:स्थिती पत्नी जाणू शकत होती.

त्या रात्री अनंतरावांच्या पत्नीलाही बरीच उशिरा झोप लागली. मुले झोपल्यावर ते हळूच पत्नीला म्हणाले, "जागी आहेस का? तुला काही सांगायचं आहे मला."

'पुढच्या वर्षी तू माझ्या जागी येशील' माधवचा हा शेवटचा सूचक निरोप सांगून त्यांना तिच्या मनाची तयारी करायची होती पण पत्नी उठून बसली. बेड लॅम्पच्या उजेडात दिसणारा तिचा साधाभोळा चेहरा पाहून त्यांना कसेसेच झाले. 'छे! कशाला तिला सांगून दु:खात टाकायचे' असे वाटून त्यांनी आपला विचार बदलला.

माधवच्या निरोपाचे शब्द न सांगताच ते म्हणाले, "माधवच्या मृत्यूने पार हादरलो आहे मी. कुणाचं कधी काय होईल सांगता येत नाही. माणसाने तयारीत राहावं हे खरं." त्यांच्या ह्या बोलण्यावर घाबरून मिठीत शिरलेल्या पत्नीला थोपटत ते म्हणाले, "घाबरू नको, असं तरी कसं सांगू? पण आपल्या आर्थिक परिस्थितीची कल्पना तुला हवीच."

आणि मग अनंतरावांनी भराभर माहिती दिली. शेअर्समध्ये किती पैसे आहेत ते सांगितले. प्रॉव्हिडंट फंड तिच्या नावावर केलेला आहे त्याची माहिती दिली. दोन-तीन वर्षांनी मॅच्युअर होणाऱ्या आर.डी.ची व्यवस्था कशातून करावी त्याची सूचना दिली. मुलाचे सी.ए. पुरे होईपर्यंत पैसा कसा आणि कोठून खर्च करावा त्यासंबधी माहिती दिली. लेकीचे लग्न शक्य तो लवकर उरकून घ्यायचे ठरविले. धाकट्या मुलीसाठी विम्याची केलेली सोय तपशीलवार सांगून ठेवली. बरीच रात्र झाल्यावर पतीपत्नी अंथरुणावर पडली, पण अनंतरावांना धडपणे झोप आली नाही. अशीच एकदा चिरनिद्रा लागणार ह्या विचाराने थकल्यामुळे डोळ्यांवर येणारी झापडही नाहीशी झाली. अंधारात टकमक पाहत, वर्षभरात काय करायचे ते ते ठरवू लागले. फक्त वर्षभर–

आणि अनंतरावांना तो काळ किती अपुरा आहे याची जाणीव झाली. कित्येक गोष्टी त्या अवधीत करायच्या होत्या. नुसते हातपाय गाळून बसून चालणार नव्हते. सर्व अगदी झटपट आटपायलाच हवे होते. विचार करण्यात सर्व रात्र गेली. पहाटे त्यांची बायको जागी झाली, तरी अनंतराव तसेच टकमक पाहत विचार करीत बसलेले. ती चमकली. आज सेन्टरवरून दूध आणायला मुलालाच पिटाळले तिने. चहा झाला. अनंतरावांचा हळवा स्वभाव जाणून ती म्हणाली, "आज ऑफिसला जाऊ नका. रजा घ्या चार-दोन दिवस."

अनंतरावांना तर उठण्याची शक्ती नव्हती. कितीतरी गोष्टी करायच्या होत्या, पण ताकद वाटत नव्हती. मग त्यांनी बायकोकडून डायरी आणि पेन मागून घेतले आणि एकाग्रतेने ते विचार करू लागले. रात्री ठरल्याप्रमाणे प्रत्येक गोष्टीची टाचणे काढून, काय आणि कशी व्यवस्था करायची ते त्यांनी ठरवून टाकले. पत्नीला दरमहा घरखर्चासाठी पाचशे रुपये मिळतील अशी तरतूद कशी करायची त्याचा हिशेब केला. सर्व व्यवहारांचा विचार केल्यावर त्यांच्या मनाला निश्चिंती आली. माधवच्या शेवटच्या सूचक बोलण्याप्रमाणे जरी वर्षभरात मृत्यू आलाच तरी पत्नी, मुले उघडी पडणार नाहीत अशी खात्री पटल्यावर त्यांना जरा बरे वाटले. आपल्याच नादात ते स्वस्थ पडून राहिले पण त्यांना झोप येईना. दुपारी जेवण झाल्यावर झोपेची आराधना करूनही ती त्यांना प्रसन्न होईना. त्या रात्री पण तोच प्रकार– झोपेने त्यांचे जणू नावच टाकले होते! बघता बघता अनंतरावांना निद्रानाशाचा विकार लागला.

अनंतराव घाबरले. कधी डॉक्टरचे तोंड न पाहणारे अनंतराव दुसऱ्या दिवशी डॉक्टरकडे गेले. ब्लडप्रेशर वाढले होते. त्यावर डॉक्टरांनी औषध दिले, झोपेच्या गोळ्या दिल्या. अनंतरावांना आठ दिवसांत बरे वाटले. पण आपल्याला काही सुप्त आजार आहे ही कल्पना मनातून जाता जाईना. उगाचच शंका नको म्हणून त्यांनी डॉक्टरकडे जाऊन सर्व टेस्ट केल्या. कॅन्सरची टेस्ट उरली होती, ती पण करून घेतली. डॉक्टरांनी त्यांचे सर्व रिपोर्ट पाहिले. त्यांना हसत हसत निरोप देताना ते म्हणालेसुद्धा, "वयाच्या पन्नासाव्या वर्षी तुमची प्रकृती अगदी उत्तम आहे, ब्लडप्रेशर थोडे जास्त आहे, त्याला जपा."

इकडे डॉक्टर हसत हसत निरोप देत होते पण अनंतरावांच्या मनातून माधव काळे जाता जात नव्हता. त्याचे निरोपाचे सूचक वाक्य त्यांच्या कानात घुमत होते, "पुढच्या वर्षी–"

अनंतरावांची बेचैनी जाता जात नव्हती. शेवटी त्यांच्या पत्नीने त्यावर तोड काढली. आठ-दहा दिवस बाहेरगावी जायची तयारी केली आणि मुलांवर घर टाकून ती दोघे बाहेर पडली. अनंतरावांच्या हळव्या मनावर तिनेच फुंकर घातली. परोपरीने त्यांची समजूत घातली. त्यांना खुलविण्याचा, सुखविण्याचा प्रयत्न केला. मरणाचा उल्लेख त्यांच्या तोंडून निघाला की ती प्रत्येक वेळी म्हणायची, "अहो! असं ठरवून काही घडत नाही. जन्म-मृत्यूचंही गणित परमेश्वराने ठरवून टाकलेलं असतं. मरायचं म्हटलं तरी माणूस मरत नाही. जन्माला घालायचं म्हटलं तरी घालता येत नाही. जन्म-मृत्यूचे कोडे अजून विसाव्या शतकातही अगदी पूर्वीइतकेच गूढ आहे. त्याची काळजी कशाला करता?"

बेबीचा जन्म टाळण्यासाठी केलेल्या अनेक प्रयत्नांची ती त्यांना आठवण करून द्यायची. पत्नीने अशी परोपरीने समजूत काढली आणि अनंतरावांच्या मनावरील ताण कमी झाला. आठ-दहा दिवस ते त्या खेडेगावात रमले आणि प्रसन्न होऊन घरी परतण्याच्या तयारीला लागले.

निघण्याच्या आदल्या दिवशी पत्नी म्हणाली, "पुढच्या वर्षी परत येऊया येथे."

"पुढच्या वर्षी– बघू या" ते तोंडातल्या तोंडात पुटपुटले. त्यांना उगाचच माधव काळेचे बोलणे आठवले. गाव सोडताना त्यांना मग जडच गेले. बसमध्ये बसल्यावर पुन्हा विचारचक्र सुरू झाले.

कोणत्याही प्रवासाची तयारी आपण किती करतो? नवीन जागी लागेल म्हणून गरजेची प्रत्येक वस्तू आपण बरोबर घेतो. मात्र शेवटच्या प्रवासात काही बरोबर जात नाही. येथील हा प्रवास आटपायचा आणि अज्ञातात गुडुप व्हायचे. तो प्रवास कसा असेल? ना सोबत, ना संगत, मुक्कामाचा ना ठावठिकाणा, ना माहिती. कोणतेतरी अज्ञात हात चालवतील तसे चालायचे, नेतील तिकडे न्यायचे. काय असेल पुढे?

प्रवासात ते असे विचारमग्न झालेले पाहून त्यांची पत्नी रागावलीच. तिला आपण फार कष्ट देतो ही जाणीव त्यांना तेव्हा झाली. वर्षभराच्या अवधीत तिला खूप सुख द्यायचे ठरविले त्यांनी. पुढेही तिला कष्ट पडू द्यायचे नाहीत अशी व्यवस्था करायचा त्यांनी मनोमन अगदी निश्चय केला.

महिन्याभराची रजा आटपून अनंतराव कामावर रूजू झाले आणि त्याच दिवशी प्रमोशनची ऑर्डर आली. खरे म्हणजे अनंतरावांना आनंद व्हायला हवा होता. कित्येक वर्षे घोळत असलेले प्रमोशन त्यांना मिळाले होते. मुलीला स्थळ सांगून जाताना वरच्या लोकांकडे जाता येणार होते आता. मुलाच्या लग्नात थोरामोठ्यांशी संबंध येण्याची शक्यता निर्माण झाली होती. बायको खूष होणार होती. रंगविलेले स्वप्न असे अचानक पुरे झाले होते.

मित्रांनी पेढे मागितले. माधव काळे, त्याची ती केबिन हे सर्व लोक विसरूनच गेले होते. पण अनंतरावांच्या मनात त्या आठवणी अगदी ताज्या होत्या. माधव काळेच्या त्या केबिनकडे पाहताना त्यांना विचित्र वाटत होते. सापळ्यात अडकल्यासारखे भासत होते. निरोपाचा हलणारा माधवचा हात आपल्याला त्याच्याकडे खेचतो आहे, असा भास होत होता. अनंतरावांच्या मनातील गोंधळ कोणालाच समजण्यासारखा नव्हता आणि तो समजू नये ह्याची खबरदारी ते घेत होते. त्यांची मन:स्थिती मोठी विचित्र झाली होती.

अनंतरावांनी बाहेरच्या आपल्या टेबलावरील पसारा आटोपला. हाताखालच्या माणसाला कामाचा चार्ज दिला आणि त्यांनी माधव काळेच्या केबिनमध्ये पाऊल टाकले. त्यांचा जीव थरारला. सर्व पसारा आटपायचा आणि माधव काळेच्या मार्गाने जायचे, हा विचार मनात आला. माधव काळेच्या मार्गाने आपण जात आहोत ही जाणीव पुन्हा झाली. अजून कितीतरी गोष्टी करायच्या आहेत ह्याची आठवण त्या टेबलावर बसल्यावर झाली. माधवच्या मृत्यूनंतर तयार केलेले कामाचे टाचण त्यांनी बाहेर काढले. केलेल्या कामावर टिक केली आणि लवकरात लवकर एकेक काम संपवायचे असा त्यांनी त्या दिवशी पुन्हा निश्चय केला.

त्या टेबलाजवळ बसून त्यांचे विचार असे मोकाट धावत सुटले. ऑफिसचे काम त्यांना सुचता सुचत नव्हते. जीव उगाचच गुदमरल्यासारखा वाटू लागला. टेबलावरील घंटी मारली त्यांनी. शिपाई धावत आत आला. त्याला पंखा स्पीडवर करायला सांगून ते पुन्हा कामात दंगण्याचा प्रयत्न करू लागले. त्यांना वाटले, केबिनबाहेर जाणाऱ्या शिपायाला थांबबावे, त्याला तेथेच बसायला सांगावे, म्हणजे आपल्याला बरे वाटेल. पण पंखा फास्ट करून शिपाई निघून गेला. फाईली पुढे ओढून ते काम पाहू लागले. पण त्यांचे चित्त जागेवर नव्हते. झुलत्या दाराचा आवाज झाला, दार किंचित हलले, माधव काळेने डोकावून पाहिले आणि ते

दचकले. झुलता दरवाजा उघडून ते बाहेर डोकावले. दरवाजाजवळ कोणीच नव्हते. बेल न मारताच साहेब स्वत: बाहेर डोकावलेला पाहून शिपायाच्या चेहऱ्यावर 'चक्करच दिसतो हा नवा साहेब' असा भाव दिसला. कारकुनांनी माना वर करून पाहिल्या. त्यांच्या प्रमोशनचा दु:स्वास वाटणाऱ्या घाटे-देशपांडेंनी परस्परांना खुणावले.

त्या दिवशी ते घरी गेले ते असेच अगदी थकून-भागून. घरात प्रमोशनची बातमी समजल्यावर बायको म्हणालीसुद्धा, ''कमाल आहे बाई! इतकी आनंदाची बातमी आणि कसं तोंड केलंय हो!'' त्यांचे न ऐकताच तिने मुलाला पेढे आणायला पिटाळले. घरात गोड केले. सर्व आनंदात होती, बेत चालले होते, पण अनंतरावांना आनंद होत नव्हता. अगदी नाइलाजास्तव ते सर्वांत भाग घेत होते. पण डोळ्यांपुढे माधव काळेची मूर्ती दिसत होती. त्याचा मृत्यू, त्याआधी माधव काळेने घेतलेला त्यांचा निरोप, ती सूचना आणि पुढच्या वर्षी उगविणारा तो दिवस, त्यांचे मन त्यामध्येच वावरत होते.

रात्री बोलताना ते बायकोला म्हणाले सुद्धा, ''माधव काळेच्या त्या केबिनमध्ये बसताना सारखे वाटते, माधव काळेच्या मृत्यूमुळे मला ही जागा मिळाली. उद्या माझा–'' पुढचे शब्द त्यांना उच्चारवेनात.

''कमाल आहे बाई! अजून नाही का डोक्यातून वेड गेलं? तुमच्यामुळे काही माधव भावजींना मृत्यू नाही आला. राव गेले, पंत चढले म्हणून आपण नाही का आनंद मानायचा? तुमच्या जागी दुसरा कोणी असता तर–''

'माझ्या जागी येईलही कदाचित् दुसरा कोणी...' पण ते पत्नीजवळ हे बोलू शकले नाहीत. बराच वेळ टक्टक् पाहत ते कधीतरी झोपी गेले.

ऑफिसर झाल्यापासून अनंतरावांचा नूरच पालटला. पूर्वी झपझप काम संपविणारे अनंतराव विस्मयाने फाइलींकडे पाहत बसलेले आढळू लागले. कधी कधी ते उगाचच हाताखालच्या एखाद्या माणसाला बोलावणे पाठवीत आणि तो त्यांच्या टेबलाजवळ येईपर्यंत त्याला कशासाठी बोलावले तेच विसरून जात. साध्या साध्या गोष्टीत त्यांच्या चुका झाल्या, तरी त्याचे खापर हाताखालच्या लोकांवर फोडून ते मोकळे होत. एखाद्याला केबिनमध्ये बोलावून उगाच दम देत. तो हिरमुसल्या तोंडाने केबिनबाहेर पडला की त्यांनाच चमत्कारिक होई. पुढच्या वर्षीच्या आठवणी झाल्या की, त्यांना वाटे छे! छे! उगाचच त्या बिचाऱ्याला दम दिला. आपल्याला आपल्यामागे लोकांनी वाईट म्हणू नये, ह्या हेतूने ते त्या माणसाला पुन्हा बोलावून घेत आणि आपणच त्याची क्षमा मागून मोकळे होत.

दारावरच्या शिपायाची थोड्याफार फरकाने अशीच चमत्कारिक अवस्था करून टाकीत. कधी पंखा हळू लावायला सांगत, तर कधी हवा खेळती राहायला पाहिजे म्हणून पंखा फास्ट सोडायला सांगत. कधी कूलरचे थंड पाणी मागवीत, तर कधी

प्लुरसी, ब्रॉंकायटिस, टी.बी. च्या भीतीने साधे पाणी पीत, त्यांची लहर केव्हा आणि कशी फिरेल ते सांगता येत नसे.

लोक म्हणत, बरेच वर्षे तुंबलेले प्रमोशन त्यांना मिळाले, म्हणून त्यांच्या मनावर परिणाम झाला आहे, तर कोणी म्हणत माधव काळेचे भूत त्यांच्या मानेवर बसले आहे.

ऑफिसमध्ये त्यांचे वागणे तऱ्हेवाईकपणाचे होते असे नव्हे, तर घरीही ते विचित्र वागत.

कधी जास्त पैसे खर्च करण्यावरून सर्वांना दम देत. त्यांच्या मागे त्या सर्वांची काय अवस्था होईल याचे कल्पनाचित्र रंगविण्याचा प्रयत्न करीत. पैशाला जपावे म्हणून उपदेश करीत, पण दुसऱ्याच दिवशी त्यांचे मन पश्चात्तापदग्ध होई. 'आपण आहोत तोपर्यंत करतील मजा. आपल्यामागे मग आहेच काटकसर' असा विचार मनात आला की, घरच्या मंडळींना सुखी करण्यासाठी ते अगदी बेहिशोबीपणाने वागत.

अधूनमधून मुलीचे लग्न लवकर उरकण्याची त्यांना घाई होई. मग बायकोच्या मागे ते भुणभुण लावत. दुसऱ्या दिवसापासून तिच्यासाठी स्थळ पाहण्याचा निश्चय होई त्यांचा. रात्री गादीवर पडल्यावर त्यांच्या मनात विचार थैमान घालीत, 'आपण निदान पन्नास वर्षे जगलो. आपल्यामागे आपल्या पत्नीची व्यवस्था होईल एवढी तरतूद आपण करू शकलो. बेताचे शिक्षण असलेल्या, नोकरी न करणाऱ्या आपल्या पत्नीचे तसे अडणार नाही, पण एखादा मनुष्य तरुणपणीच वारला तर? त्याची पत्नी, समजा लहान असलेले मूल ह्यांची काय व्यवस्था?'

मग दुसऱ्या दिवशी ते लेकीला आपल्या बाजूला बसवीत, शिक्षणाचे महत्त्व पटावे म्हणून एखादे लंबेचौडे व्याख्यान देत. स्वत:च्या पायांवर उभे राहण्यासंबंधी सूचना करीत. संसार म्हणजे काळजी हे समीकरण तिला ऐकवीत.

सी.ए. साठी होणारा खर्च पाहिला की, येणाऱ्या संकटाच्या भीतीने व्याकूळ झालेले अनंतराव पार घाबरून जात. सी.ए. सोडायला लावून मुलाला नोकरीला लावण्याच्या गप्पा चालत मग त्यांच्या. पण स्वत:ची नोकरीत झालेली कुचंबणा, डावलली गेलेली हुषारी आठवली की, जन्मभर कारकुनी करण्यापेक्षा स्वतंत्र धंदा बरा म्हणून मुलाचीच समजूत पटवीत. काहीही झाले तरी सी.ए. अर्धवट टाकू नकोस म्हणून त्याला बजावीत. त्यांची लहर, मूड असेल तसे त्यांचे बोलणे चाले.

त्यांचे हळवे मन, माधव काळेच्या मृत्यूमुळे हेलकावले गेले आहे ह्याची कल्पना त्यांच्या पत्नीला होती. माधव काळेच्या केबिनमध्ये बसावे लागल्यामुळे त्यांना होणारा मानसिक त्रास तिला समजत होता. ती त्यांची परोपरीने समजूत घालायची. तेवढ्यापुरते ते त्यांना पटायचेही. पण ऑफिसमध्ये गेले, झुलता दरवाजा ढकलून माधव काळेच्या केबिनमध्ये आत शिरले की त्यांच्या जिवाची घालमेल सुरू व्हायची.

त्यांच्या ह्या तऱ्हेवाईकपणाला इतरांसारखीच त्यांची पत्नीही कंटाळली. कधी कधी ती त्राग्याने म्हणायची सुद्धा, ''त्या माधव काळेचे भूत अजून मानगुटीवरून उतरले नाही का?''

''माधव काळेच्या भुताने सर्व जीवनच व्यापून टाकले आहे. कदाचित पुढच्या वर्षी–'' पण पत्नीला हे सर्व सांगणे, माधव काळेने दिलेल्या सूचक निरोपासंबंधी बोलणे, स्वत:च्या मृत्यूचा उल्लेख करणे त्यांना जमले नव्हते.

वेळ पळतच होता. थोडीफार तयारी करून अनंतराव तयारीत होते. संपणारा दिवस उरलेल्या शिल्लक दिवसांचे गणित ठळकपणे मांडीत होता. थकले भागलेले अनंतराव ऑफिसमध्ये जात होते, घरी परत फिरत होते, बारीकसे दुखणे आले तरी घाबरून जात होते.

साधा फ्ल्यू झाला तरी प्लुरसीपासून टी.बी.पर्यंतच्या कल्पनेने हवालदिल होत होते. दोन दिवस ताप नॉर्मलला आला नाही, तर टॉयफाईड असेल ह्या शंकेने बेजार होऊन डॉक्टरांना ब्लड टेस्ट करायला लावीत होते. कॅन्सरच्या भीतीने त्यांनी पानपट्टी सोडली. डोकेदुखीची सवय जोडून घेतली पण सिगरेट ओढणे बंद केले. सिगरेटच्या तल्लफीने डोके ठणठणायला लागले की त्यांना मॅनेंजिटीस्, हॅमरेज वगैरे नावे आठवत. तोंड आले की, अल्सरच्या भीतीने ते डॉक्टरना भंडावून सोडीत. त्यांना निरनिराळ्या रोगांची पाठ असलेली नावे, लक्षणे पाहून, डॉक्टरांनी कपाळाला हात लावले होते, पण जरा खुट्ट झाले की अनंतराव डॉक्टरांना सतावीतच होते.

अनेक औषधी पुस्तके त्यांनी घरात आणून ठेवली. त्यावरून अचूक रोगनिदान आणि उपाय त्यांनी ध्यानात ठेवले; पण तरीही मृत्यूची हाक अटळ आहे ही जाणीव त्यांच्या मनाच्या तळाशी घर करून होतीच. त्यांना कशातच गोडी वाटेना.

मन:शांतीसाठी त्यांनी निरनिराळ्या धर्मग्रंथांचे वाचन सुरू केले. गीता, बायबल, गरुड पुराण वगैरे वाचून पाहिले. मुसलमानांचे कुराण समजावून घेतले, पण सुशिक्षित माणसाला हवा असलेला दिलासा कोठेच मिळाला नाही.

पण तरीही त्यांचे वाचन मनन चालूच होते. रात्रीची झोपही बरीच कमी झाली होती. त्यांचा तऱ्हेवाईकपणा पत्नी खपवून घेत होती. त्यांच्या मनासारखे वागत होती, पण मुले त्यांच्या ह्या जाचाला कंटाळली. त्यांच्या आजाराच्या वेडाचे मुलांना हसू येई. त्यांच्या बारीक-सारीक आजारांकडे ती चक्क दुर्लक्ष करीत. पत्नीही पूर्वीसारखी तत्परतेने धावत नसे.

दिवस पळत होते. माधव काळेच्या केबिनचा झुलता दरवाजा त्या निरोपाच्या आठवणी देतच होता. त्याचे टेबल, खुर्ची, त्याची जागा, त्याने आखून दिलेल्या मार्गाने आपण फिरत आहोत ही जाणीव देतच होती.

त्यांची प्रकृती पूर्वीसारखी नाही हे सर्वांनाच दिसत होते. पण पन्नाशीला माणूस

जाडा नाही, तर बारीक तरी होतो. त्यात काळजी करण्यासारखे काही आहे असे कोणालाच वाटत नव्हते. ऑफिसमध्ये जास्त काम असेल ह्या जाणीवेने पत्नी शक्य तो पौष्टिक खाणे त्यांना द्यायची.

पण ते चवदार अन्न त्यांच्या तोंडात घोळायचे. मृत्यूनंतरची कल्पना त्यांना घाबरून सोडायची. तेथे जेवणाची गरज भासते का? तेथे कोण जेवायला घालणार? वगैरे विचार मनात यायचे त्यांच्या. मृत्यूनंतर मृताला लागणाऱ्या सर्व वस्तू देण्याची हिंदू धर्मातील पद्धत फार चांगली आहे ह्याची जाणीव व्हायची.

त्यांच्या ह्या विक्षिप्त वागण्याने त्यांच्या बरोबरीची मंडळी हल्ली त्यांना टाळतच. चेष्टा, विनोद करणारे वडील बदललेले पाहून मुलेही दूर दूर राहत. आपल्या प्रयत्नांचा काही उपयोग होत नाही हे पाहून पत्नीही तत्त्वज्ञान सांगेनाशी झाली होती, गप्प राहू लागली होती.

मित्राच्या सूचक निरोपाच्या फेऱ्यात अडकलेल्या त्यांना ह्याची जाणीव नव्हती. त्यांचे विचार सारखे स्वत: च्या मृत्यूभोवती घुटमळत असत. मृत्यूविषयी उत्सुकता, भीती आणि तो येऊ नये ह्यासाठी खबरदारी ह्यातच त्यांचा सर्व वेळ जाई.

जसजसा वर्षाचा काळ भरत आला तशी अनंतरावांची अवस्था चमत्कारिक होऊ लागली. वाचन मनन करून मिळवलेले ज्ञान कधी त्यांच्या चित्तवृत्ती प्रसन्न ठेवी, तर कधी मृत्यूचा ते अज्ञात स्पर्श, तो प्रवास, त्या कल्पनेने त्यांचा जीव गोठून जाई.

सर्व लोक आता माधव काळेला विसरले होते, पण अनंतरावांचे मन त्या निरोपाभोवती घोटाळत होते. त्यांची सबंध वर्षभराची हालचालच त्या निरोपाभोवती गुंफलेली होती.

वर्ष भरत आले आणि अंनतरावांना थकावट जास्तच वाटू लागली. मुंबईत उकाडाही मनस्वी होत होता. त्यांनी त्या सबबीवर रजा घेतली, ते घरी राहू लागले. रस्ता क्रॉस करताना गाडीचा धक्का लागून, गाडीतून पडून मृत्यू नको हा हेतू होताच. शेवटचे हे आठ दिवस शक्य असते तर ते हॉस्पिटलमध्येही जाऊन राहिले असते. पण नेहमीप्रमाणे 'तुम्हाला काही होत नाही' असे सांगून डॉक्टरांनी त्यांची बोळवण केली होती. पण घरात राहून ते स्वत:ची काळजी घेत होते. दिवस जात होते आणि अनंतरावांना आपल्या हृदयाचे ठोके मंद झाल्याचा भास होत होता. मुले त्यांच्या आचरटपणाला कंटाळली होती. रोज थर्मामिटर लावणे, खोकला येताच व्हिक्सचा वाफारा घेणे, पोट जड होताच अन्न वर्ज्य करणे, उन्हाळ्याचा त्रास कमी व्हावा म्हणून शहाळ्याचे पाणी पिणे हे सर्व अतीच झाले असे पत्नीला वाटत होते.

ह्याच दिवसांत त्यांच्या नात्यात कुणाचे तरी लग्न निघाले. सर्वांनी जायला हरकत नव्हती. मृत्यूच्या भीतीने पछाडलेले अनंतराव घरीच बसले. ते येणार नाहीत हे पाहून पत्नी-मुलांना बरे वाटलेले दिसले. 'मी ह्यांच्या काळजीने झुरतो आहे आणि

ही मंडळी–' पण आपले विचार ते बोलले नाहीत.

घरी असे एकटे राहण्याची ही पहिलीच वेळ होती. त्यांना कसेसेच वाटू लागले, पण सर्वांनीच त्यांच्याकडे दुर्लक्ष केले. पत्नी, मुले तयारी करू लागली. अनंतरावांच्या मनात आले, ही मंडळी गेल्यावर आपल्याला काही झाले तर– ही पत्नी, मुले आपल्याला दिसली तरी त्यांना आपण दिसणार नाही. त्यांच्याशी आपल्याला बोलता येणार नाही. त्यांना काही सांगता येणार नाही. पत्नीचा, मुलांचा आलेला राग केव्हाच मागे पडला आणि उगाचच त्यांना गहिवरून आले. सर्व निघून गेली तरी दारात उभे राहून ते त्यांच्या पाठमोऱ्या आकृत्यांकडे पाहत राहिले.

घरात त्यांना चैन पडेना, अनेक विचार मनात घोळू लागले. त्यांना वाटले, रजा घेताना ऑफिसमध्ये सर्वांचा अगदी साधा निरोप घेतला त्यापेक्षा माधव काळेसारखा सूचक निरोप घेतला असता तर...? आपल्या डोक्यावर असलेली ही टांगती तलवार दुसऱ्या कोणाच्यातरी डोक्यावर टांगत राहिली असती. आपल्याच विचारांची त्यांना लाज वाटली. मरताना सत्कृत्य करावे, असे साधुसंतांचे सांगणे आठवले आणि आपण अशी टांगती तलवार ठेवली नाही, ह्याचा त्या क्षणीही त्यांना आनंद झाला.

वेळ घालविण्यासाठी त्यांनी जुना आल्बम काढला. स्वत:चे लग्नातील फोटो पाहिले. नववधू, काहीशी बावरलेली पत्नी त्यांच्या डोळ्यांपुढे उभी राहिली. अरुणच्या वेळी दिवस राहिल्यावर लाजून त्यांच्या कुशीत विसावणारी, त्याच्या जन्मानंतर हर्षभरित झालेली, मुलींच्या जन्मामुळे सुखावलेली अशी पत्नीची अनेक रूपे त्यांना आठवली. वेळोवळी त्यांना समजून घेणारी, अडीअडचणीत पाठीशी उभी राहून धीर देणारी त्यांची पत्नी, तिला बिचारीला आपल्या मृत्यूची कल्पनाही नाही ही खंत जाणवू लागली. मग बळेच त्यांनी आल्बमची पाने पुढे ढकलली. मुलाचे, मुलींचे लहानपणाचे अनेक फोटो होते, अनेक, आठवणी अनंतरावांना येत होत्या. ह्यात बराच वेळ गेला. माहेरच्या गोतावळ्यात गेलेली, म्हणजे पत्नीला उशीर होणार ह्या कल्पनेने ते उठले. त्यांनी भात टाकला आणि सर्व परत फिरण्याची ते वाट पाहत बसले.

नऊ वाजून गेले. अनंतरावांना जीव गुदमरल्यासारखा वाटू लागला. कोणत्या क्षणी काय होईल ह्या धास्तीने ते दारातच वाट पाहत बसून राहिले. वाट पाहताना मग त्यांना समजेनासे झाले. आपण कुणाची वाट पाहत आहोत? पत्नीची की मृत्यूची? ते ताटकळत दाराच्या चौकटीला टेकून बसून होते. कंपाउंडमध्ये टॅक्सी शिरली आणि त्यातून घाबऱ्याघुबऱ्या त्यांच्या नात्याची मंडळी उतरली.

"चला लवकर, ॲक्सिडेंट झाला आहे." अनंतरावांना विचार करू न देताच त्या मंडळींनी त्यांना टॅक्सीत कोंबले आणि हॉस्पिटलचा रस्ता पकडला. "काय झाले?" ह्या प्रश्नाला कोणी काहीच उत्तर देईना. पुन्हा पुन्हा अनंतरावांनी तोच प्रश्न विचारल्यावर कुणीतरी त्यांना त्रोटक माहिती दिली. रस्ता क्रॉस करताना टॅक्सीला

समोरच्या झाडाचा धक्का लागला होता. त्यात त्यांची बायको, मुले जखमी झाली होती. एवढे सांगून त्या माणसाने कसनुसे तोंड केले आणि तो गप्प बसला. अनंतरावांना काही कळेना, काय बोलावे ते समजेना.

हॉस्पिटलमध्ये ते पोहोचले, त्यावेळी नात्यातील सर्व मंडळी हजर होती. बायका रडत होत्या. पुरुषमंडळींची धावपळ चालू होती. काहीतरी भयंकर प्रकार आहे ह्याची जाणीव अनंतरावांना झाली. पुरुषमंडळींनीही त्यांना पाहताच तोंडे फिरवली. ते दिसताच सर्वांच्या नजरा खाली वळल्या. अनंतरावांच्या मेव्हणीने बहिणीच्या नावाने टाहो फोडला आणि अनंतराव चरकले. कोणीतरी त्यांना हाताला धरून आत नेले. चादरीखाली झाकून ठेवलेली त्यांची पत्नी, मुले पाहून अनंतरावांची शुद्धच हरपली.

दोन-तीन दिवसांनी ते शुद्धीवर आले. तोपर्यंत त्यांची पत्नी, त्यांची मुले, पंचवीस वर्षांच्या त्यांच्या संसाराचा मागमूस उरलेला नव्हता. जणू माधव काळेसारखे त्यांचे लग्नच झालेले नव्हते. त्यांना मुले झाली नव्हती. त्यांचा मांडलेला संसार हा जणू माधव काळेच्या संसारासारखा संन्याशाचा संसार होता.

पण नटूनथटून लग्नाला निघालेल्या पत्नीचे, मुलांचे शेवटचे दर्शन हृदयात साठवलेले होते. ती आठवण हृदयाला घरे पाडीत होती. इतक्या वर्षांच्या सहवासाचा छाप, आठवणी हृदयावर कोरलेल्या होत्या. मृत्यू अटळ आहे, जेव्हा यायचा तेव्हाच येणार, असे वारंवार बजावणारी त्यांची पत्नी त्यांच्या डोळ्यांसमोर उभी राहिली. ज्यांनी अजून आयुष्याचा कोणताही आस्वाद घेतला नाही अशी त्यांची तरुण पोरे. अजून कळीसारखी मुग्ध असलेली त्यांची Indiscretion– बेबी काळाच्या उदरात गडप झाली होती. मृत्यूच्या त्या थंडगार स्पर्शाने प्रथम त्यांच्या कुटुंबीयांनाच स्पर्श केला होता.

ही कल्पना असती तर त्यांनी त्या सर्वांना घराबाहेर जाऊ दिले नसते. नाहीतर ते सुद्धा त्यांच्याबरोबर बाहेर पडले असते. संसारयात्रेसारखीच महायात्राही बरोबर झाली असती.

गेले वर्षभर वाचलेले तत्त्वज्ञान, केलेले मनन त्यांना आता दिलासा देऊ शकत नव्हते. राहून राहून त्यांना एकच गोष्ट टोचत होती. माधव काळेच्या निरोपाचा अर्थ आपण असा उलटा कसा लावला? साधा सरळ अर्थ न घेता, पत्नी-मुलांची काळजी न घेता, स्वत:लाच कसे जपत बसलो? त्या जीवघेण्या निरोपाचा अर्थ त्यांना किती उशिरा लागला होता! माधव काळेचा निरोप त्यांच्या कानांत घुमत होता आणि उशीत तोंड खुपसून ते हमसाहमशी रडू लागले.

■

काव... काव....

'**का**व काव!' कुठेतरी बसून कावळा करकरत होता. बघता बघता ती काव काव वाढली. कावळ्यांचा एकच कलकलाट सुरू झाला. त्या कावळ्यांतल्या एका कावळ्याने मुकुंदाच्या हातातल्या अन्नावर चोच मारण्यासाठी झेप घेतली; पण अन्नाला चोच न लावताच तो दूर पळाला. मग असाच दूर कुठेतरी उंचावर बसून त्याने तोंड किंचित खाली केले, शेपटी उंचावली आणि तो कोकलत राहिला : 'काव काव...'

मघापर्यंत दूरवरून ओरडणारे कावळेही आता त्याच्या अवतीभवती बसून ओरडू लागले. मघाच्या त्या कावळ्याचे घिरट्या घालणे अधूनमधून चालूच होते; पण तो त्याच्या हातातल्या अन्नाला चोच मारायला तयार नव्हता.

काहीशा संशयाने मुकुंदाने त्या कावळ्याकडे पाहिले. तो कावळा घाबरला नाही की दूरही पळाला नाही. उलट मान किंचित कलती करून आपल्या एकुलत्या एक लकाकत्या डोळ्याने तो एकटक मुकुंदाकडे पाहत होता.

'अगदी निमाचीच सवय ही!' त्या आठवणीने मुकुंदाच्या अंगावर काटा उभा राहिला. ह्या प्रसंगात अगदी पहिल्यापासून मुकुंद निर्विकार राहिला होता; पण आता मात्र त्याचा धीर सुटला होता. त्याच्या हातापायांची थरथर वाढली आणि बरोबर असलेल्या त्याच्या नातेवाईकाने त्याला विचारले, "मी जरा धरू का द्रोण?"

न बोलता मुकुंदाने द्रोण त्याच्या हातात दिला. खांद्यावरच्या पंच्याने घाम टिपला.

"सारं काही सांगूनसवरून झालं ना?" भटजींनी विचारले. "कावळा शिवेल असं वाटत नाही." ते पुटपुटले.

मघाचा तो कावळा तरीही बसून होता. तिरक्या नजरेने एकटक मुकुंदाकडे पाहत होता. शेवटचा प्रयत्न म्हणून जरा दूर द्रोण ठेवून मुकुंद आणि त्याच्या बरोबर बसलेले दोघेचौघे जरा बाजूला उभे राहिले.

बघता बघता कावळे जमले. त्यात तो मघाचा कावळाही होता. आता कलकलाट वाढला होता. जरा वेळ कावळ्यांनी घिरट्या घातल्या आणि ते पळून गेले. मुकुंदाने पाहिले, तो मघाचा कावळा जरा दूर फांदीवर जाऊन बसला होता आणि कोकलत राहिला होता :

'काव काव...'

टळटळीत दुपार. त्यात उन्हाळ्याचे अखेरचे दिवस. उन्हाचे चटके मुकुंदाच्या उघड्या अंगाला बसत होते. अंगातून घामाच्या धारा फुटत होत्या. खांद्यावरच्या पंच्याला घाम पुशीत त्याने भटजींकडे पाहिले. तेवढ्यात भटजीने दर्भाचा कावळा करून शिववला. सारे आटपले तरीही तो कावळा तिथेच बसून कोकलत होता. काव काव... काव काव... त्याचे ते कर्कश ओरडणे... त्याचा आवाज बघता बघता वाढला. अगदी कानाचे पडदे फाडीत ते संवेदन मेंदूपर्यंत पोचत होते. ''कुणीतरी थांबवा रे तो आवाज!'' मुकुंद विव्हळला.

... मुकुंद जागा झाला तेव्हा त्याला दरदरून घाम फुटला होता. हल्ली वारंवार पडणारे हे स्वप्न. त्या स्वप्नाच्या आठवणीने अजूनही जिवाचा थरकाप होत होता. अंगाचा घाम पुसत त्याने उठून पंखा लावला. वाऱ्याच्या गार झुळकेने त्याला जरा बरे वाटले. घसा कोरडा पडला होता; पण उठून पाणी प्यायला जायची इच्छा उरली नव्हती. तो तसाच पडून राहिला.

पडल्यापडल्या रेडिओवरच्या शास्त्रीय संगीताचे सूर त्याच्या कानावर आले. निमाच्या रियाझामुळे पूर्वी त्याला सकाळी हमखास जाग यायची. तंबोऱ्याच्या तारांचा तो झणत्कार आणि तिचे चालणारे आलाप... कित्येक वेळा त्याला वाटायचे, तो तंबोरा फोडून टाकावा, तिचे तोंड बंद करून टाकावे. पण डोक्यावर उशी दाबून तो तसाच पडून राहायचा. त्याला वाटायचे, बेंबीच्या देठापासून किंचाळावे. पण काही करता येत नव्हते. दोघांमधला बेबनाव दिवसेंदिवस वाढत चालला होता. निमाची कोणतीही कृती त्याला आवडेनाशी झाली होती. दोघे परस्परांचा द्वेष करीत होती, तिरस्कार करीत होती आणि तरीही एकत्र जगत होती. अगदी नाइलाज म्हणून.

ह्या प्रकारात त्याच्या मनाचा सतत कोंडमारा होत होता. जिवंतपणी तिने त्याला कधी स्वस्थपणे, शांत चित्ताने, त्याच्या मनासारखे जगू दिले नव्हते. पण मेल्यावरही... हल्ली वारंवार पडणारे ते स्वप्न... ऐकू येणारा तो कलकलाट... काव काव... काव काव... आताही कुठेतरी बसून कावळा ओरडत होता. मुकुंदाने नीट लक्षपूर्वक ऐकले. ते ओरडणे इतर कावळ्यांसारखे एकसुरी नव्हते. काव काव... काऽव काऽव.... काऽव काऽव.... त्या ओरडण्यात स्पष्ट आलाप-विलाप असत.

मुकुंद घाबरून उठून बसला. झोपेच्या गुंगीत झालेला हा भास असेल म्हणून त्याने बेसिनवर जाऊन भडाभडा तोंडावर पाणी मारले. घटाघटा तो तांब्यातले पाणी

प्याला आणि जरा बिचकतच बेडरूममध्ये आला.

पलंगावर येऊन तो जरा टेकतोय न टेकतोय तोच पुन्हा तीच सुरावट सुरू झाली. काव काव... काऽव का ऽ व का ऽ व...

खिडकीच्या काचेवर बसून तो कावळा ओरडत होता. ताना घेत होता. त्यात ते नेहेमीचे आलाप-विलाप जाणवत होते. तो कावळा असणे शक्यच नव्हते. ती नक्कीच कावळी असणार होती. घाबरून मुकुंदाने तिच्याकडे पाहिले. मान किंचित कलती आणि तेच ते एकटक बघणे. ती कावळी एवढे वाकून काय बघतेय म्हणून त्याने ती बघत होती त्या दिशेकडे पाहिले.

– आणि पुन्हा एकदा अस्वस्थ होऊन तो जागीच बसून राहिला. ह्या कोपऱ्यातून त्याचे सारे घर दिसत होते. हॉलमधील निमाचे आवडते फर्निचर.. पडद्यातून डोकावणारा बाहेरचा मंद सूर्यप्रकाश... गवसणीतील तंबोरा... पलीकडे असलेले स्वयंपाकघर... तेथील ओळीत मांडलेली भांडी.... बाटल्या, डबे... काल स्वयंपाक करताना सारे उलटसुलट झाले होते. तिथे असलेला पसारा... सिंकमध्ये पडलेल्या प्लेट्स, भांडी... काल सुमन इथे येऊन गेल्याचा ढळढळीत पुरावा...

ती कावळी घरात वाकून वाकून सारे एकटक पाहत होती. ओरडत होती. तिचे आलाप-विलाप वाढले होते. ती काव काव रूपातली सुरावट मुकुंदाला ऐकवेना... निमाच्या रियाझाच्या वेळी तो कान दाबून धरायचा, तसेच त्याने आत्ताही केले. तरीही ती काव-काव ऐकू येतच होती. त्याने त्या कावळीला शिव्या दिल्या. "तुला काय हक्क आहे इथं लुडबुडण्याचा? मी काय वाट्टेल ते करीन!" असे बडबडत त्याने जवळची उशी खिडकीवर फेकली. ती उशी खाली पडलेली दिसताच ती कावळी उडून गेली. तरीही मुकुंद एकटक वर पाहतच राहिला. भिंतीवर असलेल्या निमाच्या फोटोत काहीतरी हालचाल झाल्याचे त्याला स्पष्टपणे जाणवले.

मुकुंदाने घाबरून बाजूच्या भिंतीचा आधार घेतला. नकळत त्याची नजर पुन्हा त्या फोटोकडे गेली. निमाचे डोळे लकलकत होते. त्या फोटोत दिसणारे तिच्या चेहेऱ्यावरचे हास्य छद्मी वाटत होते. त्याच्या हातापायांची थरथर आता वाढली होती. त्याने स्वतःला समजावण्याचा निष्फळ प्रयत्न केला. ती कावळी उडाली तेव्हा तिची छाया ह्या फोटोत दिसली नसेल कशावरून? आपल्याला नसता भास झाला. दुसरे काय? हल्ली आपल्याला रोज नवेनवे भलतेसलते आभास होऊ लागलेयत. स्वतःला सावरायलाच हवे... त्याने स्वतःला बजावले. त्या फोटोचा विचार करताना त्याच्या मनात आले : हा फोटो इथून काढून टाकला तर? पण ताबडतोब असे करणे बरेही दिसणार नव्हते. उगाचच संशय नको कुणाला....

कसला संशय? मुकुंदाने चमकून त्या फोटोकडे पाहिले. कोण बोलले होते हे? त्या फोटोतील हसऱ्या निमाकडे त्याला पाहवेना. त्याच्या मनात आले : ह्या फोटोवर

एखादे फडके टाकायला काय हरकत आहे? पण नकोच... निमाच्या हालचाली आडून व्हायला नकोत. सरळ सारे आमनेसामने झालेले बरे...

विचार असे सुरू झाले आणि त्याची झोप पार उडाली. अजूनही ती काव काव त्याला ऐकू येत होती. फक्त आवाज दुसऱ्या कुठून तरी येत होता. तो उठला. तिडमिडत साऱ्या घरभर फिरला.

मघाची ती कावळी स्मशानातीलच कशावरून?– मन त्याला पुन्हापुन्हा विचारीत होते. मनाचा संशय घालवायलाच हवा होता. त्याशिवाय जिवाला स्वस्थपणा येणे शक्य नाही. निदान त्यासाठी तरी काहीतरी करायलाच हवे होते.

चालताना दुसऱ्या बेडरूममध्ये असलेल्या चित्राकडे मुकुंदाचे लक्ष गेले. निमा काढीत असलेले ते चित्र अपुरेच राहिले होते. ब्रश, रंगांच्या ट्यूब्स... सारे सामान इकडेतिकडे पसरलेले होते. मुकुंदाने पाऊल न वाजवता खोली गाठली. मोठा ब्रश उचलला. त्यावर पांढऱ्याशुभ्र रंगाची ट्यूब पिरगाळली आणि तो ब्रश दडवून तो गुपचूप स्वयंपाकघराकडे वळला.

एक कावळा खिडकीवर बसून कोकलत होता. मुकुंदाने नीट निरखून पाहिले. तो कावळा नव्हता. मघाची ती कावळीच होती. ती कावळी वाकून वाकून मुकुंदाचे स्वयंपाकघर पाहत होती. मुकुंदाने रागाने हातातील ब्रश फेकला आणि तो नेम अचूक लागला. त्या कावळीच्या पंखावर एक पांढरीशुभ्र रेषा उमटली. कावळी लागलीच उडाली असली तरी मुकुंदाला ती दिसली होती. त्याने लहान मुलासारख्या टाळ्या पिटल्या. ब्रश फेकल्यामुळे जिकडेतिकडे रंग उडाला होता. भिंतीवर त्याचा लांबच लांब ओघळ उमटला होता. निळ्या भिंतीवर ती रेषा उठून दिसत होती. पण मुकुंदाने ती पुसली नाही. त्या पसाऱ्याकडे पाहताना त्याच्या मनात आले: आता निमा असती तर? पण हवा कशाला हा विचार? कुरकुर करायला आता निमा थोडीच जिवंत आहे?...

आज कित्येक दिवसांनी पुन्हा एकदा मनासारखे काम झाल्याचे समाधान मुकुंदाला वाटले. त्याने हलकेच शीळ घातली. निदान आता संशय फिटणार होता. आणि आपला संशय खरा झाला तर? त्या वीतभर कावळीला नष्ट करायला असा कितीसा वेळ लागणार होता?

घड्याळात नऊचे ठोके पडलेले मुकुंदाने ऐकले आणि तो आपल्या तंद्रीतून जागा झाला. ह्या सर्व गडबडीत बाहेर पडायला त्याला जरा उशीरच झाला. नाश्ता करायचा विचार सोडून देऊन त्याने बसस्टॉप गाठला. आज नशीब एवढेच की आऊटडोअरचे काम होते. पाच-दहा मिनिटे मागेपुढे झाली तरी हरकत नव्हती. एका नव्या औषधाची जाहिरात करायची होती. त्याचा खप वाढवायचा होता. उशीर झाला तरी बाहेर पडताना मूड एकंदरीत ठीक होता. त्याने ह्यावरच समाधान मानले. उशीर

होतोय असे दिसताच त्याने जवळून जाणाऱ्या टॅक्सीला हात केला. डॉ. सामंतांकडून काल वेळ ठरवून घेतलेली होती. आज त्या वेळी हजर असायलाच हवे होते.

मुकुंद डॉ. सामंतांच्या हॉस्पिटलशी पोचला तेव्हा दहा वाजायला अवकाश होता. 'थोडे आधी आलो तरी हरकत नाही; पण उशीर नको' असे पुटपुटत त्याने हातातली बॅग सावरीत वेटिंगरूम गाठली. आत्ताही तिथे बरीच गर्दी होती. जरा कोपऱ्यात त्याला बसायला खुर्ची मिळाली.

हॉस्पिटलचे ते नेहमीचे वातावरण होते. तोच उग्र दर्प. एक ठराविक शांतता. दबल्या आवाजातील बोलणी... टक्-टक् सॅंडल्स वाजवीत जाणाऱ्या नर्सेस. त्यांचे पांढरेशुभ्र पोशाख... त्या पोशाखाकडे पाहताना आज त्या कावळीच्या अंगावर उडवलेला पांढरा रंग त्याला आठवला. काय दचकून उडाली होती ती कावळी! त्या आठवणीने मुकुंदाला हसू आले. आजूबाजूला बसलेले पेशन्ट्स आपल्याकडे चमत्कारिक नजरेने पाहत आहेत हे लक्षात आल्यावर त्याने तोंडावर रुमाल धरला.

इकडेतिकडे पाहत वेळ तरी किती काढायचा? जवळ असलेले एक मासिक मुकुंदाने उघडले. पण वाचनात लक्ष लागत नव्हते. एकदोनदा त्याने रिसेप्शनिस्टकडे पाहिले. पण ती फोनवर बोलण्यात गुंतली होती. तिला काही विचारण्यात अर्थ नव्हता. मोठ्या हॉस्पिटलमधल्या रिसेप्शनिस्ट साऱ्या सारख्याच! इस्त्री न बिघडवता ठेवलेला पदर... तशीच साडी... चेहेऱ्यावर हसू; पण ते फक्त डॉक्टर आणि बड्या पेशन्ट्ससाठी. मेडिकल रिप्रेझेंटेटिव्हजना वागवण्याची त्यांची तऱ्हा एकच. डॉक्टरांकडे नाव पाठवतानासुद्धा कां कू. नेहेमीचे ठराविक उत्तर. "डॉक्टर इज व्हेरी बीझी." नाहीतर वैतागून "अहो पण अशा बिझी टाइमला तुम्ही येताच कशाला? त्यापेक्षा उद्या या. मी वेळ ठरवून देते."

मग बाबापुता. साऱ्या पेशन्ट्सच्या समोर खांदे उडवून, 'काय त्रास आहे बुवा' अशा त्रासिक चेहेऱ्याने डॉक्टरांकडे जाणे आणि एवढे करून ह्या बाईंच्या शिफारसीवर डॉक्टरांची मेहेरनजर झाली तर बरे. नाहीतर पुन्हा दुसऱ्या दिवशी आहेच चक्कर!...

डॉ. सामंत तसे प्रसिद्ध डॉक्टर होते. त्यांच्या पुष्कळ ओळखी होत्या. प्रॅक्टिस चांगली होती. ह्या नव्या औषधाचा बोलबाला झाला तर खप व्हायला कितीसा उशीर? मग त्यावर मिळणारे कमिशन... सुमनला घेऊन साउथची ट्रिप सहज करता आली असती...

दाद अशी बसून लागणार नाही, हे लक्षात आल्यावर मुकुंदाने उठून रिसेप्शनिस्टला आपले कार्ड दिले. तिच्या चेहेऱ्यावर त्रासिक भाव उमटला.

"हे एवढे पेशन्ट्स आहेत. त्यांना डॉक्टरांना भेटून झाल्याशिवाय तुम्हाला कसं आधी पाठवू? बसा."

नाइलाजाने मुकुंद पुन्हा आपल्या जागेवर जाऊन बसला. अकरा वाजले तेव्हा

कुठे तिची मेहेरनजर झाली. "ह्या पेशंटनंतर तुम्ही जा." तिने त्याला सांगितले.

डॉक्टरांना भेटल्यावर काय बोलायचे, कसे बोलायचे ह्याची मुकुंदाने मनाशी जुळवाजुळव केली. अखेर रिसेप्शनिस्टने त्याचे नाव उच्चारताच चेहेरा कसा आणि कितपत हसरा ठेवायचा ह्याचा विचार करीत त्याने डॉक्टरांच्या एअरकंडिशन्ड रूमचा दरवाजा उघडला.

किंचित मान झुकवून त्याने डॉक्टरांना अभिवादन केले. ही त्याची विशिष्ट लकब होती. त्याने डोळ्यांच्या कोपऱ्यातून हळूच पाहिले. डॉक्टरांवर पुरेशी छाप पडलेली होती. अर्धा गड सर झाला होता तर! आता आपल्या नेहमीच्या पद्धतीने बोलून डॉक्टरांना प्रभावित करायचे आणि ह्या नवीन औषधाची मोठी ऑर्डर त्यांच्या गळी उतरवायची. एकदा ह्या हॉस्पिटलमध्ये हे औषध वापरण्यात येऊ लागले की...

खुर्चीवर बसताना मुकुंदाचे लक्ष समोरच्या उघड्या खिडकीकडे गेले. एअरकंडिशनरच्या डोक्यावरची खिडकी उघडी होती. डॉक्टरांच्या डोक्यावरचा पंखा गरगरत होता. उघड्या खिडकीतून बाहेरचे रस्त्यावरचे आवाज कानी येत होते.

एकदम औषधाचे बोलण्याआधी मुकुंदाला बोलायला दुसरा काहीतरी विषय मिळाला होता. त्याची ही एक विशिष्ट पद्धत होती. स्वत:चे कार्ड डॉक्टरांना देताना त्याने बिघडणारे एअरकंडिशनर, वीजकपात ह्या गोष्टींवर बोलायला सुरुवात केली होती.

बायकोच्या मृत्यूनंतर अवघ्या पंधरा दिवसांनी तो कामावर हजर झाला होता. आजच्या पहिल्याच दिवशी सुरुवातही ठाक-ठीक झाली होती. अवघ्या तीन मिनिटांत त्या उघड्या खिडकीकडे पाहत आपल्याला थरथरत बाहेर पडावे लागेल, असा विचारही तेव्हा त्याच्या मनाला शिवला नव्हता. पण घडले होते ते सारे विचित्रच! प्रथमग्रासे मक्षिकापात: अशी अवस्था झाली होती. तो डॉक्टरांच्या केबिनमधून बाहेर पडला तेव्हा डॉक्टर आपल्याकडे चमत्कारिक नजरेने पाहतायत ह्याचे भानच त्याला उरले नव्हते. त्याचे हातपाय थरथरत होते. डोके भणभणत होते. हातापायांत शक्ती वाटत नव्हती. घशाला कोरड पडली होती. तो आभास....

जरा मन शांत झाल्यावर मुकुंद स्वत:लाच दोष देत राहिला. हातात आलेले चांगले गिऱ्हाईक उगाचच निसटून गेले होते. मग त्याने स्वत:चीच समजूत घातली : 'हा नाही तर दुसरा डॉक्टर! डॉक्टरांना काय तोटा? आपलंच चुकलं. नाश्तापाणी उरकूनच बाहेर पडायला हवं होतं. पोटात अक्षरश: कावळे कोकलताहेत!' मनात आलेल्या ह्या कल्पनेनेच मुकुंदाने चमकून आजूबाजूला पाहिले. ध्यानी-मनी-स्वप्नी असलेला कावळा... हे असे का होतेय? शांतपणे बसून या गोष्टीचा विचार करायलाच हवा. मघाशी डॉक्टरांच्या केबिनमध्ये झालेला तो आभास... काय त्याचा अर्थ? विचार करीतच तो हॉटेलमध्ये शिरला.

हॉटेलात बरीच गर्दी होती. नशिबाने मुकुंदाला एक रिकामी सीट मिळाली.

ऑर्डर घेणाऱ्या पोऱ्याचा पत्ता नव्हता. मुकुंदाने हॉटेलभर नजर फिरवली. प्रत्येकजण खात होता. खाता खाता बोलत होता. काट्याचमच्यांच्या बरोबरीने येणारे माणसांचे आवाज... पिंडाभोवती जमणाऱ्या कावळ्यांसारखी चाललेली ही काव काव... त्यात मधूनच येणारा रेकॉर्डचा सूर... अरे गप्प बसा! मला जरा शांतपणे विचार करू द्या... ओरडावेसे वाटत होते मुकुंदाला. पण इथे त्याचे कोण ऐकणार? आलेल्या पोऱ्याला तेवढ्यात त्याने चहाची ऑर्डर दिली आणि टेबलावर सांडलेल्या पाण्यात तो बोटांनी रेषा काढीत बसला.

मघा कोणती रेकॉर्ड चालू होती ते मुकुंदाला कळले नव्हते; पण आता त्या कोलाहलातही 'झूट बोले कौवा काटे, काले कौवेसे डरियो' ऐकू येत होते. गाणे पुढे-पुढे जात होते; पण त्याला मात्र दोनच ओळी ऐकू येत होत्या– 'कौवा काटे... काले कौवेसे डरियो...'

आता मुकुंदाला तो आवाज ऐकवेना. तिथून एकदम पळून जाणेच योग्य होते. डोक्यात घुमणाऱ्या त्या दोन ओळी असह्य होऊन तो ताडकन उठला. पायाशी ठेवलेल्या बॅगला पाय लागला म्हणून ती उचलण्याची त्याला आठवण झाली.

"साब, चाय–" हे पोऱ्याचे शब्द मुकुंदाला ऐकू आले. पण समोरून येणाऱ्या पोराला धक्का देऊनच तो तिथून बाहेर पडला. कुणीतरी विचारले, "क्या हो गया?"

"कुछ नही. चक्कर दिखता है!" दुसरा कुणीतरी म्हणाला.

खरोखरच आपण चक्कर झालो आहोत का? हॉटेलच्या बाहेर पडल्यावर मुकुंदाच्या डोक्यात घुमणाऱ्या त्या गाण्याचे स्वर आपोआप थांबले होते. शांतपणे त्याने रस्ता ओलांडला आणि तो पलीकडे आला. समोर एक पावभाजीची गाडी होती. आता काहीतरी खाणे भागच होते. प्लेट घेऊन तो माणसांच्या गर्दीपासून जरा दूर उभा राहिला.

गाडीभोवती असलेली माणसांची गर्दी आणि दुसऱ्या बाजूला उष्ट्या प्लेट धुणाऱ्याच्या भोवती असलेली कावळ्यांची गर्दी... माणसांची मच् मच् ... कावळ्यांची काव-काव... एकट्या निमाच्यात आणि त्या कावळीत साम्य आहे असे नव्हे; सर्व मनुष्य जातीचेच कावळ्यांशी साम्य आहे...

भूक बरीच लागली होती. झणझणीत पावभाजी खाताना बरे वाटते होते. खाता खाता मुकुंदाचे लक्ष समोर गेले. एक कावळा एकटाच डोळा गरगरवीत, मान वाकडी करीत त्याच्याकडे पाहत होता. ती 'ती' तर नसेल? काहीशा संशयाने मुकुंदाने पावभाजीचा तुकडा पुढे फेकला. कावळी पुढे आली; पण वाकडी मान करून क्षणभर पाहतच राहिली. मग न खाता ती गरकन मागे वळली. होय! नक्कीच ही 'ती' कावळी! तिच्या पाठीवर सकाळी मारलेला पांढऱ्या रंगाचा फटकारा... तिची काव-काव बरेच काही सांगत होती.

म्हणजे गोरेगावपासून येथपर्यंत तिने आपला पाठलाग केला की काय? घाबरून मुकुंदाने त्या कावळीकडे पाहिले आणि उरलेली पावभाजी न खाताच हातातली बशी गल्ल्यावर टाकून धावत जवळचे व्हि.टी. स्टेशन गाठले. आता उघड्यावर थांबण्यात अर्थ नव्हता. व्हि.टी. स्टेशनला छप्पर होते. तिथे त्याचा पाठलाग होण्याची शक्यता नव्हती. इथे त्या कावळीला सहज हुलकावणी देता येणे शक्य होते.

माणसांच्या गर्दीत जरा वेळ थांबल्यावर मुकुंदाला जरा धीर आला. माणसांची एवढी गर्दी भोवती असताना त्याला घाबरून सोडणारी ती कावळी... आता हे कुणाशीतरी बोलायलाच हवे होते. कुणाला तरी सांगायला हवे होते. त्याने सुमनला फोन केला. दरवाजाजवळच फोनबूथ होता. नंबर मिळेपर्यंत जरा वेळ गेला. फोन करताना मुकुंदाचे लक्ष सहजच वरच्या छपराकडे गेले आणि तो हळू आवाजात सुमनला म्हणाला, "मी मुकुंद बोलतोय. तू जरा ताबडतोब व्हि.टी. स्टेशनला ये."

"अरे पण आत्ता लगेच?" सुमनने गोंधळून विचारले.

"हो. ताबडतोब नीघ! मला तुझ्याशी फार महत्त्वाचं बोलायचंय. एक कावळी सकाळपासून माझा पाठलाग करते आहे!"

"अरे काय म्हणतोयस काय?"

"खरं सांगतोय! आत्ताही ती इथं आहे. माझ्या पाठोपाठ ती इथंही आलीय गं!"

"हॅलो... हॅलो!"

पण पलीकडून येणाऱ्या शंकाकुशंकांना उत्तर देण्याचे सामर्थ्य मुकुंदाच्यात नव्हते. त्याला एवढेच कळत होते की ह्या गर्दीत मिसळावे आणि त्या कावळीच्या फिरत्या डोळ्यापासून दूर राहावे.

बराच वेळ तो असा प्लॅटफॉर्मवर भटकत राहिला. अखेर एकदाची सुमन त्याला भेटायला आली.

"कमाल आहे मुकुंद तुझी! मी तुला इतकी शोधत्येय! काय घाबरवलंस रे मला! काय झालं काय? चल– तिकडे चल. जरा ड्रिंक घेऊ या, म्हणजे बरं वाटेल."

थंडगार ड्रिंक पोटात गेले आणि मुकुंदाला बरे वाटले. त्याने सिगरेट शिलगावली. धुराच्या वलयांकडे पाहत तो म्हणाला, "मी काय बोलतोय ते तुला खरं वाटणार नाही. पण हे घडतंय! अगदी नक्की घडतंय!..."

सकाळपासूनची हकिगत सांगायला त्याने सुरुवात केली. खिडकीवर बसून सकाळी चालणारी कावळीची काव– काव... रियाझ करावा तशा थाटात चालणारे तिचे आलाप-विलाप... निमाच्या आणि तिच्या रियाझामध्ये असलेले साम्य... घराच्या प्रत्येक खोलीवर असणारा तिचा पहारा...

निमाच्या पिंडाला कावळा शिवला होता का?... कुणी विचारले हे? कुणी?

सुमनने तर नव्हे?... त्याने चमत्कारिक नजरेने सुमनकडे पाहिले. उत्तर द्यायलाच हवे होते.

निमाच्या पिंडाला कावळा शिवला नव्हता. शेवटी दर्भाचा कावळा करून वेळ भागवण्यात आली होती. आणि त्या दिवसापासून हे रामायण घडत होते. मुकुंदाच्या ह्या बोलण्यावर सुमन म्हणाली, ''कावळ्यासारखे कावळे बरेच असतात. काहीतरीच संशय तुझा.''

''तू म्हणतेस तसं मलाही वाटत होतं. सकाळी त्या कावळीला पांढऱ्या रंगाचा ब्रश मारून मी खूण केली नसती तर मीही माझ्या मनाची अगदी अशीच समजूत घातली असती. आपल्या संशयाचं निराकरण होणार ह्या आनंदात मी सकाळी बाहेर पडलो. डॉक्टर सामंतांच्या हॉस्पिटलमध्ये पोचलो ते खुषीतच. ह्या नव्या औषधाचा खप झाला असता तर मला भरपूर कमिशन मिळणार होतं. लग्नानंतर आपल्या हनिमूनसाठी साउथ इंडियाची ट्रिप ठरवली आहे मी. त्यासाठी लागणारे पैसे असे सहजच मिळणार होते. डॉक्टरांच्या केबिनमध्ये मी उत्साहात शिरलो. इकडचंतिकडचं बोलणं करून औषधाकडे वळलोही. त्या नव्या औषधाची गुणवत्ता, त्यात असणारी अधिक व्हिटॅमिनची मात्रा इत्यादी सारं मी डॉक्टरांना सांगत होतो. तेवढ्यात खिडकीवर बसून त्या कावळीची काव काव सुरू झाली...''

आत्ताही ती हकिगत सांगताना मुकुंदाच्या सर्वांगाला घाम फुटला होता.

''प्रथम मी त्या कावळ्याकडे लक्ष दिलं नव्हतं. मी बोलतच राहिलो. पण मग त्या कावळ्याचा आवाज एकदम वाढू लागला. त्यानंतर मला बोलणंच अशक्य झालं होतं. मग... निव्वळ ती काव कावच डोक्यात घुमत राहिली. डॉक्टरांच्या केबिनमधून बाहेर पडलो ते ऑर्डरचा बट्ट्याबोळ करूनच!''

''काहीतरीच काय वेड्यासारखं घेतलंयस रे मनात!''

''ऐक तर पुढं!...'' आणि मग मुकुंदाने हॉटेलमध्ये घडलेला सारा किस्सा, लोकांनी त्याला चक्रम म्हटल्याचे वगळून सांगितला. पावभाजी खाताना कावळीने तिथे हजर होणे... त्याने टाकलेला घास न खाणे... गोरेगावपासून तिने केलेला त्याचा पाठलाग...

बोलताना मुकुंदाचे लक्ष सुमनच्या चेहेऱ्याकडे गेले. तिची अजूनही खात्री पटलेली दिसत नव्हती. हताश चेहऱ्याने ती मुकुंदाकडे पाहत होती.

''फोन केलास तेव्हा मी पार घाबरले होते. म्हटलं, काय झालं? कमाल आहे बाबा तुझी! एवढासा कावळा आणि त्याला घाबरतोस?''

सुमनला हे काही समजणे शक्यच नव्हते. तिच्या चेहऱ्यावरचा तो भाव... डॉक्टरांच्या चेहेऱ्यावरही हाच भाव होता. इतकेच नव्हे तर तो पावभाजीच्या गाडीवरील पोऱ्याही अशाच नजरेने मुकुंदाकडे पाहत होता. साऱ्यांनीच त्याला चक्रम

ठरवले होते. म्हणजे खरेच का आपण तसे दिसतो?

पण त्या कावळीचे ते वाकडी मान करून पाहणे... तिच्या एका लुकलुकत्या डोळ्यात दिसणारा तो आरोप... त्यात असलेला सुडाचा आवेश... आणि ती करीत असलेला एकसारखा पाठलाग... हे कुणाला असे वरवर सांगून समजणे शक्य नव्हते. आणि सर्वच सांगायचे म्हणजे...

"झालं तुझं सांगून? आता माझं ऐक. हे सारे तुझ्या कल्पनेचे खेळ आहेत. निमाच्या मृत्यूनंतर त्या घरात तू एकटाच गेले पंधरा दिवस राहतोयस. महिनाभर रजा घे. बाहेर जा. जमलं तर उद्याच बाहेर पड. ह्या परिस्थितीत तुला कोणी रजा नाकारणार नाही. कुणाला कसला संशयही येणार नाही.''

मुकुंदाने चमकून सुमनकडे पाहिले. त्याचे हातपाय थरथरत होते. कसला संशय? हिला काय म्हणायचेय?

"तू सुट्टीवरून आलास की आपण रीतसर लग्न करू. मग कुणालाच काही वाटणार नाही?''

तिच्या ह्या बोलण्यावर त्याने तिच्याकडे नीट निरखून पाहिले. तिला हेच म्हणायचे होते, की दुसरे काही?

"असा का पाहतोयस?''

सुमनने असे विचारल्यावर मुकुंदाने नजर खाली वळवली. आपण चक्रमासारखे पाहत होतो का तिच्याकडे? तिचा स्वर किंचित कापरा होता की काय!

आता काहीतरी बोलणे भाग होते. सुमनला संशय येऊ देणे ठीक नव्हते. तो म्हणाला, "आपण आत्ताच लग्न केलं तर! तिथं एकटं राहणं मला नको वाटतं?''

तेवढ्यात कावळ्यांची काव काव ऐकू आली. आजूबाजूला एवढी माणसे होती. गाड्या येत जात होत्या. माणसांचा कोलाहल होता, तरीही त्या आवाजात त्याला तो आवाज ऐकू आला– अगदी स्पष्टपणे. मुकुंदाने चमकून आजूबाजूला पाहिले.

व्हि.टी.च्या उंच छताशी असलेल्या लाकडी पट्ट्यावर एक कावळा बसलेला होता. त्याच्या पंखावर पांढरी रेषा होती का?... होय? नक्की तीच ती कावळी होती! सुमनला दाखवण्यापूर्वीच ती उडाली. तो पाहत होता त्या दिशेकडे पाहत सुमन म्हणाली, "ती तुझी सुप्रसिद्ध कावळी तर नव्हे? हेवा वाटू लागलाय मला तिचा! खरं म्हणजे आता तू माझा विचार करायचास; तर तुझ्या डोक्यात ती कावळीच कशी जाऊन बसलीय! पुरे हं! आधी आता रजेचा अर्ज कर. पण मग करायचं काय?''

"सिनेमाला जाऊ या?'' मुकुंदाला एकट्याने त्या ब्लॉकवर भुतासारखे बसण्याची इच्छा नव्हती. सिनेमा, हॉटेल... सहापर्यंत वेळ काढायचा, जरा वेळ भटकायचे आणि मग गाडी गाठायची. गोरेगावला घरी जाईपर्यंत अंधार पडायला लागेल. तोपर्यंत पक्षी आपल्या घरट्यात परत जातील, मग रात्रभर तरी काळजी नाही. सुमन

म्हणतेय तसा हा कल्पनेचा खेळ नसेल कशावरून? आणि तसे असेल असे मानले तरी सतत आपला पाठलाग होतोय असा भास का व्हावा? आणि प्रत्येक वेळी पांढऱ्या रंगाची खूण असलेलाच कावळा जवळपास का असावा? ह्याचा अर्थ काय आणि कसा लावायचा? हा पाठलाग चुकवण्यासाठी तरी बाहेरगावी जाणे हाच मार्ग शिल्लक होता.

बाहेरगावी जायचा विचार ठरला आणि मुकुंदाला जरा बरे वाटले. त्याने ऑफिसमध्ये जाऊन रजेचा अर्ज दिला. दुसऱ्या दिवशी सकाळच्या गाडीचे तिकिट मिळत होते. पण दिवसाढवळ्या जायचे म्हणजे... नकोच ते. त्याने मुद्दाम दोन दिवसांनंतरचे रात्रीच्या गाडीचे तिकीट काढले.

त्यानंतर सिनेमाची तिकिटे बुक करून दोघांनी हॉटेल गाठले. सकाळपासून मुकुंदाचे धड खाणे झालेले नव्हते. त्यामुळे थोडे खाल्ल्यावर त्याला बरे वाटले. आपल्या वागण्याचे त्याला आता हसू येत होते.

सिनेमा झाला. सिनेमाचे कथानक खास नव्हते; पण एअरकंडिशन्ड थिएटर, सुमनचा सहवास आणि आजूबाजूला दिसणारी अनेक माणसे, यामुळे मुकुंदाला बरे वाटत होते. मुख्य म्हणजे ह्या ठिकाणी कावळा येण्याची शक्यता नव्हती. दोन-तीन तास त्याने अगदी मजेत काढले. मध्येच डुलकीही घेतली. गेल्या पंधरा दिवसांत अशी तासभरही त्याला निवान्तपणे झोप लागलेली नव्हती.

सिनेमागृहातून मुकुंद बाहेर पडला तेव्हा तो भलताच मूडमध्ये आला होता. सुमनला तो म्हणालाही, "तुझ्या सहवासात काय जादू आहे कुणास ठाऊक! तुला पाहिलं की माझ्या सर्व काळज्या, दु:ख दूर होतात. ए, चल ना घरी. फक्त अर्धा तास. मग मी तुला सोडीन. बसस्टॉप घराजवळच आहे. मालाड-गोरेगाव थेट बसही आहे."

"नको रे बाबा! आई रागावते. उशीर झाला की तिला संशय येतो."

"संशय कसला येतो? तिला सांगून टाक. नाहीतरी महिन्यानंतर सांगावंच लागेल."

"येते; पण एका अटीवर! कालच्यासारखा चावटपणा नाही करायचा. कबूल?"

सुमन तोंडाने असे म्हणत होती; पण मुकुंदाला माहीत होते की तिला हे सर्व हवेच आहे.

दोघांनी गोरेगाव गाठले, तेव्हा साडेसात वाजून गेले होते. बाहेर आता चांगलाच अंधार पडू लागलेला होता. मुकुंदाच्या इमारतीजवळ दिवेही नव्हते.

वरती झाडात काहीतरी खसखस झाली आणि सुमन एकदम त्याला बिलगली.

"का गं? घाबरलीस? अंधार आहे खरा; पण मला आता सवय झालीय. अंडरग्राउंड ड्रेनेजचं काम चालू आहे ना! आज सकाळीच सुरुवात केलीय. पार रस्ता खोदून काढलाय. मोठेमोठे पाइप्स टाकणार आहेत. त्यामुळं इथल्या रस्त्यावरच्या

दिव्यांचे खांब हलवलेत. तरीही साधारण दिसतंय आणि घराजवळ जायला-यायला लाकडी फळ्या टाकल्यायत. चल धर माझा हात. मघा मला धीर देत होतीस आणि आता स्वत:च घाबरतेस होय?''

फळीवरून जाताना खालच्या खणलेल्या खड्ड्याकडे पाहत ती म्हणाली, ''खाली पडलं तर कपाळमोक्षच व्हायचा! मृत्यूचा सापळाच केलाय तुझ्या घराभोवती!''

सुमनच्या हातापायांना सुटलेला कंप मुकुंदाला जाणवला. त्याने तिला आणखीनच आपल्या जवळ ओढले. घराजवळच्या त्या झाडात पंखांचा फडफडाट झाला होता का? की हा नेहेमीचाच आभास होता? दूरवर कुठेतरी घुबड घुमत होते. पलीकडच्या घरात कुत्रे रडत होते. सारे वातावरणच भयाण वाटत होते. अंधारात कुणीतरी आपला घास घेण्यासाठी लपून बसले आहे असा भास होत होता... छे! सारे कल्पनेचे खेळ!... त्याने स्वत:ला समजावले.

ह्या क्षणी हातात अशी सुंदर पोरगी असताना पुढच्या सुखाचा विचार करायचा, की हा असला?... चालताना त्याची तिच्याभोवतीची मिठी आणखीनच घट्ट झाली. तिची ती आतुर जवळीक... ब्लॉकमध्ये शिरताच तो तिच्यावर चुंबनांचा वर्षाव करणार होता. मग महिन्याभराचा होणारा विरह... आता सारा वचपा भरून काढायचा होता.

तासाभराने ती दोघे त्याच्या घरातून बाहेर पडली, तेव्हा दोघेही खुषीत होती. बॅटरी न घेताच मुकुंद बाहेर पडत असल्याचे पाहून सुमन म्हणाली, ''वा:! शहाणाच आहेस! बॅटरी घे. रस्ते हे असे खणलेले. त्यात रात्रीची वेळ. ट्रक असे भरधाव येतात. चुकून मागंपुढं होताना...'' सुमन शहारलीच त्या कल्पनेने.

बॅटरीचे सेल संपुष्टात आले होते. तिचा प्रकाश क्षीण पडत होता. तरीही सुमनने आग्रह धरल्यामुळे त्याने बॅटरी बरोबर घेतली.

ती दोघे बसस्टॉपवर येतायत, तेवढ्यात बस आली. त्याने ती सुमनला सोडायला लावली. बसवरच्या रागाने तो म्हणाला, ''जाशील गं! आता घरात तर अडवून ठेवली नाही ना तुला? तुझी नेहमीचीच घाई! थांब की जरा. पुढच्या बसनं जा.''

त्या दोघांचे हो-नाही ठरेपर्यंत बस निघून गेली.

''तू पण... अस्सा आहेस?'' असे म्हणत तिने त्याला हळूच चिमटा काढला.

'' 'अस्सा आहेस' काय? तू तिकडे आपल्या माणसांत जाशील. मला सारी रात्र एकट्यानं इथं काढायची आहे. उद्या केव्हा भेटशील सांग ना! नाहीतर असं कर ना. तूही दोन दिवस रजा घे. ऑफिसला जाते असं सांगून सरळ इकडे ये. वुई विल हॅव अ टेस्ट ऑफ मॅरिड लाइफ!''

''हं! म्हणे रजा घे! आणि लग्न झाल्यावर रजा घ्यायला लावशील ती! टेस्ट

ऑफ मॅरिड लाइफ काय? आणि आत्ता झालं ते काय? आणि एकटा इथं कशानं आहेस रे? ती आहे की सोबत!''

"ती कोण? मघाशी निमाचा फोटो तर तू सरळ बेडरूममधून काढायला लावलास! आणि अशा मेलेल्या–''

"काहीतरीच काय बोलतोस? ती नाही म्हणत मी. ती रे– तुझी पांढऱ्या शिक्क्याची कावळी! तिला कुशीत घेऊन झोप! तुझ्या घराभोवती नाहीतरी पहारा करतेच ना ती!''

इतका वेळ मुकुंदाला त्या कावळीचा विसर पडला होता. पण सुमनच्या ह्या नको त्या बडबडीने त्याच्या अंगावर काटा आला. एरवी विनोद ठीक आहे. पण हा कसला भलतासलता विनोद! तो काही म्हणण्याआधीच बस आली आणि हसतच सुमन त्या बसमध्ये चढली.

जाणाऱ्या बसकडे पाहत मुकुंद जरा वेळ थांबला. आता त्या ब्लॉकमध्ये एकट्याने जाऊन बसायला अगदी नको वाटत होते. पण रात्रीच्या वेळी जायचे तरी कुठे?

मघा घरामध्ये चाललेल्या सुमनच्या प्रेमाच्या बडबडीपेक्षा मुकुंदाला सारखी तिची आताची दोन-तीन वाक्येच आठवत होती. तिचे ते शब्दप्रयोग... 'घराभोवती मृत्यूचा सापळाच केलाय की!' घराभोवती घिरट्या घालणारी ती पांढऱ्या ठिपक्याची कावळी... भलत्यासलत्या कल्पना! त्या कल्पना आठवून अंगावर काटाच येत होता. त्यात अगदी हॉलमध्येच काढून ठेवलेला निमाचा फोटो. त्यावरची चादर आता काढून टाकायला हवी... लपूनछपून आपल्यामागे तिचे उद्योग नकोत चालायला!...

विचार करीत मुकुंद बसस्टॉपवर बराच वेळ उभा होता. तेवढ्यात वाऱ्याची थंडगार झुळूक आली... कुणीतरी खांद्यावर थंडगार हात ठेवावा तशी. कसेबसे मुकुंदाने स्वतःला सावरले आणि तो घराकडे निघाला.

आज सकाळपासून आलेले एकेक विचित्र अनुभव! कावळीकडून झालेला आपला पाठलाग.... ते रंगलेले कल्पनेचे खेळ... मनाचा ढळणारा तोल... निमाच्या मृत्यूशी तर त्याचा संबंध नाही ना? आपले मन कमकुवत तर होत नाहीय ना?

पण सुमनच्या संगतीत या साऱ्याचा पडलेला विसर... ती त्याला हवी होती– अगदी कायमची. गेली आठ-दहा वर्षे हे छुपे नाते जडत आलेले होते. ती कायमची त्याची व्हावी म्हणून तर त्याने हा सारा खटाटोप केलेला होता. तिचे म्हणणेच बरोबर होते. उगाच कुणाला संशय नको. अवघा महिनाभराचा अवधी मध्ये होता. हा काळ तो दुसऱ्या गावी काढणार होता. मग मात्र त्याला हवी असलेली सोबतसंगत कायमची मिळणार होती.

पण ह्या ब्लॉकमध्ये तो सुखी होणार होता का? त्या जुन्या आठवणी! त्याही

नकोत. मनाचा तोलही ढळायला नको ह्यासाठी हा ब्लॉक विकणेच योग्य! निमाच्या मृत्यूनंतर सारी प्रॉपर्टी त्याचीच होती. पैशाला कमतरता नव्हती. जागा काय दुसऱ्या कुठेही घेणे शक्य होते.

तो ब्लॉक विकायचा असे एकदा मुकुंदाच्या मनाने घेतले आणि मग त्याचेच विचार सुरू झाले. दोन दिवस मध्ये होते. हा ब्लॉक विकण्याची खटपट करणे सहज शक्य होते. एखाद्या एजंटाच्या कानावर घातले तरी पुरे होते.

एकदा इथून बाहेर पडले की मग ते आभासही नकोत. चालताना आता आजूबाजूला मिणमिणता उजेड होता. रस्त्यावर चिटपाखरूही नव्हते. रात्र फारशी झालेली नव्हती; पण खणलेल्या रस्त्यांमुळे एकंदरीत फारशी वर्दळ नव्हती खरी.

मघा मुकुंदाच्या घराजवळच्या झाडीतून ओरडणाऱ्या घुबडाचा स्वर आता कानावर आल्यासारखा भासत होता. कुठेतरी विव्हळल्यागत मूल रडत होते. तो विचित्र स्वर भयंकर वाटत होता. लवकर घर गाठावे. ब्लॉकच्या चार भिंतीआड ह्यापेक्षा निश्चितच सुरक्षित वाटते. बाहेर म्हणजे...

मुकुंदाच्या मनात हा विचार यायला आणि दिवे जायला एकच गाठ पडली. तो दचकला. त्याने चमकून आजूबाजूला पाहिले. जवळपास चिटपाखरूही नव्हते. आता अंधार आणखीच गुडूप भासत होता. रस्ता धडपणे कळत नव्हता. बॅटरीचा क्षीण प्रकाश... आजूबाजूला दाटलेली शांतता... ह्या शांततेचा भंग करीत विव्हळणारे ते पोर... ओरडणारे घुबड... दिवे जाणे हा गोरेगाव मधला नेहेमीचा प्रघात होता. आता झटकन घर गाठायला हवे होते. बॅटरीचा प्रकाश एव्हाना चांगलाच मंदावला होता. अंगाला कापरे भरले होते. ह्या अशा वेळी...

आणि त्याने चमकून वरच्या झाडीत पाहिले. डोक्यावर पंखांचा फटफडाट झाला होता का? की हा भासच होता? झाडांच्या फांद्यांतून असंख्य कावळे झेपावल्यागत वाटत होते. त्यांची ती क्रुद्ध काव-काव... तो असह्य कलकलाट... खात्री करून घेण्यासाठी मुकुंदाने बॅटरीचा क्षीण झोत वर फेकला. डोक्यावर झालेला तो कलकलाट.... घिरट्या घालणारी ती कावळी... तिच्या पंखावरची ती पांढरी रेषा मुकुंदाला त्या अपुऱ्या उजेडातही स्पष्ट दिसली. तिच्या डोळ्यांत असलेली ती सुडाची भावना... तांबारल्यागत दिसणारे ते अभद्र डोळे... चोचीने आपले सारे अंग टोचून ती आपल्याला ठार मारायला कमी करणार नाही ह्याची मुकुंदाला खात्री वाटली. तिचा तो अखंड चालणारा कलकलाट... क्षणभर ती दूर उडत गेल्यासारखे वाटले आणि तिच्या तावडीतून सुटण्यासाठी मुकुंद पळू लागला. आता अगदी त्वरित त्याला घराच्या चार सुरक्षित भिंती गाठायच्या होत्या.

तो वेड्यासारखा सैरभैर धावत सुटला. आपण कुठे जातोय ह्याचेही भान त्याला उरले नव्हते. कावळी घिरट्या घालीत होती. डोक्यावर चोच मारण्यासाठी झेपावत

होती. मुकुंद तिला चकवीत होता. हातातील बॅटरी फेकून तिला मारायचे एवढा एकच मार्ग आता त्याच्याजवळ राहिला होता.

बॅटरीचा क्षीण प्रकाश एकच क्षण त्या कावळीवर पडला. अधांतरी लटकत ती मुकुंदाकडे क्रुद्ध नजरेने पाहत होती. एवढासा हा पक्षी! हा काय सूड घेणार निमाच्या मृत्यूचा? मार ठार तिला! पिरगळ तिची मुंडी! इथे प्लॅन करायला नको. शिस्तबद्ध आखणी नको. निमाला मारण्यापेक्षा हे सोपे! कुणी जाबजबाब विचारणार नाही. नसती हुरहूर नाही की धास्ती नाही...

ह्या कावळीला आज मारायचेच ह्या विचाराने मुकुंद पिसाटासारखा धावत होता. जरा दूर उडत जाऊन त्वेषाने ती कावळी त्याच्याकडे येत होती. मघा घाबरून ती दूर पळाली होती. मग आता? त्याला काहीच कळेना. त्याला एवढेच समजत होते की तिला चुकवायचे. सुडाच्या त्वेषाने पेटलेले तिचे डोळे... त्याच्या हातातल्या बॅटरीचा क्षीण प्रकाशझोत... एखाद्या मुसंडी मारून येणाऱ्या रानडुकरासारखे तिचे बदललेले अक्राळविक्राळ रूप..

काय घडते आहे हेच मुकुंदाला समजत नव्हते. तिची पडणारी झडप... हतबल होऊन तो होता तिथेच उभा राहिला. पुढचे सारे घडले ते क्षणातच... कर्णकर्कश ब्रेक लागल्याचा आवाज आला, तेव्हा त्याची शुद्ध हरपलेली होती.

ट्रकमधून ते दोघे उतरले, ट्रकचा धक्का लागून दूरवर रस्त्याच्या कडेला पडलेल्या मुकुंदाच्या जवळ जाऊन त्यांनी अंधारातच डोळे विस्फारून पाहिले.

"मेला काय रे? मग साला तिथं काय करतोयस? पळ साल्या! नसती आफत येईल पोलीस आले तर!"

दोघांनी ट्रक गाठला. ब्रेकच्या आवाजाने झाडीतून कावळ्यांचा कलकलाट उसळला होता. ट्रक भरधाव निघाला. काही वेळ घिरट्या घालून कावळे आपआपल्या जागी स्थिरावले.

सकाळी सुमन जागी झाली. ती आज मोठ्या खुषीत होती. कालची संध्याकाळ कशी मजेत गेली होती. महिन्यानंतर ती कायमची मुकुंदाची होणार होती. मध्ये अडथळा नव्हता की अडचण नव्हती.

काल मुकुंदाची उडालेली घालमेल तिला आठवली. पण हे असे का व्हावे? त्याचे पहिल्या बायकोवर जराही प्रेम नव्हते. त्याने तिच्याशी लग्न केले होते ते निव्वळ पैशासाठी. अर्थात हे निमालाही माहीत होते. पण मग...? निमाचा आत्मा कावळीच्या रूपाने येतो असा आभास त्याला का व्हावा? तो त्याचा रंगलेला कल्पनेचा रंगलेला खेळ आहे, की....

तो मेडिकल रिप्रेझेंटेटिव्ह. सारी औषधे त्याला माहीत. विनासायास मिळणारीही.

नाही नाही... मनात आलेला विचार सुमनने झुरळासारखा दूर झटकला.

बिचारा एकटा पडतो. आणि... काल मुकुंदाचा मूड मग कसा बहरून आला होता. आपण केलेली त्याची चेष्टा... विचारावे का त्याला? करावी का गंमत? 'तिला कुशीत घेऊन झोप' म्हणून सांगितल्यावर पडलेला त्याचा चेहेरा... आत्ता फोन केला तर त्याला जर बरे वाटेल...

ती उठली. तिने नंबर फिरवला, रिंग वाजत होती; पण फोन कोणी उचलत नव्हते. बहुधा स्वारी उठली तरी नसावी, किंवा टॉयलेटमध्ये तरी असावी. 'त्या कावळीच्या संगतीत रात्र कशी गेली' असे विचारल्यावर मुकुंद कसा खळखळून हसेल आणि मग पुन्हा रजा घेऊन तिकडे येण्याचा त्याचा आग्रह सुरू होईल... काय हरकत आहे? दोन दिवस त्याचेही मजेत जातील. महिन्यानंतर राजरोस एकत्र राहणारच आहोत ना?...

तिने पुन्हा नंबर फिरवला. रिंग वाजत होती; पण कुणी फोन उचलत नव्हते. हा काय प्रकार आहे? इतक्या सकाळी मुकुंद कुठे गेला आहे? त्याची प्रकृती तर ठीक आहे ना? कालचे त्याचे ते वागणे... त्याला वाटणारी भीती...

फोनच्या रिंगबरोबर येणारा तो आवाज... कावळ्याची काव काव... रिसीव्हरमधून हा स्वर नक्कीच येत नव्हता. सुमनने चमकून खिडकीकडे पाहिले.

खिडकीच्या फळीवर बसून एक कावळा वाकून वाकून तिच्या खोलीत पाहत होता. त्याच्या लुकलुकत्या डोळ्यांत दिसणारे छद्मी भाव दिसत होते. त्याचा एक डोळा लक्कन फिरत होता. मान वाकडी करून तो करकरत होता. काव...काव...

सुमनने घाबरून त्या कावळ्याकडे पाहिले. त्याच्या पंखावर असलेली ती पांढरी रेषा... तिला ती स्पष्ट दिसत होती. मुकुंदाने त्या कावळीवर फेकलेला रंगाचा ब्रश... ती तीच कावळी होती. निमाचा आत्मा... ती कावळी.

... तिची चोचही किंचित लाल भासत होती. हा काय प्रकार आहे? घाबऱ्याघुबऱ्या सुमनने पुन्हापुन्हा मुकुंदाचा नंबर फिरवला. रिंग वाजत होती; पण पलीकडून काहीच उत्तर नव्हते.

खाली मान घालून खिडकीतून ती कावळी मात्र डोळे गरगरवीत सुमनकडे पाहत ओरडत होती. तो आवाज कानाची रन्ध्रे फाडून मेंदूपर्यंत आत पोचत होता.

काव.. काव.. काऽव... काऽव...

■

कोल्ड वेव्ह...

ग्रँट रोडच्या पुलावर सदा कोलारकर उभा होता. संध्याकाळचे पाच वाजले होते. हवेत चांगलाच गारठा होता. त्यात भरीला झोंबरा वारा होता. हाताची घडी घालून शरीराला ऊब आणण्याचा निष्फळ प्रयत्न करत सदा उन्हाच्या तिरपीत उभा होता. मुंबईत आलेली ही कोल्ड वेव्ह.

पुलाखालून गाड्या धडधड धावत होत्या. माणसांची गर्दी, मार्केटकडे, स्टेशनकडे धावणारी माणसे, पुलावरून पळणाऱ्या टॅक्सीज, बसेस, मोटारी, स्कूटर्स आणि पुलाखालून पळणाऱ्या लोकल्स– माणसांचा, वाहनांचा, गाड्यांचा चालणारा एकच कोलाहल.

सदा स्वत:शीच पुटपुटला, 'अजून दोन तास तरी असेच काढायला हवेत. सातच्या दरम्यान गाडी पकडून घरी गेलो तर मालूला काही कळणार नाही. लवकर गेलो तर मग हजार प्रश्न. आज ना उद्या नोकरी सुटल्याचं तिला सांगायलाच हवं. पण आजच कशाला? तिचा वाढदिवस आटपू दे. मग सांगू.'

मनाशी निश्चय ठरला आणि त्याला बरे वाटले. तीन महिन्यांचा पगार दिला गेला होता हे काय कमी झाले? त्याने चाचपडून खिशात ठेवलेले नोटांचे पुडके जागच्या जागी असल्याची खात्री केली आणि मग तो तसाच गाड्या पाहत उभा राहिला.

नोकरी सुटण्याचा हा तसा काही पहिलाच प्रसंग नव्हता. ज्या कारखान्यात तो कामाला होता तिथे वर्षातून दोन महिने असे नोकरीवरून कमी करण्यात यायचे. दोन महिन्यांनी मग पुन्हा कामावर घेण्यात यायचे. नोकरी नसली तरी कारखान्यात त्याची रोज खेप असायची. नोकरीत असणारी ही अनिश्चितता...

सदाच्या डोळ्यांपुढे चाळीच्या चौथ्या मजल्यावर असलेले त्याचे तीन खोल्यांचे घरकुल उभे राहिले. त्याची नोकरी ही अशी, पण मालूने, त्याच्या बायकोने त्या तीन खोल्या छान ठेवल्या होत्या. तिची नोकरी होतीच. तसा पैशाचा प्रश्न नव्हता, पण

नोकरी सुटली की त्याचा अहं दुखावला जायचा. त्याच्या नोकरीची अशी अनिश्चितता... मुलांची फार आवड होती त्याला, पण लग्नाला पाच वर्षे झाली तरीही...

तसे मालूचे म्हणणे चुकीचे नव्हते. मुले जन्माला घातल्यावर आता इतके तनमन अर्पून नोकरी करणे जमले नसते. त्यात त्याची नोकरी कायमची असती तर गोष्ट वेगळी.

नेहेमी नोकरी सुटल्यावर त्याला एकच भीती वाटायची. पुन्हा कामावर घेतले नाही तर? नोकरीत असा खंड पडल्यावरही एक चाकोरी होतीच.

कारखान्यात खेपा, मग रोज मरगळून घरी यायचे. चहा-सिगरेट्स आणि डोके भणभणले की मालूने चिडणे. आताही त्या कल्पनेने त्याचे डोके शिणले. हातातील सिगरेट त्याने पायाखाली घालून चिरडली आणि तो पुढे चालू लागला.

सहज गंमत म्हणून तो फेरीवाल्यांचा माल पाहत चालला होता. मुंबईत ह्या थंडीच्या दिवसात नेपाळी लोकांच्या बरोबरीने रग्जची विक्री करणारे लोक, त्यांच्या समोर असलेल्या जुन्या वूलन कपड्यांचा ढीग, त्यांच्या भोवती असलेली गर्दी. सदा कोलारकर त्या गर्दीत घुसला.

समोर पडलेले चित्रविचित्र कपडे उलथेपालथे केले जात होते. मुलांचे कपडे, स्त्रियांचे स्वेटर्स, ब्लाऊज, पुरुषांचे स्वेटर्स, वूलन कोट.

फेरीवाल्याने त्याच्यासमोर तो तपकिरी पांढऱ्या चौकटीचा कोट धरला. "साब दे दूं? आप के माप का है । जैसे आप के लियेही बनाया है । पहन के देखो ।"

सदा कोलारकरने कोट घालून पाहिला. अगदी व्यवस्थित होत होता. शिंप्याकडून शिवून आणावा ना, तसाच. ज्याचा हा कोट होता तो त्याच्यासारखाच उंचापुरा माणूस असावा. बाहेरची थंडी आता बिलकूल जाणवत नव्हती.

"क्या दाम है?" सदाने गमतीने विचारले. कोट घ्यावा की नाही हा निश्चय अजूनही होत नव्हता.

"साठ रुपया."

"मुझे बनाता है क्या? चालीस दे दूंगा." आणि हो-नाही करता पंचेचाळीसवर सौदा तुटला.

सदा कोलारकरने कोट विकत घेतला आणि तो तसाच अंगावर ठेवून तो मागे फिरला.

आलेल्या उबेने सदाला फार बरे वाटले. मघा मनात येणारे निराशेचे विचार आता तेवढे जाणवत नव्हते. तो असाच आपल्या तंद्रीत उभा असताना त्याला शेजारी कुणीतरी उभे असल्याचे जाणवले. त्याने चमकून प्रथम खिशात असलेल्या रकमेच्या जागी हाताने चाचपले आणि मघाशी ती रक्कम कोटाच्या आतल्या खिशात ठेवल्याचे लक्षात आल्यावर तो स्वत:शीच हसला.

तो माणूस काहीतरी निमित्ताचीच वाट पाहत होता. त्याने सदाला विचारले, "हा कोट फेरीवाल्याकडून घेतलात का?"

सदाने त्या माणसाकडे पाहिले. तो माणूस तसा श्रीमंत दिसत होता. खानदानी श्रीमंतीचे तेज त्याच्या तोंडावर होते. सदासारखाच उंचापुरा पण रुबाबदार होता तो.

सदाने हसत विचारले, "का बरं? तो तुमचा तर नव्हता ना?"

"तुम्हाला कसं कळलं?" त्या श्रीमंत माणसाने असे विचारल्यावर सदाने चमकून त्याच्याकडे पाहिले. तो हसतोय, हा विनोद आहे हे लक्षात आल्यावर सदाही हसला.

दोघेही न बोलता मग खालून जाणाऱ्या गाड्या पाहत उभे राहिले. तो श्रीमंत माणूस सदाला म्हणाला, "किती वेळ उभे राहणार? तुम्हाला घरी नाही का जायचं? मघापासून तर तुम्ही इथंच उभे आहात."

खिशात असलेला तीन महिन्यांचा पगार आणि आपल्या हालचालींवर नजर ठेवून असलेला हा मनुष्य... सदा संशयाने बेचैन झाला असता, पण पैसे कोटाच्या खिशात तसे सुरक्षित होते म्हणून म्हणा किंवा तो माणूस तसा चांगला वाटला होता म्हणून म्हणा, सदा त्याला म्हणाला, "घरी जायला घाबरतोय मी. आजच माझी नोकरी सुटलीय. लवकर घरी गेलो आणि बायको आलेली असली तर तिला संशय येईल. दोन-चार दिवस हे असंच नाटक करायला हवंय. तिचा वाढदिवस झाला की मग सांगणार आहे मी तिला. नोकरी नसलेल्या पुरुषाची अवस्था काय असते हे तुम्हा श्रीमंतांना नाही कळणार."

"तुला पुन्हा कामावर कधी घेतील?"

सदा ह्या प्रश्नावर कडवटपणे हसला. "कुणास ठाऊक? तुम्हा श्रीमंतांची लहर. तोपर्यंत बायको नोकरी करते तरीही... तुम्हाला खरं सांगू. ह्या नोकरीचा वैताग आलाय. दरवर्षी हे असे दोन-तीन महिने षंढासारखे काढावे लागतात. तुम्हाला नाही ते कळणार."

"अच्छा! म्हणजे तुझ्या बायकोचा पैसा घरात येतोय तर!" त्या श्रीमंताचा तो कडवट स्वर.

सदाने चमकून त्याच्याकडे पाहिले. तो गृहस्थ सदाला म्हणाला, "मी तुझी अवस्था जाणतो. You and I are in the same boat." असे म्हणत लांब ढांगा टाकत तो मनुष्य चालू लागला.

सदाला हे सारे विचित्र वाटले. तो मनुष्य चांगला श्रीमंत वाटत होता. आज सदाने विकत घेतला होता तसे चार सूटही शिवण्याएवढा श्रीमंत वाटला होता तो. सदा एवढा मोकळेपणी त्याच्याशी बोलला होता ते मनात नोकरीचा हेतू ठेवूनच.

तो निघून गेला आणि सदाही निघाला. आजूबाजूच्या गर्दी-कोलाहलाच्या

लाटेवर स्वार होत सदाने गाडी पकडली. अंधेरी आल्यावर तो खाली उतरला. तशाच लांब ढांगा टाकत तो घराच्या दिशेने निघाला. बाहेर झोंबरा वारा होता पण अंगात असलेल्या कोटाची ऊब होती.

सदा कोलारकरने गच्चीवरच्या आपल्या तीन खोल्यांच्या घरकुलाचे दार उघडले. मालू अजूनही आली नव्हती. त्याला हायसे वाटले. मोरीवर असलेल्या बादलीतील पाणी त्याने तोंडावर मारले. कोट तसाच अंगावर होता. बूट काढून तो चहाच्या तयारीला लागला.

चहाचा कप घेऊन तो डायनिंग टेबलाजवळच्या खुर्चीवर टेकला. त्याचे लक्ष घरातील सामानाकडे गेले. घरात असलेले सारे सामान मालूच्या पैशातून आले होते. जणू मालू घरातील कमवता पुरुष होती आणि तो बाई.

उद्यापासून मालू कामावर गेली की त्याला एकटे बसावे लागणार होते. घरात मागचे सर्व आटपायचे आणि मग निष्क्रियपणे सिगरेटी फुंकत घरात बसून राहायचे. मग कधीतरी आंघोळ, जेवण. निदान बायकोला नोकरी होती म्हणून ते तरी मिळणार होते. नाहीतर....

प्रत्येक वेळी अशी नोकरी सुटली की नवीन चांगल्या नोकरीसाठी प्रयत्न करायचा निश्चय तो करायचा. ह्या वेळीही त्याने ठरवले. दुसऱ्या दिवसापासून जाहिराती बघून अर्ज करायचा निश्चय झाला आणि त्याला बरे वाटले.

त्यापेक्षा त्या मघाच्या श्रीमंताजवळ विषय काढला असता तर?

दारावर टकटक झाली. मालू असेल ह्या कल्पनेने त्याने दार उघडले. दारात एक अनोळखी व्यक्ती उभी होती. सदाचे लक्ष त्या व्यक्तीच्या चेहेऱ्याकडे गेले आणि योगायोगाचे त्याला आश्चर्य वाटले. मागावा एक डोळा आणि मिळावे दोन असाच काहीसा प्रकार होता. मघाचाच तो श्रीमंत गृहस्थ दारात उभा होता. सदाने मनोमन त्याचे स्वागत केले.

"आश्चर्य वाटलं ना मला पाहून?" त्या इसमाने विचारले.

"आश्चर्य म्हणजे... हो तसं वाटलंच. कारण माझा पत्ता..." सदा चाचरत म्हणाला.

"It was easy. I just followed you. खरं सांगू मी तुमच्या बरोबरच तर होतो."

सदाला त्याला विचारायचे होते. 'का? एवढं स्वारस्य का तुला बाबा?' पण सदा गप्प बसला. एवढा श्रीमंत मनुष्य आपणहून त्याच्याकडे आला होता. त्याच्या ओळखीने नोकरीचे काम होणार होते.

तो इसम बाहेरच्या सोफ्यावर टेकला. डोके किंचित दाबून धरले त्याने आणि मग मान वर करून सदाकडे पाहून तो म्हणाला, "तुला बघितलं आणि मला माझी

आठवण झाली. अगदी तशीच परिस्थिती. चारी बाजूनं कोंडल्यासारखी असलेली अवस्था; आणि ठरवलं, तुला येऊन सारं सांगायचं. दुसऱ्याच्या अनुभवानंही मनुष्य शहाणा होतो.''

''म्हणजे तू श्रीमंत नाहीस? माझ्यासारखाच आहेस? पण तसं वाटत नाही रे? तू फार श्रीमंत असावास असं वाटतं.'' सदाला आपल्या शब्दांतील निराशा लपवता आली नव्हती.

''Yes , I am rich'' तो माणूस कडवटपणे हसला.

''मग तुझ्यामाझ्या परिस्थितील साम्य?'' सदाने चमकून त्याच्याकडे पाहिले. कदाचित हा इसम वेडा असण्याची शक्यता होती.

तो मनुष्य कडवटपणे सदाला म्हणाला, ''तू मला वेडा समजतोयस का? पण मी वेडा नाही. माझा स्वत:चा कारखाना आहे. म्हणजे होता.''

ह्या माणसाचा आपल्याला उपयोग होईल की नाही हा विचार सदाच्या मनात आला पण तरीही सदा गप्पच बसला.

''तुला काहीतरी पोकळ उपदेश करायचा नाहीये मला. शक्यतो मी तुला मदत करणार आहे.''

सदाने ह्यावर त्याचे आभार मानले. सदाचे लक्ष आपल्या हातातील चहाच्या कपाकडे गेले आणि तो त्या इसमाला म्हणाला,

''चहा घेणार मिस्टर...''

''मिस्टर घारपुरे.'' सदाला आपले नाव सांगितल्यावर त्याने सदाच्या पाठीवर थाप ठोकली आणि तो म्हणाला.

''अरे, चहा कसला घेतोस? बाहेर ही अशी थंड हवा. चहा पीत बायकोची वाट पाहत बसणं हे काम करणारे आपण नव्हे.'' आणि अंगठा तोंडाकडे नेत तो म्हणाला, ''हे कधी घेतलंयस?''

''क्वचित. मित्रांच्या पार्टीत. स्वत:ला परवडतच नाही रे. तुम्हा श्रीमंतांची गोष्ट वेगळी.''

सदाच्या ह्या बोलण्यावर तो हसला. ''तुम्ही मध्यमवर्गीय असेच. चल, उठ. मजा कर. खिशात पैसा आहे. बायकोच्या पगाराची खात्री आहे. ह्या बायकांना कुंकवाला आधार म्हणून तरी आपण हवे असतो.''

''माझ्या बायकोचा तू अपमान करतोयस. मी हे कदापिही चालवून घेणार नाही.''

सदाच्या ह्या बोलण्यावर तो नुसता हसला आणि म्हणाला, ''तूही माझ्यासारखाच बुद्दू आहेस. मी ज्या मार्गानं गेलो त्याच मार्गानं तू जातोयस. अगदी तसाच.''

त्या माणसाने जळत आलेली सिगरेट बुटाने चिरडली आणि तो सोफ्यावर

रेलून बसला आणि मग एक सुस्कारा सोडत म्हणाला, "जे घडलंय ते नाकारता येणार नाही. तेव्हा आता तुला ते सांगायला हरकत नाही." त्याने पुन्हा एक सिगरेट शिलगावली. एक सदापुढे केली आणि झुरका ओढून तो म्हणाला, "आता मी तुझ्यापुढे आहे पण आताचा मी आणि दहा वर्षांपूर्वीचा मी ह्यात खूप फरक पडलाय. तेव्हा मी तरुण होतो, खूप देखणा होतो. नीना माझ्यावर भाळली ती म्हणूनच. एका कारखानदाराची एकुलती एक मुलगी होती नीना. तिचं आणि माझ्यासारख्या सामान्य घराण्यात जन्माला आलेल्या तरुणाचं लग्न होणं कसं शक्य होतं? पण ते घडलं महाशय! नशिबाची लॉटरी फुटली असंच वाटलं मला."

"Damn lucky man" न राहवून सदाच्या तोंडून आपोआप शब्द बाहेर पडले.

"पुढे ऐक– लग्न झाल्यावर थोड्याच दिवसात माझ्या लक्षात आलं की लग्न हे एक नाटक होतं. नीनाला आपल्या मुठीत राहणारा नवरा हवा होता. पैशाच्या बळावर विकत घेतलेला मी एक गुलाम होतो. तिचे मित्र, पार्ट्या ह्यात मला स्थान होतं ते बाहुल्यासारखं– I was nobody. प्रत्येक वेळी तुझ्या बायकोसारखीच आपल्या पैशाचं, श्रीमंतीचं गाणं नीना गायची. I hated her. One day I left her but not without punishing her,"

त्या माणसाची ती गोष्ट. त्यात नवीन काहीच नव्हते. सदाच्या आयुष्यात तरी कुठे ह्याहून काही वेगळे होते?

बायकोची चांगली नोकरी, पगार, तिला नको असलेले मुलांचे बंधन, तिचे मित्र, पार्ट्या, उशिरा घरी येणे... मनातून त्याची पर्वा तिला नव्हती. होते ते सारे नाटक. सदाला साऱ्याचा उबग आला होता.

तो इसम म्हणाला, "आता मी असा कुठं कुठं भटकतो. सर्वांना माझी कहाणी सांगण्यात अर्थ नाही. तुला हे सांगावसं वाटलं कारण परिस्थितीतील साम्य. तूही अडथळा केला नाहीस म्हणून हे सारे बोललो. If you want any help..."

सदाला एकदम आठवण झाली. तो म्हणाला, Yes, yes I want your help. तुझ्या वशिल्यानं मला नोकरी लावून दे चांगली. मालूच्या नाकावर टिच्चून दाखवून द्यायचंय मला की तिच्या मित्राहून, तिच्या बॉसहून मी कमी नाही."

"त्या दृष्टीनं माझा काही उपयोग व्हायचा नाही तुला. मी सांगतो ते का नाही करत तू? Enjoy yourself ! तुझी बायको तुला हाकलून देणं शक्य नाही. Come on we will go out and... मला दोन-चार बार माहीत आहेत. आणखी काही छान जागा ठाऊक आहेत. Come on my friend. माझं इथंच चुकलं रे! बायकोच्या पैशावर मजा मारायची सोडून नसत्या तत्त्वांना बळी पडलो मी."

"माझी बायको..."

पण सदाला बोलणे पुरे न करू देताच तो म्हणाला, "ती अगदी माझ्या बायकोसारखी नाही असंच सांगायचंय ना तुला? सर्व बायका– विशेष करून अशा पैशाचा मद चढलेल्या बायका सारख्याच."

सदाने डोके दोन्ही हातांनी गच्च दाबून धरले, "माझं डोकं गरगरायला लागलं रे! तू म्हणतोयस ते सारं खरं आहे. मला गेली कित्येक वर्षं संशय येतोय पण..."

"जाऊ दे मित्रा, डोकं शिणवू नको. आता आपण परस्परांना भेटलोय. परस्परांना सावरायचं. ह्या गरम कोटानं थंडी जशी दूर ठेवतोयस ना, अगदी तसेच बायकोचे विचार मनातून दूर कर." आणि मिस्टर घारपुरेने हात पुढे केला. सदा त्याच्या जोडीने चालू लागला.

दोघे जिना उतरून खाली आले आणि न बोलता चालत राहिले. घारपुरे नेत होता तिकडे सदा त्याच्याबरोबर जात होता.

"माझी बायको तशी वाईट नाही रे! पण ती तरी काय करणार? माझी नोकरी ही अशी. स्वत:ची नोकरी टिकविण्यासाठी तिला बॉसबरोबर उशिरापर्यंत राहावं लागतं." सदाच्या ह्या बोलण्याकडे मिस्टर घारपुरेचे लक्षच नव्हते असे निदान सदाला वाटले.

बहुधा तो विचार करत होता. कारण जरा पुढे गेल्यावर मागे वळून न पाहताच तो सदाला म्हणाला, "उगाच कशाला स्वत:ला फसवतोस? बाई सर्वनाशाला कारणीभूत असते. पूर्वीच्या काळी युद्धं झाली ती बायांमुळंच. घरात होणारे कलहही बाईमुळंच होतात."

"एवढं असूनही माणसं लग्न करतातच की! चमत्कारिक परिस्थिती आल्यावर बाई तरी काय करणार?" सदा हे बोलत होता पण आपला युक्तिवाद लंगडा आहे हे त्यालाही समजत होते.

"कच्चा आहेस!" असे म्हणत घारपुरेने सदाचा खांदा थोपटला. "लहानपणी आईचा पदर धरून मूल फिरतं. मोठेपणी तुझ्यामाझ्यासारख्यांच्या बायकोचीही हीच अपेक्षा असते. बायका हे जगातील विचित्र कोडं आहे."

"सर्वच बायका अशा थोड्याच असतात?"

सदाच्या ह्या बोलण्यावर घारपुरे कडवटपणे म्हणाला, "निदान तुझ्या-माझ्या वाटणीला आलेल्या. हं! चल, तो बार आला, काय घेतोस? Vat 69की ती Eagleची बाटली आवडेल तुला? भक्ष्यावर झेप घालण्याच्या तयारीने बसलेला तो गरुडपक्षी? We will take it. You go inside and purchase, I will wait here.'

बाटली घेतल्यावर ते दोघे चालू लागले. घारपुरेने विचारले, "आणखी कुठं जायचंय? अरे, पैसे दिले की तात्पुरती बायकोही मिळू शकते."

सदाच्या चेहेऱ्याकडे लक्ष जाताच तो म्हणाला, ''बरं, नको तर नको. आज एवढीच दीक्षा पुरे. सोडा घेऊ या का? On rocks तुला झेपणार नाही.''

सदाने जवळच्या इराण्याकडून सोडा घेतला. आणि मागे न बघता झपझप तो घराजवळ आला. त्याने कुलूप उघडण्यासाठी चावी घेतली तर दाराला नेहमीचे भलेमोठे कुलूप नव्हते. फक्त अंगचे कुलूप होते.

सदाने मागे वळून पाहिले. लोचटासारखा त्याच्या मागे उभ्या असलेल्या घारपुरेला तो म्हणाला, ''बायको आलीय माझी. आता तू जा.''

त्याने अंगचे कुलूप उघडले आणि पाय न वाजवता तो घरात शिरला. स्वयंपाकघरालीत टेबलावर त्याने बाटल्या ठेवल्या.

टेबलावर जेवणाची ताटे तशीच पडलेली होती. टेबलावर बाजूबाजूला मांडलेल्या दोन डिशेस. कोण जेवले होते तिच्याबरोबर? घाईगर्दीने संपवलेले अन्न.

पाय न वाजवता तो आतल्या खोलीकडे वळला. मालू शांत झोपली होती. बाजूच्या उशीवर कुणाच्यातरी डोक्याची खूण होती. खोलीत पसरलेला तो गंध, विस्कटलेली चादर आणि मालूच्या तोंडावरील तृप्तीचे भाव... मिस्टर घारपुरेने मनात काहीच्या बाही भरवले, दुसरे काय? येणारा हा संशय.

सदा बाहेर आला. त्याने समोर टेबलावर ती बाटली ठेवली. बशीत काजू ठेवले आणि मग त्या गरुडाच्या तांबरलेल्या डोळ्यांकडे पाहत तो एक एक पेग चढवत राहिला. आता त्याचे डोळे तारवटले होते. त्यांना कंप सुटला होता. मालू मात्र आत संथपणे झोपली होती.

मग तो हळूच उठला. टेबलावर असलेली मालूची पर्स त्याने उघडली. आत असलेली 'निरोध'ची पाकिटे... तो चमकला. टेबलावर पडलेली, घाईगर्दीने फाडली गेलेली ती प्लॅस्टिकची पिशवी...

त्याकडे पाहताना त्याचा संताप अनावर झाला. त्याने पर्स रागाने खाली फेकली. त्या आवाजाने मालू जागी झाली. त्याच्या त्या अवताराकडे घाबरून पाहत राहिली.

''अरे सदा तू! केव्हा आलास?'' पण त्याचे लक्षण तिला ठीक दिसत नव्हते. ते रिकामे पाकीट नाचवत तो एक एक पाऊल सरकत होता.

''आपल्यासाठीच आणलं मी.'' ती चाचरत म्हणाली.

''आणि हे कुणी वापरलं?'' त्याने आता तिच्याकडे झेप घेतली. घाबरून ती कॉटच्या कोपऱ्याकडे सरकली?

''कुठे आहे तो? तुझा तो बॉस? त्याला आज मी जिवंत ठेवणार नाही. आज त्याचा तरी जीव घेईन नाहीतर तुझा तरी!''

''अरे सदा! असं काय करतोस?'' पण तो पुढे येत होता. त्याचा तो क्रुद्ध

अवतार. "तू दारू प्यायलास सदा. डोकं जागेवर नाहीय तुझं. अरे कुणी वाचवा. धावा हो धावा. अरे सदा! असं काय करतोस? वाचवा हो वाचवा मला."

"सटवे! किंचाळत्येस वर? थांब, तुझा आवाजच बंद करतो." असे म्हणून त्याने तिची मान पकडली आणि ती करकचून दाबली.

"तुझा आवाज... पुन्हा त्या बॉसचं नाव घरात निघता कामा नये. समजलीस?"

त्याने झटक्याने तिची मान सोडली. ती लुळी होऊन खाली पडली ह्याचेही त्याला भान नव्हते.

तो पुन्हा आपल्या खुर्चीकडे वळला. त्याने आणखी एक पेग चढवला आणि तो स्वस्थ बसला. आतून मालूचे रडणे, कण्हणे काहीच ऐकू येत नव्हते.

तो पुटपुटला, 'चुकलंच माझं. त्याच्या नादी लागलो आणि आज मालूला दुखावलं. मिस्टर घारपुरे हा होता तरी कोण?'

आणि अचानक बाजूच्या खुर्चीतून उत्तर आले, "ह्या कोटाचा मालक!"

कोण बोलले म्हणून घाबरून सदाने बाजूला पाहिले. मघाचा तो इसम घारपुरे बाजूच्या खुर्चीत होता.

"तू! तू पुन्हा आलास!" सदा जरा चिडलाच.

"मी गेलोच नव्हतो. तुझ्या कोटाबरोबर मी पण आत आलो."

"मूर्खासारखं बोलू नकोस!" सदा आणखीनच चिडला.

"मी मूर्ख होय? अरे, तुला सांगितलं होतं ते बरोबर होतं की नाही? तुझी बायको—'

"चूप बस. ती झोपलीय आत." सदा कुजबुजला.

"झोपली नाही, मेली आहे. तू मारलंस तिला. तेव्हाही मी इथंच होतो. तिचा व्यभिचार तुला सहन झाला नाही. मी सांगितलं नव्हतं तुला. तुझ्या आणि माझ्या परिस्थितीत असलेलं साम्य..."

सदाने किलकिल्या डोळ्यांनी त्या इसमाकडे पाहिले. क्षणभर सदाला काहीच समजेना. हे विचित्र स्वप्न तर नव्हते ना? बाहेरून दारावर धडका बसू लागल्या तेव्हा सदा भानावर आला.

लोक ओरडत होते, "अहो कोलारकर! काय झालं?"

तरीही सदा तसाच बसून होता. थोड्या वेळाने बाहेरून आवाज आला. "दरवाजा फोडायचा का? नक्कीच गडबड आहे. पोलिसला फोन करा."

बाहेरचा गलका आता वाढला होता.

सदा घारपुरेकडे पाहत स्तब्ध बसून होता. थोड्या वेळाने मिस्टर घारपुरेने सदाला विचारले, "आता तू काय करशील? इथं लपायला जागाच नाही. बाहेर निसटायलाही जागा नाही. There is only one way." मिस्टर घारपुरेने खिडकीकडे

बोट दाखवले. सदाने त्या खिडकीतून वाकून पाहिले. चौथ्या मजल्यावरची ती खिडकी... खाली असलेली सिमेंटची फरशी...

"Come along with me." आणि सदा निमूटपणे त्याच्या मागून निघाला.

पांढऱ्या चौकटीचा तो तपकिरी कोट वाऱ्याच्या झोताबरोबर पक्ष्याच्या पंखांसारखा किंचित फडफडला. सदाने डोळे घट्ट मिटून घेतले. कोटाच्या मालकाने त्याचा हात घट्ट धरला आणि तो म्हणाला, "घाबरू नकोस. मी आहे."

दुसऱ्या दिवशी पेपरात बातमी आली :

एका इसमाची बेकारीला कंटाळून आत्महत्या.

सदा कोलारकर ह्याला तीन महिन्यांचा पगार देऊन नोकरीतून काढून टाकण्यात आले होते. त्याचा सदाला मोठा धक्का बसला असावा. आत्महत्या करायचा त्याने निश्चय केला पण त्याआधी पृथ्वीवरचे आयुष्य त्याने पुरेपूर उपभोगले.

टेबलावर जेवणाची दोन ताटे होती. इतकेच नव्हे दारूचे पेलेही होते. तेथे पडलेले निरोधचे पाकीट...

त्यानंतर सदाने आपल्या बायकोचा गळा दाबून जीव घेतला आणि खिडकीतून उडी टाकून तो मृत्यूला शांतपणे सामोरा गेला... त्याच्या बायकोला नोकरी असताना सदा कोलारकर ह्या इसमाने असे का करावे? त्याच्या मृत्यूसमयी त्याच्या अंगावर असलेला भारी कोट... पोलीस अधिक तपास करत आहेत.

पोलीस स्टेशनवर इन्स्पेक्टर राणे बोटाने आपल्या कपाळावर ताल धरून बसले होते.

आत्महत्या केलेल्या माणसाच्या अंगावर असलेला पांढरा चौकटीचा तपकिरी कोट... He had seen it somewhere. आणि मग एकाएकी त्यांना आठवले. ह्या अशाच तऱ्हेची आत्महत्या वाळकेश्वरला झाली होती, एका कारखानदाराने केलेली ती आत्महत्या... त्याआधी त्याने बायकोचा केलेला खून... ह्या दोन केसमध्ये असलेले साम्य...

क्षणभर त्यांना काही कळेचना. सुचत नसले की कपाळावर बोटाने ताल धरून बसायची त्यांची नेहमीची सवय... आताही त्यांनी दोन बोटांनी कपाळावर ताल धरला.

■

कपिलाषष्ठीचा योग

या, आलात कोथूमंगलमला? मी तुमच्यासारखा कुणी येईल म्हणून वाटच पाहत होतो. या गावात तुमच्यासारखा कुणी येईल ह्याची वाटच पाहावी लागते. कारण केरळातील त्रिचूर, अर्नाकुलम, कोचीनसारखं हे मोठं शहर नाही. तुमच्या-आमच्यासारखा उत्तर हिंदुस्थानी इथं येणं म्हणजे कपिलाषष्ठीचा योग. असा योग आला, की मग मात्र मी सोडत नाही. मी काय बोलतोय ते कळतंय ना तुम्हाला? इथल्या मल्याळम भाषेचा माझ्या हिन्दीवर परिणाम झालाय असा संशय येतोय मला. हिन्दी बोलणारच कुणाशी म्हणा? त्या पंजाब्याशी...? मी त्याला टाळतोच. त्याच्यामुळंच....

तेच सांगायचंय तुम्हाला. तो पंजाबी इथंच भेटला. ह्या कोथूमंगलमला येण्याची वेळ आणली माझ्या बॉसनं. हलकट आहे साला. टूर असली की नेमका त्याला मीच कसा दिसतो?

आता बघा हं. अर्नाकुलमची महिन्याची टूर संपवून मी त्रिवेंद्रमला परतलो. आठ दिवसात कामाचा रिपोर्ट सादर केला तर हलकटानं ताबडतोब कोथूमंगलमचं काम लावलं. बायको, मुलगा ह्यांच्या संगतीत काय आठ दिवस काढले असतील तेवढेच. पुन्हा धोपटी उचलून निघावंच लागलं. वैताग आला होता; पण सांगणार कुणाला? नोकरी म्हटलं, की मनात नसतानाही अशा तुंबड्या लावाव्या लागतात.

कोथूमंगलमला उतरलो तेव्हा तिन्हीसांजा झाल्या होत्या. पाऊस रिपरिपत होता. स्टेशनवरचे मिणमिणते दिवे... इतकी वर्षे टूरिंग केलंय मी. स्टेशनवरून गावाचा अंदाज येतो. मनात म्हटलं, 'चला पठ्ठे! बायकोच्या हातचं सुग्रास जेवण फक्त आठच दिवस नशिबात होतं. आता खा उकड्या तांदळाचा भात आणि सांबार.'

राहण्याच्या व्यवस्थेबद्दलही मी साशंकच होतो. सामान उचलायला आलेल्या म्हाताऱ्या जवळ लॉजची चौकशी केली, "नल लॉज पोणम" म्हाताऱ्यानं समजल्यासारखी मान डोलावली. तेवढ्यात पाच-दहा रिकामटेकडी मंडळी गोळा झाली. त्यांची

आपसात काहीतरी बोलणी झाली. तू जसा आता ओरडलास ना, अगदी तसाच मीही वैतागून ओरडलो होतो, 'चलो' तेव्हा गर्दी पांगली होती.

छोट्या स्टेशनवर टी.सी. आणि स्टेशनमास्तर एकच व्यक्ती असते. शेवटी त्याचा सल्ला घेतला मी. "प्रिमिअर लॉज इज देअर- बट...." बराच वेळ त्याचं आणि हमालाचं अगम्य मल्याळममध्ये बोलणं चाललं होतं. मघा प्रिमिअर लॉजचं नाव म्हाताऱ्याभोवती जमलेल्या उनाड टोळभैरवांच्या तोंडी होतं.

"आय ॲम गोइंग टू स्टे ओन्ली वन नाइट. टुमारो आय विल मेक अरेंजमेंट विथ द हेल्प ऑफ लक्ष्मी बँक पीपल." मी बँकचे नाव घेतलं होतं म्हणून असेल किंवा माझं फर्स्टचं तिकिट बघितलं म्हणूनही असेल, टी.सी. कम स्टेशनमास्तरनं झटकन हाफलुंगीची फुललुंगी केली, पुन्हा हमालाशी सल्लामसलत झाली आणि माझ्याकडे वळून तो म्हणाला, "ओ. के. फॉर वन नाईट सर."

आता तुम्ही जाताय ना त्याच रस्त्यानं मीही निघालो. हमालाच्या पाठोपाठ चालत राहिलो, मघाशीच सांगितलं ना, हे गाव केरळातल्या अनेक खेड्यांसारखं एक खेडं. फक्त नावं बदलायची. बाकी तसा गावात काही फरक नाही. तसाच समुद्रकिनारा, भातशेती आणि नारळीच्या बागा, मुंडू नेसलेले, खांद्यावर टॉवेल टाकणारे मल्याळी आणि निळी किरमिजी रंगाची पोलकी घालणाऱ्या धष्टपुष्ट शरीराच्या मल्याळी स्त्रिया...

हो. ह्या उंच गोपुरांच्या देवळावरून वाट जाते. देऊळ ना? असेल मुरगन किंवा अम्मनचे. म्हातारा काहीतरी सांगत होता; पण माझं लक्षच नव्हतं.

देवळाच्या बाजूला कट्ट्यावर पुरुष राजकारणाची चर्चा करत बसलेले होते. छोटी मोठी घरं वाटेत लागत होती. खुराड्यात जशी कोंबडीच्या पिल्लांची रेलचेल असते तशीच ह्यांच्या घरातूनही... केरळातील कोणत्याही खेड्याचं हेच दृश्य असतं राव!

हॉटेल बरंच दूर होतं. स्टेशनातून निघालो, तेव्हा एवढा जोरात पाऊस नव्हता, पण क्षणात तो कोसळूच लागला.

हॉटेल ना? बरंच मोठं आहे; पण अस्वच्छ. मागच्या बाजूला समुद्रकिनारा आहे. खालच्या मजल्यावर ऑफिसरूम... मी जाताच मालकानं रजिस्टर पुढं ठेवलं, त्यावर नाव-पत्ता-काम लिहिलं. मालकानं पोऱ्यांना साद घातली, "अय्यपन, कृष्णन...

आला होता तो कृष्णन होता. कारण मालकानं त्याच्याकडे अय्यपनची चौकशी केली होती. कृष्णनला पोऱ्या म्हणण्यात अर्थ नव्हता. लिंब राहतील एवढ्या कल्लेदार मिशा असलेला धडधाकट बाप्या होता तो. माझी बॅग आणि होल्डॉल त्यानं लीलया उचलली. तो वरच्या मजल्यावर गेला. त्याच्या पाठोपाठ मीही गेलो.

त्यानं एक खोली उघडली. खोली कोंदट होती. बऱ्याच दिवसांत वापरात नसल्यामुळं येणारा कुबट वास खोलीला होता. कृष्णननं भराभरा खिडक्या उघडल्या.

मी बूट काढले. माझं लक्ष कृष्णनकडे गेलं. तो तिरक्या नजरेनं माझ्याकडेच पाहत होता. त्याची ती नजर मला चमत्कारिक वाटली. मनात आलं, 'चोरही असेल साला! पैसे, पाकिट, वस्तू नीट ठेवायला हव्यात?'

तो अजूनही घोटाळत होता. खुजा उचलताना त्यानं मला विचारलं, "सरैऽ हिन्दी?"

मी 'हो' म्हणताच तो एवढा दचकला की त्याच्या हातातून खुजावरचा ग्लासच निसटला. खळकन आवाज करत ग्लासचा झालेला चकणाचूर... विखुरलेल्या काचा गोळा करताना कृष्णननं इकडचं, तिकडचं बोलणं सुरू केलं. मी कशासाठी आलोय ह्याबद्दल त्याला उत्सुकता होती. मी त्याला जराही दाद लागू दिली नाही, पण काचा भरून झाल्यावरही तो जरासा घुटमळलाच. त्याचं ते टक लावून बघणं चमत्कारिकच वाटलं मला.

मनात म्हटलं स्वारी वेडपट तरी आहे किंवा बदमाष तरी आहे. त्याची ब्याद घालवण्यासाठी मी त्याला जेवणाची ऑर्डर दिली, पण तरीही तो होता तिथंच उभा. मान वाकडी करत त्यानं उत्तर दिलं,

"जेवण नाही."

"बर, इडली डोसा तरी?"

"ते पण नाही. फक्त कॉफी मिळेल."

अर्थात हे आमचं संभाषण मल्याळममध्येच चाललं होतं. कॉफीची ऑर्डर दिल्यावरही त्याची हलण्याची इच्छा दिसली नाही. शेवटी वैतागून मी त्याला विचारलं, "मिळतं तरी काय तुमच्या हॉटेलात मग? चल मॅनेजरकडे."

मी तरातरा खाली निघालो. माझ्या पाठोपाठ तोही आला.

मॅनेजरला म्हटल्यावर त्यानं दिलगिरी प्रदर्शित केली. बरणीत मिक्स्चर बिस्किटं होती. कॉफी आणि ती वर पाठवण्याचं आश्वासन त्यानं दिलं.

कृष्णन कॉफी आणायला गेला आणि मी मॅनेजरला म्हटलं, "वेडा आहे का हा?"

"थोडासा अर्धवट आहे; पण आज अमावस्या म्हणजे जरा आणखीच..." वेड्याचं वेड अवसे-पुनवेला वाढतं हे मलाही माहीत होतं.

मी खोलीवर गेलो. पाठोपाठ ट्रे घेऊन कृष्णन आला. त्याला खोलीत घेतलंच नाही. मी दारातूनच ट्रे घेतला आणि दरवाजा बंद केला. ट्रे बाहेर ठेवायला मी दरवाजा उघडला. कृष्णन तिथंच बाल्कनीत घुटमळत होता. तोंडानं पुटपुटत होता, 'इन्ने की अमावास्या.' त्याच्या डोळ्यांत दिसणारी ती चमक... मी झटकन् दरवाजा बंद केला.

पोटात थोडंसं अन्न गेलं होतं; पण तरीही झोप येत नव्हती. एकंदरीत हे गाव, खाण्याचे होणारे हाल... इथं आठवडाभरही काढणं कठीण होतं. इथलं काम

झटकन आटपून त्रिवेंद्रम गाठायचं असा मनाशी विचार करत मी येरझारा घालत होतो. शेवटी कंटाळून मी बाजूच्या दुसऱ्या खाटेवर बसलो. माझ्या कॉटला मच्छरदाणी लावली होती; पण आत शिरून झोपण्याची माझी तयारी नव्हती.

बसल्याबसल्या घरचे विचार मनात येत होते. टूरिंगनं कंटाळलेली बायको, माझा छोटा मुलगा... आठवणीनं घशात आवंढा आला. घराचे विचार मनात घुटमळू लागले आणि डोक्याला फारच त्रास होऊ लागला. तो येडपट कृष्णन बाहेर नाही ना ह्याची खात्री करून घेतली आणि दरवाजा उघडून बाल्कनीत येऊन उभा राहिलो.

बाहेर अमावस्येची काळीभोर रात्र होती. आकाशात तुरळक चांदण्या होत्या. काळ्याभोर मेघांनी आच्छादलेलं आकाश... दूरवर गावातले दिवे लुकलुकत होते. समोर रस्त्यावरचे दिवे लुकलुकत होते. त्यांच्या बेताच्या उजेडात समोरची शेताडी आणि बाजूची नारळीची बाग दिसत होती. मागच्या बाजूनं समुद्राचं रोरावणं कानांवर येत होतं. कुठे तरी दूरवर कुत्रं विव्हळत होतं. बेडकांचं ओरडणं आणि त्यांना असणारी रातकिड्यांची साथ...

पाऊस आता पडत नव्हता. वातावरण गुडूप झालं होतं. वारा जराही नव्हता. बाल्कनीतल्या दिव्याभोवती कीटकांच्या फेऱ्या चालल्या होत्या. वीत, दीडवीत लांबीची एक पाल दबा धरून बसली होती. मध्येच एक एक कीटक मटकावत होती. कीटक तरीही मजेत फिरत होते. आपलं मरण पुढच्या घटकेला आहे ह्याची त्यांना सुतराम कल्पना नव्हती. त्या विचारानं उगाचच अंगभर शिरशिरी भरली. बाहेर थांबून मन आणखीनच उदास झालं होतं. चार भिंतींचा तो आसराही त्यापेक्षा सुखरूप वाटत होता. मी पुन्हा खोलीत जाऊन बसलो. दिवा लावला आणि मच्छरदाणी सारखी करून पुस्तक वाचू लागलो.

किती वेळ वाचलं आठवत नाही; पण अचानक दिवे गेले. पाच-दहा मिनिटांत दिवे येतील म्हणून वाट बघत तसाच पडून राहिलो. हवेत भयंकर उकाडा होता. मला अचानक डाव्या बाजूच्या बंद खिडकीची आठवण झाली. तसाच धडपडत मी पलंगावरून उठलो आणि खिडकी उघडली. वाऱ्याच्या झुळकेबरोबर पावसाची झड आत आली आणि अंगभर चमत्कारिक शिरशिरी आली. कुणाचं चमत्कारिक अस्तित्व त्या खोलीत असल्याचा भास मला झाला. मी घाबरट नाही; पण त्या अंधाराची मलाही भीती वाटू लागली.

एखाद्या लहान मुलासारखा झटकन मी मच्छरदाणीत घुसलो. समुद्राचा, रातकिड्यांचा, बेडकांचा आवाज येत होता. त्यातही मच्छरदाणीच्या बाहेर असलेल्या डासांचं गुणगुणणं कानावर येत होतं. मी बराच वेळ असाच पडून होतो.

त्या खिडकीकडे पाहण्याची हिम्मत होत नव्हती. अचानक थंड हात अंगाला लागावा तशी पावसाची झड तोंडावर आली. कुणीतरी मांजराच्या पावलानं खोलीत

वावरत होतं नक्कीच. आपल्याशीच बोलत होतं. ते शब्द ऐकू येत नव्हते; पण मनाला जाणवत होते.

मी चमकून खिडकीकडे पाहिलं. मघा उघडी असलेली खिडकीची झडपं आता हळू हळू बंद होत होती. कुणी ती खिडकी जणू बाहेरूनच बंद करत होतं. क्षणभर घुसमटल्यासारखं वाटलं. श्वास इतका कोंडला की, मोठ्यानं ओरडावंसं वाटलं; पण आवाजच फुटेना तोंडातून.

धीर करून मी उठलो. मच्छरदाणीबाहेर आल्यावर बरं वाटलं. आता उकाडाही जाणवत नव्हता. बाहेर जोरात पाऊस कोसळत होता. उकाड्यानं घामेजलेलं, जड झालेलं शरीर कसं हलकं फुलकं वाटत होतं.

बाहेर दिव्याचा उजेड दिसला आणि खोलीतील दुसरा स्विच चालतोय का हे पाहावं म्हणून अंधारात धडपडत निघालो आणि माझं लक्ष त्याच्याकडे गेलं. मी दचकलोच. मघा रिकामी असलेली माझ्या खोलीतली दुसरी कॉट... आता त्यावर एक सरदारजी बसलेला होता.

"घाबरलास दोस्ता? बऱ्याच दिवसांनी कुणी उत्तर हिंदुस्थानी इथं आल्याचं दिसलं आणि सरळ तुझ्याकडे आलो. तू झोपला होतास म्हणून बसून राहिलो." तो क्षणभर टक लावून माझ्याकडे पाहत होता, "कळतय ना माझं बोलणं? मी कैलास आनंद. सेल्स रिप्रेझेन्टेटिव्ह ऑफ-" त्यानं एका प्रख्यात कंपनीचं नाव घेतलं.

"ग्लॅड टू मीट यू. कुठून आलात आपण?"

माझं बोलणं ऐकून त्यानं आनंदानं मला मिठीच मारली. "ओ! थँक यू! अरे बाबा आपलं हिंदी इथं समजणं ही एक समस्याच आहे."

"हिंदी नाही, तर इंग्लिश बोलावं." माझी ही सूचना त्यानं ऐकली न ऐकल्यासारखीच केली.

"दीज ब्लडी पीपल, दीज रास्कल्स." तो ऐकण्याच्या मन:स्थितीत नव्हता. चिडून इथल्या लोकांबद्दल संतापून बोलत होता. पठ्ठ्याला बहुधा कुणीतरी पैशाची चांगलीच टांग मारली असावी असा मी अंदाज केला. मनात म्हटलंही, 'पंजाबी आणि केरळीय 'ठकास महाठक' हेच खरं!'

त्यानं एक अस्खलित शिवी दिली आणि तो म्हणाला, "अरे, किती ओरडलो, बोललो तरी लक्ष देत नाहीत साले! आता सांग, तुला मी दिसतोय ना! तुला माझं बोलणं ऐकू येतंय ना?"

शंका आली, स्वारी प्यायली असावी. आणि त्याच अवस्थेत माझ्याकडे आली असावी. त्याची समजूत घालत मी म्हटलं, "न दिसायला काय झालं? तुझ्यासारखी धिप्पाड व्यक्ती दिसली नाही, तर तो आंधळाच आहे असं समजायला हरकत नाही."

"बरं! तुला माझा स्पर्श समजतोय ना? तुला वाटत असेल, हा काय भलते

प्रश्न विचारतोय? पण आज मला खात्री करून घ्यायची आहे. तू उत्तर हिंदुस्थानी दिसलास म्हणून मुद्दाम आलो.''

त्याच्या बोलण्यात सुसंगती नव्हती; पण त्याचं बोलणं ऐकण्याशिवाय गत्यंतर नव्हतं. मग त्यानं मला माझं नाव विचारलं, पुन्हा आपलं नाव सांगितलं. बोलताना तो म्हणाला, ''मी पंजाबी आहे. पंजाब, जिथं भांगडा रंगतो तो पंजाब... जिथं सरसोंकी साग आणि मकई की रोटी मिळते तो पंजाब, शूरांचा, वीरांचा पंजाब...''

मनात म्हटलं, 'हा किती वेळ गुणगान करणार पंजाब्यांचं देव जाणे!' पण त्यानं ते आवरतं घेतलं. ''लुधियानाहून मी मुंबईत आलो. नोकरी मिळाली ती अशी फिरतीची. आज इथं उद्या तिथं. पण आमच्या ह्या नोकरीत काही ठराविक वर्षं फिरती केल्याशिवाय टेबलवर्क मिळत नाही.''

मनात आलं, ह्याच्यासारखं असंच सारखं टूरिंग चाललं, तर मीही दारू पिऊ लागेन. तो चांगला प्यालेला वाटत होता; पण बोलणं स्पष्ट होतं.

''महिन्यातून पंधरा दिवस फिरतो. त्यात केरळचा भाग माझ्याकडे आला. इथला इडली डोसा क्वचित बरा वाटतो. पण रोज रोज खाल्लं की जाम वैतागतो माणूस. नशीब एवढंच, लग्न केलं नव्हतं. अरे, हे काय आयुष्य आहे?''

मी मान तुकवली. 'किती दिवस झाले तुला येऊन?' असं विचारायचं ओठांशी आलं होतं, पण त्याचं ते असंबद्ध बोलणं... मी विषय काढला नाही.

तेवढ्यात तोच आपणहून म्हणाला, ''मी आलो त्या दिवशीही असाच मुसळधार पाऊस कोसळत होता. हे हॉटेल बघून वैतागलो, पण गावात दुसरा लॉज नाही मग जाणार तरी कुठं? त्या दिवशी रात्री असंच उकडत होतं आणि नेमकी वीज गेली. घाम पुसत मी बाल्कनीत जाऊन उभा राहिलो.

''आणि अचानक समोरच्या शेताडीत खसखस ऐकू आली. रानजनावर म्हणावं तर कुजबुज ऐकू येत होती. आणि तेवढ्यात वीज चमकली. दूर अंतरावर शेताडीत लपलेली ती स्त्री मला जशी दिसली, तशीच पाठलाग करणाऱ्यालाही. कारण ती स्त्री पळू लागली आणि तिच्या पाठोपाठ तो नराधमही...''

त्याच्या बोलण्यातील त्वेष, उबग... त्यानं माझ्याकडे पाहिलं आणि तो म्हणाला, ''अशा परिस्थितीत मी स्वस्थ बसणं शक्य नव्हतं. कुणीही पुरुषानं जे केलं असतं तेच मीही केलं. मी धावत शेताडी गाठली. मी येताना दिसताच तो गुंड माझ्याकडे वळला. आमची जुंपलीच. आमची मारामारी पाहत ती स्त्री वेड्यासारखी उभी होती.

'भागो, भागो' असं मी ओरडलोही; पण तिला त्याचा अर्थ समजला नव्हता.

''तेवढ्यात पुन्हा एकदा वीज चमकली. मला त्या गुंडाचा चेहरा स्पष्ट दिसला. तो दुसरा-तिसरा कुणी नसून हॉटेलातील पोऱ्या कृष्णन होता. तो पण मला पाहून

चपापला. त्यानं मला ढकललं. शुद्ध हरपताना मी पाहिलं, तर तो गुंड त्या स्त्रीचा पाठलाग करत होता. त्या स्त्रीनं विहिरीत उडी घेतलेली पाहिली आणि माझे डोळे मिटले.

"मी डोळे उघडले तेव्हा, त्या स्त्रीला विहिरीतून बाहेर काढलं होतं. पाणी पिऊन ती फुगली होती. तिला जात्यावर घालण्यात आलं. ती पाणी भडाभड ओकली आणि झोपेतून जागी झाल्यागत उठून बसली. ती खुणेनं लोकांना काहीतरी सांगत होती. शेताडीत खूप गर्दी जमली होती. लोक माझ्याकडे वळून, वळून पाहत होते, पण मदतीसाठी कुणी एक पुढं येत नव्हता. एक पोलीस फक्त उभा होता तिथं. हरामखोर साले!

"तेवढ्यात माझं लक्ष गर्दीत उभ्या असलेल्या कृष्णनकडे गेलं. तोही वळून माझ्याकडे पाहत होता. मी चांगले दात विचकले. पोलिसाला म्हणालोही, 'चोर आहे साला! त्याला पकड.'

"पण क्षीण आवाजातलं माझं ते बोलणं त्याला ऐकू गेलं नसावं. तेवढ्यात पोलिसांनी मला स्ट्रेचरवर घातलं आणि जीपमधून ते हॉस्पिटलकडे वळले.

"त्या दिवसापासून मी, ही हकिगत पोलीस इन्स्पेक्टरला सांगायचा प्रयत्न करतोय, पण त्याला समजेल तर शपथ! आज स्टेशनवर तुला पाहिलं आणि तुझ्या मागोमाग आलो. माझ्याच हॉटेलमध्ये तू आलास हे पाहून बरं वाटलं.

"खोलीत शिरून तुला सांगण्याचा प्रयत्न केला. तू लक्ष दिलं नाहीस. पुस्तक वाचताना तुला तर चक्क झोपच लागली होती.

"तेवढ्यात लाईट गेली. पण मी थांबून राहिलो. तू तळमळत होतास, पण माझ्याकडे लक्ष देत नव्हतास. शेवटी वैतागलो. आणि तुझी मुंडी धरून तुला गदागदा हलवलं."

मघाशी मानेवर पडलेला दाब... म्हणजे तो आभास नव्हता तर...

मनातून ही ब्याद टळाविशी वाटत होती. रात्रभर जागरण मला परवडणारं नव्हतं.

पण तेवढ्यात तो उठलाच. "तुला सांगायची ती सर्व हकिगत सांगितली. माझं एक काम कर. उद्या पोलीस चौकीवर जाऊन ही खरी हकिकत सांग. त्या कृष्णननं मला उगीच बदनाम केलंय."

त्यानं माझा निरोप घेतला. मीही मग तसाच झोपी गेलो. सकाळी जागा झालो, उठलो. खोलीतली बेल दाबली, तरी पोऱ्याचा पत्ता नव्हता. जरा वेळ वाट पाहून खाली गेलो तर तिथंही कुणी नव्हतं. हाका मारल्या पण व्यर्थ! शेवटी वैतागून जवळपासच्या हॉटेलात चहा मिळाला तर पाहावं म्हणून बाहेर पडलो. पण आधीच केरळ, त्यात हे खेडं. सारा गाव सुस्त होता. शेवटी वैतागून दूरपर्यंत चालत गेलो. म्हटलं, चला, तेवढंच मॉर्निंग वॉक... परत फिरलो तेव्हा रस्त्यालगतची एक दोन दुकानं उघडली होती. पण त्याचं रूपरंग पाहून परत हॉटेलकडे वळलो तर...

हॉटेलबाहेर आणि हॉटेलात खूप गर्दी होती. लोक बोलत होते. परस्परांना काहीतरी सांगत होते. एक-दोन पोलीसही दिसले. त्यांची जीपही उभी होती. मनात आलं, रागाच्या भरात त्या पंजाब्यानं कृष्णनची मुंडी तर पकडली नसेल ना? मी मागं वळून पाहिलं, तर तो पंजाबी जरा दूर एका झाडाखाली गुपचूप उभा होता, माझ्या नजरेला नजर देण्याचं टाळून त्यानं खाली मान घातली.

काय घडलंय हे जाणून घेण्यासाठी मी गर्दीतून वाट काढत पुढं झालो. काऊंटरजवळ लॉजचा मॅनेजर डोकं धरून बसलेला होता. कृष्णन आणि हॉटेलातील आणखी पोऱ्यांना पोलीस प्रश्न विचारत होते. समोरच चादरीखाली एक देह झाकून ठेवलेला होता. त्याचा चेहेरा दिसत नव्हता. पण चादरीतून डोकावणारा पाय आणि डोकावणारा चट्टेरी पट्टेरी अगदी परिचित, माझा पायजमा...

मी विस्मयानं स्वत:कडे पाहिलं आणि जोरात किंचाळलो, रडलो, ओरडलोही. आजूबाजूला त्याचा कुणावरही कसलाच परिणाम होणार नाही ह्याची मला कल्पना होती. मी मागं वळून पाहिलं. तो पंजाबी कुठंच दिसत नव्हता.

त्या दिवसापासून मी असा हिंडतोय. त्या पंजाब्यासारखं ह्याच्याजवळ बोल, त्याच्याजवळ बोल, हे उद्योग मी करत नाही, कारण त्याचा उपयोग होणार नाही हे मी जाणतोय. त्या पंजाब्यानं माझ्याशी दोस्ती वाढवण्याचा प्रयत्न केलाही; पण मी त्याला टाळतोय. तरीही तो लोचटासारखा माझ्या अवतीभवती असतोच. आताही तो जवळच आहे.

बस्स, एवढंच सांगायचं होतं. माझ्या गोष्टीचा शेवट ना? तो मला तरी कुठं कळलाय? आज म्हणून तर तुमच्या पाठोपाठ येतोय. माझं बोलणं तुम्हाला कळत नाही. तरीही येतोय.

तुमच्याआमच्यासारखा एखादाच उत्तर हिंदुस्थानी कोथूमंगलमला येतो. मला माहीत आहे, तुम्ही त्याच लॉजमध्ये जाणार आहात. दुसरा कोणता लॉजच इथं नाही, तेव्हा तुम्हाला तिथंच जाणं भाग आहे.

केरळातील रिपरिपणारा पाऊस आणि त्यात अमावस्येची रात्र. मला खात्री आहे, कृष्णन तुम्हाला तीच कोपऱ्यावरची खोली उघडून देईल.

मी दबा धरून बाहेर बसणार आहे. माझ्या गोष्टीचा शेवट कुणी आणि कसा केला ते मला आज कळणार आहे. आज आलेला कपिलाषष्ठीचा योग पुन्हा केव्हा येईल देव जाणे! म्हणूनच आज मी वाट पाहत बाहेर थांबणार आहे. तीच खोली मिळालीय ना तुम्हाला? गुड नाइट! अँड आय विल रिअली मीट यू इन द मॉर्निंग.

■

'सुश्रुत' बी-चौदा

टॅक्सी 'सुश्रुत कॉलनी'त शिरली. गेटजवळ उभ्या असलेल्या रखवालदारानं खाडकन सलाम ठोकला. अजयनं त्याला खूण केली. टॅक्सी 'बी' बिल्डिंगशी थांबते न थांबते तर तो हजर देखील झाला होता.

संध्याकाळची सातची वेळ होती. बाहेर पाऊस झिमझिमत होता. आवारात सारा शुकशुकाट होता. कॉलनीतल्या दिव्यांचा मंद प्रकाश कसा उदास वाटत होता. पावसाबरोबर येणारा वाऱ्याचा थंड झोत अंगावर शिरशिरी उठवत होता.

रखवालदाराला सांगून टॅक्सीतून अजयनं झटपट सामान उतरवलं. सुब्बाही आडोशाला थांबली. टॅक्सीवाल्याकडून सुटे पैसे परत घेत असताना सहजच अजयचं लक्ष बाजूच्या इमारतीकडे गेलं. त्याच्या इमारतीतले लोक तर खिडक्याखिडक्यांतून उभे होतेच; पण इतर इमारतींतले लोकही कुतूहलानं पाहत होते, कुजबुजत होते. त्यांच्या त्या नजरा अजयला चमत्कारिक वाटल्या. नशीब, सुब्बाचं लक्ष नव्हतं! ती आपली सामान मोजण्यात गर्क होती.

काहीतरी संशय येऊन अजयनं रखवालदाराला विचारलं; "ये सुश्रुत कॉलनीही है ना?"

"हां साब! कौनसे नंबरके फ्लॅटमें जाना है आपको?" रखवालदारानं अदबीनं विचारलं.

अजय 'चौदा' म्हणाला, मात्र– रखवालदार कसला दचकला! त्याचं दचकणं अजयच्या नजरेतून सुटलं नाही.

"क्यों? क्या हुआ?" अजयनं विचारलं.

"कुछ नही– कुछ नही साब." रखवालदारानं स्वत:ला सावरलं.

रखवालदार आणि सुब्बा-अजय, त्यांच्या सामानासह लिफ्टजवळ उभे असतानाच ऑफिसमधून परत आलेले दोघेतिघे लिफ्टजवळ थांबले. रखवालदारानं त्या लोकांना आपण होऊन माहिती पुरवली. "चौदा नंबर मे जानेका है ये साबको" हे ऐकताच

त्या दोघातिघांत नेत्रपल्लवी झाली. हे काय गौडबंगाल होतं? चौदा नंबरमध्ये जाणं ही नवलविशेष गोष्ट असणं शक्यच नव्हतं. कंपनीच्या ह्या कॉलनीत एक फ्लॅट रिकामा झाला की ताबडतोब दुसरा टेनन्ट तिथं हजर व्हायचा.

कर्मधर्मसंयोगानं कलकत्त्याला असतानाच अजयला हा फ्लॅट देण्यात आल्याची ऑर्डर आली होती. मग सामान ट्रकनं पुढं पाठवून जुजबी सामान घेऊन दोघं निघाली होती.

बॅगमधली प्लॉट-ॲलॉटमेंटची ऑर्डर अजयनं बाहेर काढली. त्या तिघांचं आपल्या हालचालींवर असलेलं लक्ष– त्यांनी सुब्बाकडे टाकलेला चोरटा कटाक्ष... आपल्या मिश्रविवाहाची बातमी तर कॉलनीभर झालेली नाही ना? पण ह्या विवाहालाच तर आता एक तप उलटून गेलेलं होतं. राघवन जिवंत असता तर आता आठ वर्षांचा झाला असता!...

कदाचित राघवनचा अचानक मृत्यू आणि सुब्बाचं त्या दुःखातून तीन वर्षं होऊनही बाहेर न पडणं हीसुद्धा कॉलनीत बातमी झाली असण्याची शक्यता होती. बदलीसाठी अजयनं सुब्बाची स्थिती हेच तर कारण दिलं होतं.

कोणत्याही नवीन ठिकाणी 'मुलं किती' ह्या हटकून येणाऱ्या प्रश्नाला सुब्बा कसं तोंड देणार होती! राघवनच्या आठवणीनं हवालदिल होणारी सुब्बा...

तेवढ्यात खाली आलेल्या लिफ्टचा दरवाजा खाडकन उघडून वॉचमननं त्यांचं सामान भराभर आत टाकलं. किल्ल्याच्या जुडग्यातली किल्ली काढून चौदा नंबरचा फ्लॅट उघडला, सामान आत टाकलं. बरेच दिवस फ्लॅट रिकामा असल्यामुळे आत बोट-बोट धूळ माजली होती.

आत शिरताच सुब्बा होल्डॉलवर बसली. गाडी आठ-दहा तास लेट झाल्यामुळं दोघं भयंकर थकली होती; पण फ्लॅटचा ताबा आत्ताच घेणं भाग होतं. गिझर चालू आहे की नाही? कुठं काचेची तावदानं फुटलेली आहेत की काय? नळ चालू आहेत की नाही हे पाहत रखवालदारामागे हिंडत असताना एका बेडरूममधल्या कपाटाचा दरवाजा त्यानं सहज उघडला. वरच्याच खणात खडू, रंगीत पेन्सिल, पाटी, कागद, रंगाची पेटी, खेळण्यातली मोटार, भवरा अशा मुलांच्या अनेकानेक वस्तू होत्या. वरच्या कप्प्यात 'चंदामामा' चे बरेच अंकही होते.

पाच वर्षांच्या राघवनचं कपाटही अशाच वस्तूंनी भरलेलं असायचं. त्या आठवणीनं कपाट बंद करताना अजयचं हृदय गलबललं. त्यानं हळूच मागं वळून पाहिलं. सुब्बा होल्डॉलवर डोकं धरून बसलेली होती. तिच्या दृष्टीस पडण्यापूर्वीच उद्या ह्या वस्तू हलवायला हव्यात!

खोलीत असलेला तो कुबट वास, ते कोंदट वातावरण त्याला असह्य झालं. खोलीची खिडकी उघडण्यासाठी तो वळला आणि किंचित थबकलाच. भिंतीवर

खिडकीलगत एका छोकऱ्याच्या पावलांचे वेडेवाकडे ठसे उमटलेले होते. त्या पावलांलगतच वेड्यावाकड्या अक्षरात लिहिलेलं होतं, 'राजूको मम्मी पसंद है, डॅडी बहुत बुरे है. वो मम्मीको ले जाते है. अब मम्मीके साथ अकेला राजू जायेगा. मम्मी...मम्मी... मम्मी! राजू... राजू... राजू... '

क्षणभर अजयला काही समजेना. राघवनच्या आठवणीनं जीव गलबलून चक्कर आली की काय? तो मटकन बाजूच्या खुर्चीवर बसला.

वॉचमननं झटकन खिडकी उघडली आणि अजयच्या जवळ येऊन घाबरेपणानं विचारलं, ''क्या हुआ साब?''

एक चिमुकलं अस्तित्व सरसरत बाहेर गेल्याचा एक चमत्कारिक भास झाला त्याला. खालच्या फरशीवर उमटलेल्या पावलांच्या ठशांकडे पाहताना सरसरून घाम फुटला.

अजय भानावर आला तेव्हा रखवालदार आपल्याकडे चमत्कारिक नजरेनं पाहत असल्याचं त्याच्या लक्षात आलं. त्यानं पुन्हा विचारलं, ''क्या हुआ साब?''

जे बघितलं होतं त्याची ह्या अडाणी लोकांत वाच्यता करणं योग्य नव्हतं. तो रखवालदाराला म्हणाला, ''मकान बन्द था. इसलिये थोडा अजीब लगा. जाओ तुम.'' रखवालदाराची चमत्कारिक नजर, 'साब' करीत घोटाळणं अजयच्या नजरेतून सुटत नव्हतं.

सामान आणण्याबद्दल घसघशीत दोन रुपये टिप अजयनं रखवालदाराला दिली, तरीही तो हलेना. मग तो हळूच पुटपुटला; ''साब, ये कॉट...''

''तुम्हारा है क्या? अच्छा, ऐसा कर लो भाई. आजका दिन ये यहां रहने दो. हमारे पास एकही बिस्तर है. काम आ जायेगी. कल ले जाना.'' अजयनं असं सांगितलं तरीही रखवालदार थांबलाच होता.

जरा वेळानं चाचरत तो म्हणाला, ''ये कॉट मेरी तो है नही. पुराने साब छोड गये है. लेकिन साब, एक बात है. इस खिडकीको ग्रिल है नही. घरमे बच्चे हो या न हो, ये कॉट खिडकीसे दूर ही रखना.'' आणि मग जराही न रेंगाळता तो सलाम ठोकून निघून गेला.

खिडकीलगतच्या भिंतीवरचे पावलांचे ठसे नजरेला पडताच अजयला पुन्हा एकदा तीव्रतेने राघवनची आठवण झाली आणि भडभडून आलं. मन मारायला, दुःख आतल्या आत जिरवायला तो शिकला होता. तरीही दोन अश्रू टपकन खाली ओघळलेच...

अजय आत वळला तेव्हा सामान काढून सुब्बानं कॉफी बनवली होती. भात लावला होता. स्टोव्ह फुरफुरत होता. वाऱ्यावर थरथरत होता. मध्येच खिडक्या कुरकुरत होत्या. पण मागच्या बेडरूममध्ये घुमणारा समुद्राचा आवाज तऱ्हतऱ्हेचे आभास उत्पन्न करीत होता. पण सुब्बाचं तिकडे लक्षच नव्हतं. सुब्बानं भात आणि

सांबार केलं. बरोबर आणलेलं दही काढलं. ताटं मांडली. जेवणं झाली. रखवालदारानं आणून दिलेल्या दुधाला विरजण लावलं आणि सर्व ठाकठीक जमल्याच्या समाधानात ती झोपी गेली. अजय मात्र बराच वेळ जागा होता. झोप केव्हातरी लागली; पण स्वप्नांची मालिकाच लागली होती...

...दोन चिमुकले हात त्याच्या गळ्यात पडले होते. 'डॅडी, मुझे मम्मी चाहिये!... मुझे मम्मी के पास जाना है!'

अजय त्याला समजावीत होता. पण त्या मुलाचं रडणं थांबत नव्हतं. दूर भेलकांडत गेलेलं ते पोर त्वेषानं पुढं आलं नि त्यानं कडकडून अजयच्या पायाला चावा घेतला. अजय वेदनेनं विव्हळला, तशी ते पोर चमत्कारिक हसतखिदळत ओरडलं, "डॅडी लंगडे!... डॅडी लंगडे!''

पकडून त्या पोराला दोन धपाटे घालावे, असा अजयला राग आला होता. पण त्याला पायच उचलता येत नव्हते.

"ऐसा नही बोलते राघू!'' अजय दुरून त्याला समजावीत होता. त्याच्याकडे जाण्याचा प्रयत्न करीत होता. पण पाय हलत नव्हते. ते पोरगं मात्र आता खिदळत होतं.

अजय जागा झाला तेव्हा त्याला दरदरून घाम फुटला होता. उशीत तोंड खुपसलं असल्यामुळं 'राघू' ऐवजी 'राजू' असे शब्द उमटत होते. त्यानं डोळे उघडले. एक चिमुकलं अस्तित्व खिडकीतून निघून गेल्याचा तोच चमत्कारिक भास त्याला पुन्हा झाला.

अजयनं दचकून सुब्बाकडे पाहिलं. ती शांत झोपलेली होती. घरात जाऊन तो पाणी प्यायला तरी त्याला झोप येईना. बराच वेळ तो खिडकीशी उभा होता. शेजारच्या झोपडपट्टीत एक लहान मूल रडत होतं. त्याचा दबलेला स्वर चमत्कारिक होता. मम्मीच्या नावानं त्याच्या चाललेल्या हाका! अजय कॉटवर आडवा झाला तरी तो स्वर त्याच्या कानात घुमत होता.

पडलेलं ते स्वप्न, राघवनच्या ऐकू आलेल्या हाका, खिडकीतून कुणीतरी बाहेर गेल्याचा झालेला आभास... सारंच चमत्कारिक होतं. सुब्बाला हे सांगण्यात अर्थ नव्हता. कदाचित मनात दडवलेल्या दुःखाची ही प्रतिक्रिया असण्याचीही शक्यता होती.

झोप येत नव्हती. मनात नाना विचार येत होते. अजूनपर्यंत अनेक घरांतून दोघं राहिली होती, पण असं कुठंच घडलं नव्हतं. मन साशंक होतं. पण एकीकडे आशाही वाटत होती. राघवन पुन्हा जन्माला तर येणार नसेल ना? पण तो सुब्बाला 'अम्मा' म्हणायचा. आपल्यावर त्याचं केवढं प्रेम होतं. पण स्वप्नात तर तो दुष्टपणे किंचाळत होता, 'डॅडी लंगडे!... डॅडी लंगडे!' स्वप्नात आलेलं ते पंगुत्व... काय अर्थ होता ह्या सर्वांचा?

रात्री केव्हातरी झोप लागली. सकाळी डोळे जड झाले होते. पण जिवाचे चोचले करायलाही वेळ होता कुणाला? कलकत्त्याहून त्याच दिवशी सामान आलं. सामान लावताना घरातल्या जुन्या खुणा पुसल्या जात होत्या. फर्निचर लावून झालं. आणि मग कुठं जरा उसंत मिळाली.

आता पंधरा दिवस अजयची रजाच होती. निरनिराळ्या पेट्यांत टाकलेल्या वस्तू सुब्बाला काढून देणे, भाजी, दूध आणणं, दुधाचा रतीब लावणं, रेशनकार्ड काढणं वगैरे कामं त्यानं उरकली. सर्व ठीकठाक लागलं होतं.

आता फक्त ती छोटी बेडरूम तेवढी लावायची राहिली होती. अजयनं मुद्दामच सटरफटर सामान त्यात टाकलं होतं. खोलीला गोडाउनचं स्वरूप आलं होतं, पण तरीही तिथं असलेलं ते चिमुकलं अस्तित्व पुसलं गेलं नव्हतं. प्रत्येक वेळी असंच काही घडायचं, की त्या चिमुकल्या वस्तूही पुन्हा जिथल्या तिथं जायच्या. त्या कचऱ्याच्या पेटीत फेकाव्या, तर नेमक्या सुब्बासमोरून न्याव्या लागणार! त्यामुळं कपाट बंद ठेवणं एवढाच एक मार्ग सध्या त्याच्यापुढं उरला होता.

भिंतीवरचे पावलाचं ठसेही पुसता आले नव्हते आणि ते लिखाणही तसंच राहिलं होतं. काय असेल ते असो, ते चिमुकलं अस्तित्व अजयला सतत जाणवत राहिलं होतं खरं.

दुसऱ्या रात्री झोपताना अजयला जरा धास्तीच वाटली होती. न जाणो, आपल्याला झालेला भास सुब्बाला झाला तर? पण त्या रात्री आणि पुढच्या कित्येक रात्री त्याला गाढ झोप लागली होती. थकवाच एवढा यायचा की रात्री झोपला की सकाळी जाग यायची. त्या रात्रीत कधी स्वप्नं पडली नव्हती. समुद्राच्या आवाजानं नि झोपडपट्टीतल्या रडारडीनं जाग आली नव्हती. सुब्बालाही स्वस्थ झोप लागायची. सकाळी तिची मुद्रा कशी प्रसन्न असायची. तिच्याकडे पाहताना त्याच्या मनात यायचं, 'बदली करून घेतली ते बरंच झालं. जागा बदलली की दुःखही मागं पडतं.'

हळूहळू कॉलनीत ओळखी होऊ लागल्या. लोक थांबून चौकशी करू लागले. त्यांची नजर चमत्कारिक, तसे त्यांचे प्रश्नही चमत्कारिक. प्रत्येकाची चौकशी एकच : 'काय, नवीन जागेत काही त्रास वगैरे?' त्यांच्या नजरेत आढळणारं औत्सुक्य, कुतूहल आणि मग परस्परांना झालेल्या खुणा! खटकणारी दुसरी गोष्ट म्हणजे, ओळख करून देण्याची त्यांची पद्धत. त्याच्या अजय देशपांडे ह्या नावाचा फारसा उल्लेख होतच नसे. 'हे बी चौदाचे टेनन्ट' एवढंच सांगितलं जायचं. जणू बी चौदाचा भाडेकरू ही त्याच्या नावापेक्षा महत्त्वाची बाब होती.

ऑफिस सुरू झाल्यावरही ह्या सर्वांमागे काय रहस्य असावं ते समजलंच नव्हतं. इथं जुनं ओळखीचं कुणी नव्हतं. नवीन माणसांना काही विचारणं शक्य नव्हतं. एक मात्र जाणवलं होतं की, बी चौदाचा पूर्वीचा भाडेकरू, कुणी नय्यर

नावाचा माणूस फारसा लोकप्रिय नसावा. त्याचा विषय टाळलाच जायचा. त्याची माहिती मिळणं शक्यच नव्हतं. तरीही कॉलनीत कुणाशी नव्यानं ओळख झाली की आस्थेनं विचारलं जायचं, 'चौदाचे टेनन्ट का? काही त्रास वगैरे?'

जणू अजयलाही काही त्रास व्हावा, अशीच प्रत्येकाची अपेक्षा होती. ह्या फ्लॅटमध्ये नक्कीच काहीतरी रहस्य छपलं होतं ह्यात शंका नव्हती. कारण गेल्या वर्षभरात दोन भाडेकरू ह्या फ्लॅटमध्ये राहून गेले होते. एकानं दुसरी जागा मिळत नाही हे पाहिल्यावर बदलीच घेतली होती. दुसऱ्यानं क्वार्टर्स सोडून लीजनं फ्लॅट घेतला होता. वशिल्याशिवाय दुसरीकडं जागा मिळणं शक्य नव्हतं. अजयनं चौकशा केल्या नाहीत. मनाशी एक खूणगाठ बांधली. आपण होऊन कुणाशी काही बोलायचं नाही, विषय काढायचाच नाही. मन दूषित कशाला करा विनाकारण?

महिन्याभरात तो बराच निश्चिंत झाला होता. नवीन घर– नवीन शहर. हिंडण्या-फिरण्यात, खरेदी करण्यात गंमत येत होती. सुब्बा मजेत होती. ती आनंदात राहावी म्हणून अजय धडपडत होता.

एक बरं होतं. सुब्बाला गप्पा मारण्याइतकं हिन्दी येत नव्हतं आणि राघवनच्या मृत्यूनंतर ती फारशी कुठं जातयेत नसे. कुणांत मिसळत नसे. त्यामुळे बायकांकडून तिखटमीठ लावून काही कानावर येणं शक्य नव्हतं.

संसाराची घडी नवीन ठिकाणी महिन्याभरात नीट लागली होती. पण सर्व स्थिरस्थावर झाल्यावर मनाला येणारी स्वस्थता इथं बिलकूल आली नव्हती. कदाचित मनाच्या कोपऱ्यात इथं काय घडलं हे जाणण्याची विवंचना तर नव्हती? की आपल्याला आलेला अनुभव सुब्बाला येऊ नये म्हणून ही काळजी होती? एवढं खरं की, त्याचं मन स्वस्थ नव्हतं.

रोज घरी आल्याआल्याच अजय सुब्बाचा चेहेरा हळूच न्याहाळायचा. आडूनआडून चौकशी करायचा! रात्री तो धास्तावलेला असायचा. जरा खुट्ट झालं तरी जागा व्हायचा.

आणि ज्याला अजय घाबरत होता तोच अनुभव त्याला पुन्हा एका रात्री आला! समुद्रावरून तरंगत येऊन काहीतरी खोलीत शिरलं. खिडकीतला प्लॅस्टिकचा फ्लॉवरपॉट धाडदिशी खाली पडला. अजयनं तो उचलला. सुब्बा आवाजानं जागी झाली नव्हती हे नशीबच! अजय मात्र अस्वस्थपणे बसून होता.

मग त्या दिवशीसारखेच हुंदके कानावर आले. आर्त स्वरात 'मम्मी–ममी' मारलेल्या हाका ऐकू आल्या. झोपलेल्या ममीला उठवण्यासाठी ते पोर रडत होतं.

अजय अस्वस्थ होऊन झोपलेल्या सुब्बाकडे पाहत होता. तीही अस्वस्थ झाल्यासारखी वाटत होती. राघवन रडत असला की तिच्या चेहेऱ्यावर जो थकवा, जे दु:ख दिसे तेच तिच्या चेहेऱ्यावर दिसलं त्याला. तिच्या ओठांची, शरीराची चाळवाचाळव झाली. ती जागी झाली तर? ही एकच धास्ती त्याला वाटत होती.

त्या रडणाऱ्या पोरट्याचा त्याला भयंकर राग आला होता. खिडकीतून येणारे आवाज बंद व्हावेत म्हणून तो खिडकी लावण्यासाठी उठला.

हवेत विलक्षण उष्मा होता. अजयनं आधी पंखा लावला. तो खिडकी लावण्यासाठी वळला, तर पुन्हा तोच भास झाला. खिडकीतून कुणीतरी बाहेर गेलं होतं. खिडकीतून धप्पकन उडी टाकल्याचा आवाजही झाला आणि मग ते रडणारं पोर, ओरडणारी कुत्री– सारे सगळे आवाज एकाएकी बंद झाले.

वाऱ्याची झुळूक उघड्या खिडकीतून आत आली. मग खिडकी बंद न करताच तो माघारी वळला. बराच वेळ तो तळमळत होता. हे आभास राघवनमुळे तर होत नसतील?

सकाळी सुब्बाकडे त्यानं नीट निरखून पाहिलं. ती शांत होती. स्वप्नं पडून अस्वस्थ झाल्यासारखी दिसत नव्हती. मग त्यानंही विषय काढला नाही. पण रोज झोपताना मात्र त्याला अस्वस्थ वाटायचं.

दोन-तीन दिवसांनंतर अजयला पुन्हा तोच अनुभव आला. त्या दोघांव्यतिरिक्त दुसरं कोणीतरी खोलीत होतं. मग एकाएकी हुंदके, कॅरमसाठी हट्ट नि रडारडीचे स्वर कानावर आले.

अजयचं लक्ष सुब्बाच्या चेहेऱ्याकडे गेलं. तिथं थकल्याचे भाव होते. राघवनला समजावताना चेहेरा व्याकूळ व्हायचा, तसाच भाव तिच्या निद्रित चेहेऱ्यावर होता. त्या पोरट्याच्या रडण्याबरोबर सुब्बाच्या चेहेऱ्यावरचे हताशपणाचे भाव वाढतच होते. काय करावं; त्याला समजत नव्हतं.

'हातात हे पोरटं सापडलं तर चांगलं बदडून काढीन' हा विचार अजयच्या मनात यायला आणि सारं शांत व्हायला एकच गाठ पडली. खिडकीतून येणारे आवाज बंद झाले आणि सुब्बाही कुशीवर वळून शांत झोपी गेली. सकाळ होताच झोपडपट्टीत जाऊन हे रडणारं पोर कुणाचं हे पाहायचं असं मनाशी ठरवूनच तो झोपी गेला.

सकाळी उठताच तो खरोखरच शेजारच्या झोपडपट्टीत गेला. सुश्रुत कॉलनीच्या भिंतीलगतच ही झोपडपट्टी होती.

अजयनं तिथल्या एका बाईजवळ चौकशी केली, "बाई, इथं कुणाचं मूल आजारी आहे का?"

"नाही बा! का वं?" तिनं उलट त्यालाच विचारलं.

"रोज रात्री एक मूल रडत असतं, हट्ट करत असतं म्हणून वाटलं."

"त्ये म्हनता व्हयं? हितं नाही बा! बाजूच्या कालनीत रडतंय त्ये पोर! येवढं पोर घसा खरडतं; पर मी म्हंते, आईबाप ढिम कशी?"

अजय काहीच न बोलता परत फिरला. क्षणभर तो गोंधळला होता. बी-

चौदामध्ये तर काही विचित्र प्रकार नव्हता ना? पण कुणाला काही विचारावं आणि नको ते कानांवर आलं तर? नियमाप्रमाणे सहा महिने ह्याच फ्लॅटमध्ये राहणं त्याला भाग होतं. काय करावं, त्याला सुचेनासं झालं. सुब्बा मात्र मजेत होती. तिला कोणत्याच गोष्टीची कल्पना नव्हती. निदान त्याला तरी तसं वाटत होतं.

त्यामुळेच त्या दिवशी चहा घेताना सुब्बानं राघवनचा विषय काढलेला पाहून त्याला आश्चर्य वाटलं. नेहेमी राघवनची आठवण झाली की धाय मोकलून रडणारी सुब्बा त्या दिवशी त्याला शांतपणे सांगत होती, "हल्ली सारखी स्वप्नं पडतात! स्वप्नात एक पाठमोरं लहान मूल दिसतं. राघवन जसा हट्ट करायचा, तसंच तेही करतं. मला खात्री वाटते, राघवनला पुन्हा आपल्या पोटी यायची इच्छा आहे. मुंबईत खूप डॉक्टर आहेत म्हणे! आपण औषधोपचार करू या का?"

सुब्बाच्या बोलण्यानं अजय अस्वस्थ झाला. तिचं ते स्वप्न खरं की त्या विचित्र आभासामागे काही अर्थ होता? स्वप्नात येणारं मूल म्हणजे राघवनच कशावरून?...

सकाळच्या गडबडीत तो विषय तेवढ्यावरच थांबला, पण योगायोग असा की नेमकं त्याच दिवशी कुणाकडून तरी स्त्रीरोगतज्ज्ञ डॉ. जाल यांचं नाव अजयनं ऐकलं. ऊर्मीसरशी त्यानं त्या डॉक्टरांची अपॉइन्टमेंट मागितली. तीही नेमकी लगेच दुसऱ्याच दिवशीची मिळाली. साऱ्या गोष्टी भराभर घडत गेल्या. सायकल वेगात चालवीत राहावं आणि मग पॅडल न मारताच ती त्याच वेगानं चालत राहावी ना, तसंच काहीसं घडत होतं. डॉ. जालनं औषधं दिली. ट्रीटमेंटची ताबडतोब सुरुवातही झाली. सुब्बामध्ये मोठासा दोष नव्हता. फक्त मानसिक तणाव निर्माण होणार नाही ह्याची खबरदारी घ्यायला हवी होती. अशक्तपणावर जनरल टॉनिक्स डॉक्टरांनी लिहून दिली होती.

मानसिक तणाव निर्माण होऊ नये ह्यासाठी अजयनंच जपायला हवं होतं. रोज रात्री त्या ठराविक वेळेपर्यंत त्याला त्या चिंतेनं झोपच येत नसे. पण एका रात्री कधी नव्हे ती त्याला पडल्यापडल्या झोप लागली. तो जागा झाला ते एका लहान मुलाच्या हसण्यानं! रोज रडणारं ते पोर आज खिदळत होतं : "मम्मी! मम्मी, तुम्हे फँसा दिया!" जणू आई मिळाल्याच्या आनंदात त्याला दुसरं काही सुचत नव्हतं.

अजयनं सुब्बाकडे पाहिलं. तिचा चेहेरा प्रफुल्ल होता. ती किंचित हसतही होती. हसताना विलग झालेले तिचे ओठ, त्या छोकऱ्याचा पापा घेण्यासाठी मिटले, "मम्मी! अब तुम मुझे छोडके कैसे जाओगी!" एखादं मूल मिठीत असावं अशी सुब्बाच्या हातांची घडी होती. तिच्या डोळ्यांतून अश्रू वाहत होते आणि हे सारं घडलं तेव्हा सुब्बा झोपेत होती. क्षणभर काय करावं तेच अजयला कळेना.

दुसऱ्या दिवशी सकाळी सुब्बानं हे स्वप्न अजयला सांगितलं. तिच्या मिठीत

एक लहान बाळ कसं झेपावलं त्याचं वर्णन केलं. राघवनच पुन्हा जन्माला येणार ह्याबद्दल आता तिची खात्री होऊन चुकली होती.

आणि त्यानंतर आश्चर्य म्हणजे ठराविक रात्री येणारं पोराचं रडणं, हट्ट– सारं बंद झालं– आणि दुसऱ्याच महिन्यात सुब्बाला दिवस राहिल्याचं अजयच्या लक्षात आलं.

बऱ्याच वर्षांनंतर घरात मूल येणार ह्या आनंदात दोघं होती. दोघांनाही आता निवांत झोप लागायची. त्यामुळं सुब्बाला मागे पडणारी स्वप्नं, रात्रीबेरात्री लहान मुलाचं रडणं ऐकून अजयला येणारी जाग.... सगळ्याच गोष्टी अजयनं काहीतरी आभास किंवा मनाची चमत्कारिक अवस्था म्हणून मनाआड केल्या. दोघं मजेत होती. सुब्बा पूर्वीसारखी हसतखेळत असायची. राघवन पुन्हा जन्म घेणार ह्या आनंदात सुब्बा होती.

हळूहळू कॉलनीत ही बातमी पसरली. जणू असं काही घडणार अशीच बहुधा लोकांची अपेक्षा असावी. त्याचं अभिनंदन करताना लोकांनी हळूच एकमेकांना केलेल्या खुणा अजयच्या नजरेनं टिपल्या. मन मग आणखीच साशंक झालं. आधीच काळजी होती सुब्बाची, होणाऱ्या बाळाची. आता अजयची झोपच उडाली. ब्लडप्रेशरचा त्रास वाढला.

सुब्बाचे डोहाळेही विचित्र होते. हल्ली हिन्दी शिकायचं हा एकच ध्यास घेतला होता तिनं! राघवन गेल्यापासून पत्ते आणि कॅरम यांना हात न लावणाऱ्या सुब्बाला रोज दोन्हीपैकीच एक खेळायची लहर यायची. संध्याकाळी न चुकता डाव बसायचा.

एक दिवस संध्याकाळी अजयला आश्चर्याचा आणखी एक धक्का बसला. तो रोजच्यासारखा घरी आला तेव्हा सुब्बा त्या छोट्या बेडरूममधल्या कपाटातलं पाटी, पेन्सिल, कागद, भोवरे, चंदामामाचे अंक– असं सारं सामान बाहेर काढून बसली होती. पूर्वी घरात चुकून एखादी लहान मुलाची वस्तू आली की ती रडू लागायची. पण त्या दिवशी त्या वस्तू पाहून आनंदानं लुकलुकणारे तिचे डोळे बघून त्याच्या मनात आलं होतं, काय हा पोरकरटपणा! पुढं पुढं 'चंदामामा'तल्या गोष्टी वाचणं हा एक छंदच जडला सुब्बाला! 'काय हा वेडेपणा!' अजय कपाळाला हात लावायचा.

आधीच साशंक असलेला अजय. पण सुब्बाच्या प्रफुल्ल चेहेऱ्याकडे त्याचं लक्ष गेलं आणि काही बोलण्याचं त्याला धाडस झालं नाही.

सुब्बाचे दिवस भरत आले. अजयच्या सासुबाई आणि मेहुणा आलेली होती. कॉलनीत आता अजय-सुब्बाच्या बऱ्याच ओळखी झाल्या होत्या. डॉ. जालचं प्रसूतिगृहही तसं जवळच होतं आणि सुब्बाची काळजी वाटायचीच. रात्रभर झोप

लागायची नाही. रात्रीचे आवाज ऐकताना तो लहान मुलाचा आवाज पुन्हा ऐकू येतो का, ह्याकडे त्याचे कान लागलेले असत.

त्यातच एक दिवस मीटिंगच्या निमित्तानं अजयला दिल्लीला जावं लागलं. तो जरा मागेपुढे करीत होता; पण सुब्बानंच त्याला जाण्याचा आग्रह केला. ''जा की तुम्ही! घरात अम्मा आहे, अण्णा आहे आणि ही पहिलीच खेप थोडीच आहे?'' आणि ती चक्क मनमोकळं हसली. जणू ती त्याला धीर देत होती.

अजयला ते रात्री बेरात्री ऐकू येणारं लहान मुलाचं हास्य आठवलं आणि त्याच्या अंगावर काटा आला. त्याला वाटणारी काळजी देखील तो बोलू शकला नाही. त्यानं मग आपल्याच मनाची समजूत घातली आणि तो दिल्लीला गेला.

एक दिवसात मीटिंग संपवून आपण घरी परत फिरू, असं सुब्बाला त्यानं आश्वासन दिलं होतं; पण एक दिवस करता करता चार दिवस गेले. घरी फोन करून घरची खुशाली विचारावी नि आपली कळवावी, तर त्याच्या घरी अजून फोन आला नव्हता. ऑफिसमधून घरी निरोप पाठवण्याची व्यवस्था त्यानं केली होती. निघताना आपल्याला अस्वस्थ वाटण्याचं हे तर कारण नव्हतं?...

काम संपलं त्या दिवशी अजयनं सुटकेचा नि:श्वास सोडला. रात्रीच्या विमानाचं तिकिट मिळालं होतं. आज घरी जायचं होतं, तरीही त्याचं मन स्वस्थ नव्हतं. डावा डोळा सारखा फडफडत होता म्हणून की काय छातीत धडधडत होतं. रात्री झोप न आल्यामुळं ब्लडप्रेशरचा त्रास वाढला होता. डोकं दुखत होतं.

त्यामुळं वेळ होता तरी संध्याकाळी त्याच हॉटेलमधल्या एका पार्टीला जायचं त्यानं सपशेल नाकारलं. मित्रांनी अगदी आग्रहच केला तेव्हा नाइलाजानं तो गेला.

एका कोपऱ्यातलं टेबल अडवून तो आणि त्याचा मित्र गप्पा मारीत बसले होते. पार्टीला जुनी ओळखीची बरीच मंडळी आली होती. अशाच एका मित्रानं 'ड्रिंक'चा आग्रह केला आणि बराच वादविवाद झाल्यानंतर अखेर हार खाऊन अजयनं एक पेग घेतला. तेवढीच मनाची अशांतता विसरता येईल! त्या एका पेल्यासरशी फडफडणारा डोळा, ब्लडप्रेशरचा त्रास, गरगरणारं डोकं– साऱ्याचा अजयला विसर पडला. टेबलाभोवती मित्रांच्या गप्पांना आता रंग भरला होता.

चार टेबलं सोडून पलीकडे बसलेल्या एका जोडप्यासंबंधी बोलताना कुणीतरी अजयला विचारलं, ''तू मिस्टर आणि मिसेस नय्यरना ओळखत असशील ना?''

अजयची गोंधळलेली मुद्रा पाहून त्याचा मित्र म्हणाला, ''कमाल करतोस! तू 'सुश्रुत कॉलनीत'च राहतोस ना?''

नय्यर आणि 'सुश्रुत कॉलनी'चं नाव ऐकताच अजयनं कान टवकारले. आज तरी हे कोडं सुटणार होतं का? नय्यर जोडपं कॉलनीत एवढं अप्रिय का होतं? ह्याचं उत्तर त्याला मित्रांच्या गप्पांतून मिळालं.

कुणीतरी त्याच्या मित्राला विचारलं, "तू त्यांच्या शेजारीच राहत होतास ना?"

"शेजारी म्हणजे काय?– बाजूलाच!" मित्र उत्तरला, "मी बी-पंधरामध्ये आणि नय्यर बी-चौदामध्ये. मोठी निर्दय माणसं! रात्रीबेरात्री ही दोघे पार्ट्या, सिनेमा, मित्रमैत्रिणी ह्यात दंग असायची. मुलाला नोकराकडे ठेवून बाहेर जायची. नोकर आणखी शहाणा! तो ह्याला एकट्याला सोडून उनाडायला निघून जायचा. मग राजू रडत राहायचा. बिचारा घाबरायचा रे! ऐकवत नसे आम्हाला ते! नोकर असला की कॅरम-पत्त्यांसाठी तो हटून बसायचा. ममी-डॅडींबरोबर जाण्यासाठी तो आकान्त करीत असे. मिस्टर नय्यरनी दोन-चार वेळा त्याला सणकून मारलंही होतं ह्यावरून. एक दिवस खिडकीतून वाकून बाहेर पाहत असताना राजूला मिस्टर आणि मिसेस नय्यर बाहेर जाताना दिसली. कुणी म्हणतं, त्याचा तोल गेला. कुणी म्हणतं त्यानं उडी टाकली; तर कुणी म्हणतं, वैतागून नोकरानं त्याला खिडकीतून ढकललं."

"दिल्लीला बदलून आलेला तो पाठक होता त्या फ्लॅटमध्ये काही दिवस! तऱ्हतऱ्हेचे आभास होतात म्हणे तिथं, तोच सांगत होता."

"हे काहीच नाही! मुखर्जीही होता म्हणे त्या फ्लॅटमध्ये काही दिवस... त्यानं नय्यरच्याच त्या नोकराला कामावर ठेवलं होतं. एकदा खिडक्या साफ करताना तो नोकर वरून पडला. मरण्यापूर्वी त्याच्या तोंडात राजूचं नाव होतं म्हणे! हाऊ हॉरिबल! भुताटकीचा फ्लॅट म्हणून कुणी घेत नव्हता. आता कोणीतरी राहातंय तिथं."

"मी– मी राहतोय तिथं!" असं अजयला सांगायचं होतं पण तोंडातून शब्दच बाहेर पडेना. हृदय धडधडत होतं त्याचं.

"नय्यर जोडप्याकडे बघून असं वाटेल? मोठी मिठास बोलणारी आहेत. मूल पांगळं म्हणून त्यांना लाज वाटायची म्हणे! पण म्हणून काय असं कोंडून ठेवायचं त्याला? पाच-सात वर्षांचं पोर रात्री एकटं घरात. घाबरणार नाही ते?"

"नय्यर आजारी झाला म्हणून तर मुंबईहून बदली घेतली त्यानं! त्या फ्लॅटमध्ये राजूच्या मृत्यूनंतर फार तर महिना काढला असेल त्यानं." अजयच्या मित्रानं माहिती पुरवली.

"राजूचा आत्मा तडफडत असला तर नवल नाही."

टेबलाभोवती अशी चर्चा रंगली होती. अजयकडे कुणाचंच लक्ष नव्हतं. त्याचा पांढराफट्ट पडलेला चेहेरा, थरथरणारे हात. बी-चौदामध्ये जाणवलेलं ते विचित्र अस्तित्व... पडणारी ती स्वप्नं... ते रडणं... हुंदके... हट्ट– सारं अजयला आठवलं आणि अंगावर काटा आला. काय घडणार होतं? कोण जन्माला येणार होतं?" राघवन? की पांगळा राजू?

अजय फार अस्वस्थ झाला होता. आपल्याला हे सारं कळलंच नसतं तर बरं झालं असतं! आता जेवणाकडेही त्याचं धड लक्ष लागेना.

कुठंतरी नऊचे ठोके पडले. आता उठायलाच हवं! फ्लाइट अकराची होती. अजय उठणार, इतक्यात अजयला त्याचा मदतनीस लगबगीनं येताना दिसला. त्याला आपण येत असल्याची त्यानं खूण केली. पण त्यानं हातातला टेलिग्रामचा कागद उंचावला आणि टेबलांमधून वाट काढीत तो त्याच्या टेबलापाशी आला.

अजयचं हृदय धडधडत होतं. काय झालं असेल? सुब्बा ठीक असेल ना? कोण जन्माला आलं असेल? राघवन की पांगळा राजू? कोण आहे आपल्या नशिबात?...

''कहां और कैसे भाग जायेंगे आप? अब नही छोडेंगे आपको.'' आणि मग त्या पाठोपाठ ते विचित्र हास्य! कुणीतरी लहान मूल बोलत होते.

''कशी खिदळत्येय बघ मिसेस नायर! ड्रिंक चढलेलं दिसतंय. आता अशीच खिदळत राहील सारखी!'' मित्रांपैकी कोणीतरी म्हणाले.

शब्द अजयच्या कानावर येत होते; पण अर्थबोध होत नव्हता. ते हास्यच तेवढं कानात घुमत होतं. बी-चौदामध्ये गेल्यागेल्याच पडलेलं ते स्वप्नं– रडता रडता 'डॅडी लंगडे' म्हणून खिदळणारा राजू...!

बी-चौदामध्ये गेल्या गेल्या हे प्रकार घडले होते. कधी कधी तिन्हीसांजा रात्री-बेरात्री ते रडणे त्याच्या कानावर आलेले होते. 'मम्मी, मम्मी' म्हणून मारलेल्या हाकाही ऐकल्या होत्या. बरोबर जाण्यासाठी त्या मुलानं केलेले हट्ट, विनवण्या चालायच्या आणि तो जास्तच अस्वस्थ व्हायचा.

सुब्बाला दिवस राहिल्यावर हे सारे प्रकार थांबले होते; पण तिचे ते विचित्र डोहाळे... राघवनच्यावेळचे तिचे डोहाळे आठवल्यावर तर काहीतरी चुकतंय अशी त्याची खात्रीच पटली होती.

अजयने मग डॉ. जालकडे जाऊन तिच्या या विचित्र डोहाळ्यांसंबंधी त्यांना सांगितले होते. सुब्बाच्या मानसिक स्थितीचं त्यानं वर्णन केलं होतं. लहान मुलांच्या वस्तूंत, पुस्तकांत ती कशी रमते तेही सांगितले होते. त्यावेळी डॉक्टर त्याचे बोलणे ऐकून हसले होते. त्यांनी नेहमीचं आश्वासन दिलं होतं. राघवन जन्माला येणार ही सुब्बाची सुप्त इच्छा अशी प्रगट होत आहे असं काहीसं समाधान त्यांनी केलं होतं त्यावेळी. सुब्बाच्या मनाला जपण्याचा नेहमीचा सल्लाही दिला होता.

डॉ. जालच्या प्रसूतिगृहातच नाव घालण्यात आलं होतं. सुब्बा मद्रासला जायला तयार नव्हती. आपला राघवन आपल्याला इथंच भेटणार, अशी तिनं मनाची समजूत करून घेतली होती. रोज तिची नवनवी मनोराज्यं चालायची.

एकदा बोलताना सुब्बा म्हणाली, ''राघवन नाव आपल्याला मानवलं नाही; पण एक छान नाव सुचलंय... राजन! कसं वाटतं?''

त्या घरात त्या छोट्या बेडवर झोपलं असताना पहिल्या रात्री पडलेलं ते स्वप्नं,

ते चिमुकलं अस्तित्व आणि 'राजू... राजू...' करीत त्यांनी मारलेल्या हाका!... अजयला हे सगळं आठवलं होतं आणि अंगावर शहारा आला होता. नेमकं हेच नाव हिला का सुचलं होतं?

त्या सर्व आठवणींनी अजयच्या अंगावर सरसरून काटा आला. तो असा हवालदिल झालेला पाहून मित्रानंच तार वाचली. अजयचा खांदा थोपटीत तो म्हणाला, "अरे, घाबरू नकोस! आनंदाची बातमी आहे! भाभीला मुलगा झालाय. दोघं ठीक आहेत."

पण अजयला ह्या शब्दांचाही अर्थबोध होत नव्हता. ते खिदळणंच त्याच्या कानात घुमत होतं. 'डॅडी लंगडे... डॅडी लंगडे!' जवळून आल्यासारखे हे शब्द कानांचा पडदा फाडून आत घुसत होते. हातापायांना आलेला कंप, थरथरणारे ओठ, डोक्यांत पडणारे घणाचे घाव, वाढलेला रक्तदाब... आपल्याला अर्धांगाचा झटका तर येत नाही ना? घाबरून अजयनं मित्राकडे पाहिलं.

तारेचा लिफाफा फडकावीत मित्र म्हणत होता, "बाप रे! तू बी-चौदामध्ये राहतोस?"

प्रश्न मेंदूपर्यंत पोहचला होता; पण तोंडातून शब्द उमटत नव्हता. खाली कोसळणाऱ्या अजयच्या कानात ते हास्य घुमत होतं– 'डॅडी लंगडे... डॅडी लंगडे' करीत खिदळणारं ते पोर– त्याच्यापर्यंत पोचण्यासाठी अजय धडपडत होता. पण त्याला हातपायच हलवता येत नव्हते.

"अरेरे! हा तर परॅलिसिसचा अॅटक दिसतोय! आधी डॉक्टरला बोलवा!" दुरून आल्यासारखे वाटणारे शब्दही त्या हास्यात विरले होते. फक्त ते हास्य आणि 'डॅडी लंगडे' हा एकच ध्वनी अजयच्या कानांत घुमत होता!...

■

प्रवास

रात्रीचे अकरा वाजून गेले होते. शेवटची बस सावकाश येत होती. तिची धडधड मला इतक्या दुरूनही ऐकू येत होती. पायात शक्ती नव्हती तरी आता धावपळ करणे भागच होते. लटलटत्या पावलांनी मी धावत सुटलो.

रात्रीची वेळ. सिग्नल्स केव्हाच बंद झालेले होते. रस्त्यावर फारसा ट्रॅफिकही नव्हता. मी धावतच रस्ता क्रॉस केला, तेव्हा बस मरीन लाइन्सच्या स्टॉपवरून सुटण्याच्या बेतात होती. कशीबशी बस पकडली. मोठ्या शिताफीने मी उडी मारून दांडा पकडला होता. वाटले होते, त्यावरून कंडक्टर काहीतरी बोलेल. निदान चमत्कारिक नजरेने बघेल. पण तो वरच्या डेकवरच्या कंडक्टरशी आरामात गप्पा मारीत बसला होता.

बसमध्ये फारसे कोणी नव्हतेच. एकदोन माणसे होती, पण तीही ओळखीची नव्हती. आणि माझ्याजवळ तर दमडाही नव्हता! क्षणभर मी विचारात पडलो आणि दुसऱ्या क्षणी वरच्या डेकवर चढलो. मला वाटले होते, दरवाजाजवळ उभा असलेला कंडक्टर ओरडेल, 'अरे साब! कायको उप्पर जाता है?' मग आपली भरलीच कम्बक्ती! पण दोघांच्या गप्पा इतक्या रंगल्या होत्या, की त्यांचे माझ्याकडे लक्षच नव्हते. आता चर्नीरोडचा स्टॉप आला की असेच नकळत उतरून चालायला लागायचे असे ठरवून मी खिडकीजवळ आरामात बसलो.

बाहेरून गार वारा येत होता. गुदमरून टाकणाऱ्या त्या हॉस्पिटलच्या वातावरणातून बाहेर पडल्यापासून मला कित्येक दिवसांनी असे बरे वाटले होते. हॉस्पिटलच्या त्या ठराविक वासानेच ढवळून निघते. ते रोगी, ते कण्हणे– सारे नको नको वाटते. आणि आता त्या हॉस्पिटलमध्ये मी गेले कित्येक दिवस पडून होतो. दिवस, वार, तारीख– कशाचीच आठवण मला उरली नव्हती. 'सेंट जॉर्ज हॉस्पिटल' मधली ती ठराविक कॉट हेच गेले कित्येक दिवस माझे घर होते.

डॉक्टर, नर्सेस, वॉर्डबॉइज– एवढेच चेहरे दिसायचे. सुनंदाची चौकशी करावीशी

वाटायची; पण कशी करणार? बोलण्याची अडचण होती. माझे हातपाय, जबडा– सारे अवयव बांधून ठेवले होते. औषधे, इंजेक्शने द्यायला कोणी आले की मी टुकटुक पाहत राहायचो. पण डोळ्यांनी थोडेच बोलता येते? अपघात झाल्या दिवसापासून माझी पत्नी सुनंदा फिरकली नव्हती एवढे खरे! बँडेज सुटण्याची मी वाट पाहत होतो.

आणि आज संध्याकाळी काय झाले होते कुणास ठाऊक! नेहेमीच्या वेळी इंजेक्शन द्यायला नर्स आलीच नाही. नेहेमीचा कपडे बदलणारा, बेडपॅन देणारा वॉर्डबॉय तेवढा आला. त्याने भराभर माझी बँडेजिस् सोडायला सुरुवात केली. मी हूं की चूं केले नाही. माझ्या अंगावरचे हॉस्पिटलचे कपडे त्याने उतरवले आणि ड्यूटीवर असतानाचा माझा खाकी ड्रेस त्याने माझ्या अंगावर चढवला.

हे सारे करीत असताना मी प्रश्न विचारण्याऐवजी तोच पुटपुटत होता. "चलो साब! अब हो गयी तुम्हारी छुट्टी! अब रिश्तेदारोंकाही इन्तजार है! फिर चले जाओ."

त्याने भराभर कपडे बदलले होते, पायाजवळची चादर अंगावर ओढली. त्याला मी काही विचारणार, इतक्यात नेहेमीची नर्स ओरडली, "काळू!" तशी "जी बाय" असे ओरडत माझ्याकडे ढुंकूनही न बघता तो सटकला होता.

तास उलटला. दोन तास गेले तरी कुणी माझ्याकडे फिरकेना. पडून पडून माझा डोळा लागला. मला जाग आली तेव्हा हॉस्पिटलमध्ये शुकशुकाट पसरला होता. राऊंड घेणारी नर्सही आपल्या नेहेमीच्या जागी गाढ झोपली होती. मला नातेवाईक येऊन घेऊन जातील असे सांगणाऱ्या काळूचाही पत्ता नव्हता. घरी कळवायला ते विसरले तर नसतील ना? मला शंका आली. पण आता विचारणार तरी कुणाला?

गेले कित्येक दिवस हॉस्पिटलमध्ये काढल्यामुळे मला आता अगदी कंटाळा आलेला होता. घरी जायला मी उत्सुक होतो. पण जाणार कसा? आवाज घेत मी पडलो होतो. पलीकडच्या वॉर्डमधल्या नर्सच्या सँडल्सचा 'टक टक' आवाज येत होता. तिचा नेहेमीचा राउंड चाललेला होता. प्रत्येक कॉटजवळ थांबून ती पुढे चालू लागे. कारण एका ठरविक अंतराने ती 'टक टक' मला ऐकू येत होती. थोड्या वेळाने तीही थांबली.

काही वेळ असाच गेला. पलीकडच्या कॉटवर कोणीतरी कण्हत होते. घोरण्याचे स्वरही त्यात मिसळले होते. बाकी मात्र सर्वत्र नीरव शांतता होती. ती शांतता भंगवीत पलीकडच्या बाथरूममधून आवाज आला : 'टिप...टिप... टिप' नळाखालची बादली काढायला काळू बहुधा विसरला होता. त्या तेवढ्या बारीक आवाजाचाही मला त्रास होऊ लागला. मी धडपडत उठलो. काही दिवसांत शरीराची हालचाल झाली नव्हती म्हणून असेल, स्नायू न् स्नायू आखडल्यासारखा झाला होता. कशीबशी मी बाथरूम गाठली. पण नळाखाली बादली नव्हतीच. पाणी पडूनपडून

तेथे एक खड्डा झालेला होता. मला काहीच करता येण्यासारखे नव्हते. बाथरूमला टेकून मी थोडा वेळ उभा राहिलो. हॉस्पिटलचा तो ठराविक उग्र वास सगळीकडे भरून राहिलेला होता. मला उबग आली त्या वासाने. उद्या सकाळी सुनंदा येऊन मला घरी घेऊन जाण्यापेक्षा आताच मी बाहेर पडलो तर काय बिघडले?

मी इकडेतिकडे पाहिले. सर्वजण गाढ झोपलेले होते. ड्युटीवरील नर्स आणि वॉर्डबॉय– दोघेही घोरत होती. मग ताबडतोब निर्णय घेतला. मी तिथून सटकलो. हॉस्पिटल वॉर्डच्या चक्रव्यूहातून बाहेर पडलो खरा, पण दाराजवळच्या चौकीदाराला कसे चकवणार? मी विचारात पडलो.

इतक्यात भिंतीवरील रेड सिग्नल लागला. दरवान धडपडत उठला आणि बाजूच्या डॉक्टरांच्या खोलीकडे वळला तशी मी धूम ठोकली.

बाहेरची मोकळी हवा लागली आणि ताजेतवाने वाटले. व्ही.टी.च्या बाहेरच्या गेटजवळ आलो आणि लक्षात आले; आपल्याजवळ दमडाही नाही. अपघात झाला त्या दिवशी माझ्याजवळ किमान शंभर रुपये असल्याचे आठवत होते. ते काळूने काढून घेतले असतील का? पण आता त्याची कानउघाडणी करण्यात अर्थ नव्हता. पाहू या ओळखीचा कुणी टॅक्सीवाला भेटला तर, म्हणून सावकाश रेंगाळत मी चाललो होतो.

नेहेमीचा लाल, हिरवे डोळे मिचकाविणारा सिग्नल आपल्या शेंदरी डोळ्यांनी माझ्याकडे पाहत होता. गाडीचा वेग कमी व्हावा म्हणून नकळत ब्रेकवर ठेवण्यासाठी मी पाय उचलला आणि मग आपण टॅक्सी चालवीत नसल्याचे लक्षात आले. सिग्नल माझ्याकडे पाहून हसला. मीही वेड्यासारखा हसलो. व्हि.टी. जवळ फारसा ट्रॅफिक नव्हताच. तुरळक एखादी मोटार, टॅक्सी जात होती. एखादी बस धडपडत येत होती. ओळखीचा टॅक्सीवाला दिसत नव्हता. सावकाश, रेंगाळत मी चाललो होतो.

बॉम्बे म्युन्सिपालिटीची काळीशार इमारत आता अगदी शांत होती. ऑफिस आणि मोर्चेवाल्यांनी हा भाग नेहेमी गजबजलेला असतो.

टॅक्सीतून गिऱ्हाइकांची ने-आण करताना ठराविक रस्त्यांवरील ठराविक कृत्ये मला परिचयाची होती. म्युन्सिपालिटी सोडली की लागणारी कोर्टाची इमारत... नेहमी अशिलांच्या मागे धावणारे काळ्या कोटवाल्या वकिलांचे थवेच्या थवे! पुढे लागणारे 'सेंट झेविअर' आणि तेथले विलोभनीय दृश्य... मिनी, मॅक्सी, बेलबॉटम घातलेल्या पोरी, कल्ले आणि केस वाढवलेल्या पोरांचे घोळके हातात एखादेच पुस्तक घेऊन हिंडताना आढळत. मग लागणारे टेक्निकल स्कूल आणि त्यानंतरचे 'मेट्रो'जवळचे वळण. तिथला सिनेमाशौकिनांचा गराडा...

टॅक्सीला येथे कधीमधी दूरचे भाडे मिळे. येथे 'हाऊसफुल्ल' चा बोर्ड पाहून

कित्येक गिऱ्हाइकांना मी दुसऱ्या थिएटरवर सोडलेले होते– वेळेवर. ट्रॅफिक जॅममुळे गिरगावात सरळ जाण्याचे मी नेहेमीच टाळतो. आताही माझे पाय नकळत मरीन लाइन्स स्टेशनकडे वळले.

मुंबईत रात्रीच्या वेळी चालणारे गलिच्छ धंदे ह्या वळणावर नेहेमीच नजरेला पडत. गिऱ्हाईक गाठून देणारे दादा, मानेभोवती रुमाल आवळीत, पान चघळीत कोपऱ्यावर उभे होते. आजही! पण नटूनथटून गिऱ्हाइकांची वाट पाहणाऱ्या त्या दोघी मात्र कुठंच नव्हत्या.

कचऱ्याच्या ढिगाऱ्यातून कुत्र्यांच्या बरोबरीने अन्न चिवडणारी पोरे पाहिली की माझे मन नेहेमीच गलबलायचे. पण शरीराची भूक अशीच गटारात कुत्र्यांसारखी उघड्या जागी भागवणारे लोक आज प्रत्यक्ष डोळ्यांनी पाहिले आणि घाण वाटण्याऐवजी मी चेकाळलोच! सुनंदाचा टचटचीत बांधा डोळ्यांसमोर उभा राहिला. मघा वाटणारा अशक्तपणाही मी विसरलो.

असा अपरात्री मी परत आलेला पाहून सुनंदाला काय वाटेल? अंदाज करणे जरा कठीणच होते. माझे लग्न होऊन पाच-सात वर्षे झाली होती तरी सुनंदाच्या मनाचा मला अजूनही थांगपत्ता लागलेला नाही. माझे हे तिसरे लग्न! पहिल्या दोन्ही बायका लागोपाठ क्षयरोगाने दगावल्या. तिजवराला मुलगी कोण देणार? सुनंदा आधी बऱ्याच भानगडी झाल्यामुळे अडलेली होती. तिचे लग्न होत नव्हते. सर्व गोष्टी माझ्या कानावर आल्या होत्या. पण मी कानाडोळा केला होता. जाणूनबुजून तिला पत्करले होते. वाटले होते, उपकारांचे ओझे असल्यामुळे माझी तरुण पत्नी माझ्याशी नीट वागेल. पण लग्न झाल्यावर सुनंदा कधी खूष दिसली नव्हती. शृंगार तिला नकोसाच वाटे.

आता मला पाहिल्यावर तिला काय वाटेल ह्याचा अंदाज म्हणूनच मला येत नव्हता. गेले कित्येक दिवस मी हॉस्पिटलमध्ये पडून होतो. घरातील कर्ता पुरुष आजारी झाल्यावर घर कसे केविलवाणे होते, ते मी पाहिलेले आहे. म्हणून एकदा वाटत होते, नेहेमी धुसफुसणारी सुनंदा आज आपल्याला पाहताच कळवळून गळ्यात पडेल आणि कधी नव्हे ते... मनात अशा कल्पना करीत उभा असतानाच लांबून बस येताना दिसली होती आणि मी धावलो होतो.

वरच्या डेकवर येऊन आरामात बसलो होतो खरा; तरीही मघा केलेल्या धावपळीने हातपाय अजून थडथडत होते. त्यांच्यात शक्ती कशी ती नव्हती. त्यातच शृंगाराची गलिच्छ दृश्ये पाहून मी मघा चेकाळलो होतो. मला माझ्या अवस्थेचे हसू आले. खिडकीतून येणाऱ्या वाऱ्यामुळे चौपाटीवरील झगमगती दिव्यांची माळ पाहत मी आरामात बसलो होतो. दुसऱ्याने वाहन चालवण्यात आणि स्वत: आरामात बसण्यात केवढे सुख असते ते मी अनुभवीत होतो.

बस भराभर पळत होती. स्टॉप्सकडे लक्ष ठेवायला पाहिजे होते. चर्नीरोडचा स्टॉप येण्याआधी तयार राहायला पाहिजे होते. सोनापूरच्या स्टॉपवर एक जोडपे खिदळत बसमध्ये चढले. रात्रीच्या वेळी फिरणाऱ्या जोडप्यांत 'चालू' कोण आणि सभ्य कोण, हे ओळखण्याचे ज्ञान आम्हा टॅक्सीवाल्यांना असतेच. पोरगी 'चालू' होती. तो मात्र तसला वाटत नव्हता. कंडक्टरने घंटा मारली आणि मी खिडकीतून मान आत घेणार, इतक्यात एका स्त्रीने धावतपळत येऊन बस पकडली. मला गंमत वाटली. ती जरा लोंबकळलीच. पण कंडक्टरचे तिकडे लक्ष नव्हते. तो आलेल्या जोडप्याला तिकीट देण्यात गुंतला होता.

खाली एवढी जागा होती तेव्हा ती स्त्री वरती येईल असे वाटले नव्हते म्हणूनही असेल किंवा सुनंदाचे विचार मनात घोळत होते म्हणूनही असेल, ती माझ्या पलीकडच्या बाकावर येऊन कधी बसली ते मला समजलेच नाही. माझे लक्ष तिच्याकडे गेले. ती मंदशी, केविलवाणी हसली. त्या 'तशा बायका'तील म्हणावी तर घरंदाज वाटत होती. बाकी हल्ली कसलाच भरवसा देऊ नये हेच खरे!

मी तिच्याकडे पाहतोय असे दिसल्यावर तिने माझ्याकडे संपूर्ण दुर्लक्ष केले. तिचा बाहेर पाहत असल्याचा बहाणा चालला होता तरी माझी खात्री होती, तिचे माझ्या हालचालींवर लक्ष होते. ती कोणत्या स्टॉपवर उतरते आणि ह्या एवढ्या रात्री कुठे जाते ह्याबद्दल मलाही उत्सुकता होती.

'जॅपनीज गार्डन' दिसू लागली. माझा स्टॉप जवळ आला म्हणून मी उठलो. तशी तीही उठून उभी राहिली. माझी शिकार करण्याचा तिचा बेत माझ्या लक्षात आला. पुन्हा तेच केविलवाणे हसू तिच्या चेहेऱ्यावर मला आढळले. 'त्या तसल्या स्त्रिया गिऱ्हाईक मिळवण्यासाठी काय वाट्टेल ते नाटक करतात!' शरद दिघेने गप्पा मारताना पुरवलेली ही माहिती मला एकदम आठवली.

मी लगबगीने उतरलो. तीही पाठोपाठ उतरली आणि झटक्यात बस चालू झाली. मी रेंगाळत रस्ता क्रॉस केला; पण ती स्त्री मात्र मागेपुढे न बघता लगबगीने निघाली होती. रात्रीची वेळ, एकटी स्त्री म्हणून घाबरलेली असेल बिचारी! आपण मात्र तिला मदत करण्याऐवजी तिचा उगाचच संशय घेतला असे आता वाटू लागले.

मी तिच्यापाठोपाठ निघालो. माझी मघा रेंगाळणारी पावले आता झपाट्याने पडत होती. मध्ये थोडे अंतर होते. पण आपला पाठलाग होत आहे ह्याची त्या स्त्रीला जाणीवच नव्हती.

आमची चाळ लागली. क्षणभर दिंडीत मी आडोशाला थबकलो. ती कुठे जाते ते पाहायचे होते मला. माझा अंदाज चूक की बरोबर ते ठरणार होते त्यामुळे.

ती एक क्षणभर थांबली. तिने मागे वळून पाहिले. मी जवळपास नाही असे

दिसताच ती आमच्या चाळीपलीकडच्या चाळीत शिरली. माझा कयास बरोबर होता तर! त्या चाळीतली वस्ती 'त्या तशा' बायकांसाठी प्रसिद्ध होती. ही अशी वस्ती अशा भरवस्तीतून हलवावी म्हणून आम्ही चाळकऱ्यांनी खूप प्रयत्न केले होते. पण ही वस्ती टिकून राहिली होती. ती वस्ती येथून हलणे शक्यच नव्हते म्हणा. तक्रारी करणारे आमच्या चाळीतील अनेक सभ्य गृहस्थ त्या चाळीत शिरताना मी पाहिलेले होते. त्या आठवणीने मी हसलो आणि चाळीचा जिना चढू लागलो.

गॅलरीत सर्वांच्या पथाऱ्या होत्या. अंधारात धड दिसत नव्हते म्हणून मी जपून चाललो होतो. आमच्या खोलीजवळ मी पोहोचलो. कडी वाजवण्यासाठी हात वर केला, पण विजेचा झटका बसल्यासारखा माझा हात झटकन खाली आला! बेडलँपच्या मंद प्रकाशात खिडकीतून दिसणारे दृश्य विलक्षण होते. सुनंदा आणि शरद दिघे– एकमेकांच्या मिठीत विसावलेली! मला ते दृश्य पाहून भोवळच आली. भानावर आलो तेव्हा मी खिडकीला धरून तसाच उभा होतो.

एकदा वाटले, घरात शिरून दोघांना बेदम मारावे. पण माझा राग मी आवरला. बोभाटा झाला तर माझीच बेअब्रू होणार होती. लटपटत्या पावलांनी मी माघारी वळलो आणि कसाबसा जिना उतरला.

शरद दिघे– माझा मित्र. माझ्या बायकोशी वहिनीचे नाते जोडणारा. एका भानगडीतून ज्याला मी वाचवले होते, तो शरद दिघे. त्याने असे उपकार फेडले होते माझे! माझ्या गैरहजेरीत शरदचे येणे-जाणे चालू असायचे ते आता आठवत होते मला. पण ते त्यावेळी तितकेसे गैर वाटले नव्हते. माझ्या गैरहजेरीत येत असेल सुनंदाची खुशाली विचारायला म्हणून मला बरेच वाटत असे. चाळीतल्या पोरांच्या चावट बोलण्याचा अर्थ आता कुठे माझ्या लक्षात येत होता. पुढे काय करायचे म्हणून विचार करीत मी दिंडीत बसून राहिलो.

मन शांत व्हायला पाहिजे होते. एकाएकी मघाच्या त्या स्त्रीची आठवण झाली मला. माझ्या पांढरपेशेपणाचा, सुनंदाचा, शरदचा, माझ्या बावळटपणाचा सूड घ्यायचा होता. आपोआप माझे पाय 'त्या' वस्तीकडे वळले.

पहिल्या दोन बायकांच्या मृत्यूनंतरही मी कधी इकडे फिरकलो नव्हतो. ह्या स्त्रियांबद्दल शरद दिघेकडून काय ऐकले होते तेवढेच! बिचकत बिचकत मी जिना चढलो. दोन-तीन दादा पानवाल्याच्या गादीजवळ गिऱ्हाईक ठरवीत उभे होते. पण माझ्याकडे कुणाचे लक्ष गेले नाही. रोजच्या गिऱ्हाइकाच्या थाटात मी जिना चढून वर गेलो. दोघी तिघींना गिऱ्हाइक नव्हते. त्या जांभया देत, गप्पा मारीत उभ्या होत्या. बाकी खोल्या बंद होत्या. ती मात्र कुठेच दिसत नव्हती. शेवटच्या खोलीपाशी मी गेलो आणि आतले दृश्य पाहून चकित झालो.

ती स्त्री एका लहान मुलीला मांडीवर घेऊन बसली होती. पलीकडे एक म्हातारी

झोपलेली होती. मातृत्वाच्या भुकेने कळवळलेली ती वेश्या मला त्याक्षणी पवित्र वाटली. सुनंदाने एक धक्का दिला होता, तर ह्या स्त्रीने दुसरा!

ती छोटी मुलगी गाढ झोपली होती. तिच्या प्रयत्नाने ती छोटी घुसमटून रडू लागली. आपला प्रयत्न यशस्वी होत नाही असे दिसताच ती स्त्री उठली आणि म्हातारी जागी होण्याच्या आत ती स्त्री खोलीबाहेर पडली. दाराबाहेर मला घुटमळताना पाहून ती दचकली. मी खूण केली, पण 'इथं नको' असे खुणेनेच मला सांगून ती निघाली. तिच्या पाठोपाठ मीही चालू लागलो. मला हे सर्व नवीन होते. सौदा कसा ठरवायचा तेही समजत नव्हते. जवळ दमडी नाही त्याची आठवण झाली. पण ती 'चल' म्हणाली आणि मी तिच्या मागून चालू लागलो होतो.

रस्त्यावर आल्यावर मी बोलण्याचा प्रयत्न केला. पण ती मला म्हणाली, "अंहं! काही सांगू नका. मी ओळखते तुम्हाला. जवळ पैसा नाही हेच सांगणार आहात ना? मला मुळी पैसा नकोच आहे." ह्यावर काय बोलणार मी?

"कुठं नेणार आहात तुम्ही मला?" जो प्रश्न तिने मला विचारायचा तोच मी तिला विचारीत होतो.

"कुठं म्हणजे काय? तुमची टॅक्सी आहे ना 'ऑपेरा हाऊस'च्या मागच्या गल्लीत, गॅरेजसमोर पार्क केलेली? तिकडेच जाऊ या. गाडीची मागची सीट मला आवडते." त्या स्त्रीने डोळे मिचकावले.

रात्री मी गाडी 'ऑपेरा हाऊस'च्या जवळच्या गॅरेजसमोर पार्क करतो ही माहिती तिला कशी होती कुणास ठाऊक! तिला तसे विचारल्यावर ती हसली.

ह्या स्त्रिया तरबेज असतात असे ऐकले होते, पण त्या एवढ्या हुशार असतात ह्याची कल्पना नव्हती मला.

मघा मुलीला मांडीवर घेऊन बसलेली आणि आता माझ्याशी लघळपणा करणारी स्त्री– दोघीत केवढा फरक होता! खेळाची सुरुवात तिने केली होती. तिची हालचाल, बोलणे, वागणे मला हेच सुचवीत होते.

"माझ्याबद्दल एकंदरीत बरीच माहिती दिसते तुला?" मी म्हणालो.

"हो ना! आणखी काही सांगू?" तिने विचारले आणि एकाएकी ती गंभीर झाली.

"मला खात्री होती की, घरात शरद दिघेला आणि तुमच्या बायकोला एकत्र बघून तुम्ही भडकून जाल आणि तुमची पावलं आमच्या वस्तीकडे वळतील." ती मनकवडी तर होतीच पण आमच्या चाळीतल्या बातम्या त्या चाळीपर्यंत पोहोचविणारे बरेच लोक तिच्या माहितीचे होते तर! वाटले झाला एवढा खेळ पुरे करून परत फिरावे. उद्या ही बातमी आमच्या चाळीत झाली तर मला मान वर काढायला जागा उरणार नव्हती...

मी रेंगाळल्याचे पाहून ती म्हणाली, ''घाबरू नका! तुमची बातमी पसरवणार नाही मी! कारण हल्ली माझं बोलणं कुणी ऐकतच नाही हो! माझ्याकडे कुणी लक्षच देत नाही. माझ्या छोटीला वाढवून तिच्या जिवावर पैसा करण्याचा म्हातारीचा बेत आहे. माझी गरज आता कुणालाच नाही! पण पोरीसाठी माझा जीव तळमळतो हो! मग जाते अशी कधीमधी. पोर आजारी होती तेव्हा रोज तिथंच घुटमळत राहिले. आशेवर होते, निदान पोर तरी मिळेल म्हणून. अशी बिलगायची तेव्हा! पण आता बघितलीत ना, रात्री गेल्यावर ती उठत नाहीच आणि उठली तर फार घाबरते आणि रडू लागते. म्हातारी उठेल म्हणून धास्ती वाटते. मग मी तशीच बाहेर पडते.'' ती आपली व्यथा मला सांगत होती.

''मुलगी तुझी आहे ना? तुला ती हवी आहे ना? मग सरळ उचल आणि चालायला लाग की! त्यात काय अवघड आहे?''

''कसं शक्य आहे ते?'' ती विषण्णतेने हसली. ''मीच दीड महिन्याच्या पोरीला म्हातारीजवळ टाकून चालायला लागले. शेटच्या बंगल्यावर राहायला गेले. का? तर शेटला जाळ्यात पकडायचं होतं मला! गरती स्त्रीसारखं जगायचं ठरवलं होतं मी. पण माझ्या रोजच्या भुणभुणीला शेट कंटाळला. मला मुंबईला परत आणून टाकायचं ठरवलं त्यानं. प्रवासात आमचं कडाक्याचं भांडण झालं आणि शेटनं मला सरळ गाडीतून खाली ढकललं! मी कोणत्या गावी होते मला काही समजेना. मुंबईला परत फिरण्याचा मी आटोकाट प्रयत्न केला. पण मी पडले अशिक्षित. वाटेत ज्याला त्याला विचारीत सुटले; पण कुणी उत्तर देईना की धड बोलेना! तुम्ही पांढरपेशे लोक माडी चढायला कमी करीत नाही, पण रस्त्यात आमच्याशी बोलणं म्हणजे तुम्हाला पाप वाटतं! मग आपल्याच मनानं एका गाडीत बसले आणि चुकले. कित्येक मैलांचा प्रवास करून मी फिरून मुंबईला आले कशीबशी! तेव्हा केवढी आनंदात होते.

''पण संध्याकाळी घरी गेले. तर मुलगी आजारी! सर्वजण त्या धावपळीत होते. मला कुणी विचारीना. म्हातारीला नि मैत्रिणींना सर्व सांगायचं होतं. पण कुणी ढुंकून माझ्याकडे पाहिल तर ना! दीड महिन्यांच्या पोरीला टाकून गेल्याची ही शिक्षा मला मिळत होती! हाताला धरून कुणी घालवून दिलं नाही हेच नशीब! तिथं राहण्यात काय किंमत उरली आता? मग तिथून बाहेरच पडले. सबंध दिवस अशी भटकते. मुलीची आठवण झाली की कधीमधी अशी रात्री जाते.'' ती आपली कर्मकथा सांगत होती. आणि मी ऐकत होतो.

''गेल्या दीड महिन्यात खूप दूरचा प्रवास करून परत आले. पण आता इथं मला स्थान नाही. मला कुणी ओळखत नाही. आता हा प्रवास एकट्यानं करायचा.'' तिने सुस्कारा सोडला. मघाचा तिचा अवखळपणा नाहीसा झाला होता. ती रोखून

माझ्याकडे पाहत होती. क्षणभर वाटले, ती वेडी असावी आणि तिच्या पुढच्या बोलण्याने तर खात्रीच पटली. ''आपण सारखेच आहोत. तूही खूप दूरचा प्रवास केला आहेस. तुलाही कुणी नाही आणि मलाही. म्हणून म्हणते, आपण एकत्र राहू या. हा विचित्र प्रवास परस्परांच्या सोबतीनं करू या.''

बाप रे! मी नसतीच ब्याद लावून घेतली होती तर! माझ्याबरोबर पैसा न घेता येण्यामागं तिचा हा हेतू होता तर! तासभराची संगत शोधताना ही घोरपड कायमची गळ्यात पडू पाहत होती! मी मनातून हादरलोच, पण आता परत फिरणेही शक्य नव्हते.

'ऑपेरा हाऊस'च्या मागच्या गल्लीत आम्ही गेलो. माझी टॅक्सी गॅरेजसमोर उभी होती. अपघाताच्या साऱ्या खुणा तिच्या अंगावरून पुसल्या गेल्या होत्या. पोचे काढलेले होते. काचा बदललेल्या होत्या. नवा रंगही काढलेला होता. मी प्रेमाने माझ्या टॅक्सीवरून हात फिरवला. माझ्या गाडीवर माझे फार प्रेम होते. गाडीच्या नादात मी तिला विसरलोच होतो. मागच्या सीटवर बसण्यासाठी मी दरवाजा उघडला, तेव्हा ती तेथे बसलेली होती. तिच्या हालचाली पाहून मी पुरता चेकाळलो. तिच्या धंद्यात तिने ह्याच युक्तीप्रयुक्तीने अनेकांना जवळ केले असणार ह्याचाही मला क्षणभर विसर पडला. माझा अपघात, अशक्तपणा– मला साऱ्याचाच विसर पडला. ग्लानीत मी तिच्या मिठीत किती वेळ पहुडलो होतो, कोण जाणे! मी जागा झालो तेव्हा ती माझ्या कानात कुजबुजत होती ''मी सर्वस्वी तुमची आहे! मला तुम्ही फार आवडलात! फार सुख दिलंत तुम्ही मला!''

मला तिच्या बोलण्याची गंमत वाटली. तिच्या संगतीत येणाऱ्या प्रत्येक पुरुषाला ती हेच सांगत आली असेल! मला हसू आले, पण बरेही वाटले, स्तुती सर्वांनाच प्रिय असते आणि पुरुषाला तर आपल्या पुरुषत्वाचा फार अभिमान असतो. त्याचेच भांडवल करणाऱ्या ह्या बायका हुशार खऱ्याच! ह्या बायकांकडे जायला लोक का चटावतात ते आता समजले होते.

''समान परिस्थितीचे समदुःखी, खूप दूरचे प्रवासी एकत्र आलोय. आता एकत्रच राहू या!'' ती माझ्या कानात पुन्हा कुजबुजली आणि तिच्या ह्या बोलण्याने ती वेडी असल्याचे पुन्हा प्रत्यंतर आले. मग मी तिच्याकडे लक्षच दिले नाही आणि सरळ झोपी गेलो.

सकाळी जाग आली तेव्हा उन्हे वर आली होती. मुंबईच्या दिनक्रमाची सुरुवात झाली होती. दूधवाले, पेन्शनर, कॉलेज-विद्यार्थी, शाळकरी पोरे रस्त्यावर दिसत होती. बसगाड्या धावत होत्या.

रात्री भेटलेल्या त्या स्त्रीची आठवण झाली. पण ती जवळपास कुठेच नव्हती. उठून जाऊन तिला शोधण्याची इच्छा नव्हती मला. ब्याद टळली होती. तेच बरे! मी आळसावून पडून होतो.

बाजूचे वर्कशॉप उघडले. बोलण्याचे आवाज कानावर आले. मी उठून बसणार इतक्यात धाडकन दरवाजा उघडून शरद दिघे, ड्रायव्हरच्या सीटवर बसला. काल रात्री माझी बायको आणि आता तर माझी गाडी स्वत:ची असल्यासारखा शरद दिघे वागत होता.

माझे हात त्याला मारण्यासाठी नुसते शिवशिवत होते. इतक्यात गॅरेजमध्ये काम करणारा एक नोकर तेथे आला आणि ते दोघे कुजबुजू लागले. वारंवार त्यांच्या बोलण्यात ब्रेकचा उल्लेख आला आणि राग आवरून मी लक्षपूर्वक ऐकू लागलो. माझ्या गाडीला अपघात झाला तेव्हा ब्रेकमध्येच दोष उद्‌भवला होता. ब्रेक ठीक असते तर अपघात झालाच नसता आणि अपघात होण्यापूर्वी मी इथूनच एक बारीकसे रिपेअरिंगचे काम उरकून बाहेर पडलो होतो. हळूहळू धागे जुळत होते. मी, शरद आणि त्या नोकराकडे संशयाने पाहू लागलो. मला हॉस्पिटलमध्ये डांबून शरदने असा दुहेरी डाव साधला होता तर!

बोलता बोलता शरदने शंभराची एक नोट त्या नोकराच्या हाती दिली. आणि तो नोकर जरा मोठ्याने कुरबुरला, "वा: राव! बरं आहे तुमचं! ब्रेक नादुरुस्त करून ठेवला मी आणि त्याचा मोबदला मला फक्त शंभर रुपये? ते नाही जमायचं राव! नाहीतर बोभाटा करीन मी!"

"अरे बाबा, जरा दम धर! बाबूचे आणि त्याच्या गाडीच्या विम्याचे पैसे गोळा करतो आणि मग देतो तुला आणखी पैसे!"

"साला हलकट! माझ्या मरणाची वाट पाहतोय!" मी कमालीचा चिडलो होतो. मी त्या रागातच उठलो आणि शरद दिघेला एक सणसणीत ठेवून दिली. मला वाटले होते, त्याचे पुढचे दोन-चार दात पडतील. पण काहीच झाले नव्हते. क्षणभर अवाक् होऊन मीच पाहत राहिलो. अशक्त झाल्यामुळे माझा फटका बसला नसेल हे मी समजू शकत होतो; पण मी त्याला दिसलो कसा नव्हतो? त्याच्या वागण्यात जराही फरक पडला नव्हता. मी त्याला लाथाबुक्या हाणल्या तरी त्याच्या वागण्यात जराही फरक पडला नव्हता की त्याच्या गप्पांत खंड पडला नव्हता. आरामात तो त्या नोकराजवळ बोलत होता. शेवटी खाली उतरून त्या नोकरालाही मी दोन-चार गुद्दे हाणले. पण तोही माझ्याकडे लक्ष देईना. माझ्याकडे संपूर्ण दुर्लक्ष करून त्याने शरदला विचारले, "आता निघालात कुठे मग?"

"अरे, सांगतो काय? काल हॉस्पिटलमधून निरोप आलाय बाबू मेला म्हणून! आता नातेवाईक गोळा करून पुढची व्यवस्था करायचीय."

"नाही हो! मी मेलो नाही! मी अजून जिवंत आहे!" पण माझा हा टाहो, माझे बोलणे रस्त्यावरून जाणारे, येणारे वर्कशॉपमधील लोक कोणापर्यंत पोहोचत नव्हते.

शरद माझी गाडी घेऊन निघून गेला. पण अगतिकपणे मी पाहत राहिलो. हे कसे शक्य होते? माझ्या परिस्थितीचा विचार मनात आला आणि मी अक्षरश: रडू लागलो. चार-दोन लोकांपुढे मी माझे गाऱ्हाणे बोललोही; पण कोणापर्यंत माझे शब्द पोहोचेनात! मी हताश होऊन मटकन खालीच बसलो.

निराश मनाने मी असा बसलेला असतानाच 'ती' दिसली. कालची ती स्त्री जरा दूरच उभी होती. तिच्या चेहेऱ्यावर खिन्नपणा, अगतिकता होती. मी चमकलो. काल ती मला वेडी भासली होती; पण तिच्या बोलण्याचा अर्थ मला आता लागला होता. ती स्वत:बरोबर मलाही प्रवासी का म्हणत होती, ते आता समजले होते. अजूनपर्यंत कित्येक मैलांचा प्रवास मी टॅक्सीने केला होता; पण न केलेला दूरवरचा प्रवास मला कसा समजला नव्हता? ह्यालाच मृत्यू म्हणायचे का?

कुणीतरी माझ्या खांद्यावर थोपटल्यासारखे केले. मी मोठ्या आशेने वर पाहिले. ती माझ्या बाजूला केव्हा आली तेही मला समजले नव्हते. तिच्या वागण्यात तीच खिन्नता होती, अगतिकपणा होता, तीच शून्यावस्था होती. ती चालू लागली. मी एकदाच मागे वळून पाहिले आणि अगदी अगतिकपणे मीही तिच्यामागून निघालो– ह्या नव्या प्रवासासाठी!

■

झपाटलेली

मालतीच्या नवऱ्याने ते घर विकत घ्यायचे ठरवले होते. घरात वाईट काहीच नव्हते. घर प्रशस्त होते. आवार मोठे होते. आंब्याफणसाच्या झाडांबरोबर माडही होते. आणखी झाडे लावण्यासाठी मोकळी जागा होती. मोठी विहीर होती. विहिरीवर पायरहाट होता. पुन्हा घर स्वस्तात पडणार होते. कोकणात एका बेताच्या गावात दुकानदारी करणाऱ्या यशवंताला म्हणूनच ही अपूर्व संधी वाटली होती.

पण असे हे चांगले घर मग स्वस्तात का? मालतीला हेच खटकले होते. पण यशवंत उगाचच रागवेल म्हणून मनात येणाऱ्या शंकाकुशंका तिने बोलून दाखवल्या नव्हत्या. पण तरीही मनात यायचेच, 'लग्नाआधी मुलाची आणि मुलीचीही जशी कसून चौकशी केली जाते ना, अगदी तशीच घर घेतानाही करायला हवी.' पण हे झाले तिचे मत.

सारे ठरल्यासारखेच होते, तरी भीत भीत तिने आपली शंका बोलून दाखवली होती आणि अगदी नेहेमीसारखी यशवंताने ती उडवून लावली होती.

यशवंताच्या बोलण्यावरून ते घर पडके-मोडके नक्कीच नव्हते. म्हणजे तेथे भुताटकी तरी असेल किंवा काही करणीचा तरी प्रकार नसेल ना? आणि ह्या शंकेबरोबर तिच्या डोळ्यांसमोर माहेरचा तो वाडा तरळू लागला. तिचे फक्त बालपणच तिथे गेले होते. तेव्हाच्या आठवणीही तिच्या धड नव्हत्या, पण नवीन घराचे ठरल्यापासून तिच्या मनात तो सांगलीचा वाडाच तरळत होता. दर वेळी गरोदरपणी होणारी विचित्र मन:स्थिती... पण ह्या वेळी त्या वाड्यानेच विचारांना वेढून टाकले होते.

तसे म्हटले तर ते घर यशवंताने खास तिच्यासाठीच घ्यायचे ठरवले होते. आताचे तिचे हे गरोदरपण– पाचव्यांदा गरोदर होती ती– तिची नाजूक प्रकृती, दर बाळंतपणात जगतेय की मरतेय अशी होणारी तिची अवस्था. मूल चार महिन्यांचे

होईपर्यंत अंथरुणाला खिळून राहायची ती. म्हणूनच डॉक्टर यशवंताला ओरडले होते. यशवंताला अपराधी वाटले होते बहुधा. कारण डॉक्टर म्हणतील तसे, त्यांनी सांगितले तसे तो वागत होता.

डॉक्टरांची औषधे फार नव्हतीच. त्यांच्या मते तिला हवी होती विश्रांती, वेळेवर खाणे-पिणे आणि मोकळी हवा. दर गरोदरपणी ती काम भरपूर करायची. डॉक्टरांच्या मते बाळंतपणानंतर होणाऱ्या शक्तिपाताचे कारण हेच होते.

काय खरे होते? काय खोटे होते? प्रत्येक डॉक्टर वेगळा की मतही वेगळे. ऑपरेशन करून पैसे उकळण्याचा तर डॉक्टरांचा बेत नसेल ना? गरोदरपणी काम केले की बाई सुटसुटीत राहते. पण तरीही ती हे बोलू शकली नव्हती. पहिल्या चार बाळंतपणात तिने आपलाच हट्ट चालवला होता आणि दरवेळी वाटणीला आले होते आजारपण.

पण ह्या वेळी तर गरोदरपणीच अशक्तपणा वाटत होता तिला. जरा काम केले की श्रम व्हायचे, पार गळून जायची ती मग. तसे काम करण्याची जरुरीच नव्हती. घरात सांगलीवरून आणलेला जुना नोकर होता. स्वयंपाक करायला, वरचे बघायला एक बाई मिळाल्या होत्या.

बाई तशा तरुण होत्या, रूपाने गोऱ्यागोमट्या पुन्हा विधवा. मुलांचे त्या मायेने करायच्या पण... म्हणूनच हे चाळीतले बिऱ्हाड सोडून मालतीला त्या नवीन घरात जावेसे वाटत नव्हते.

रिकामा न्हावी, भिंतीला तुंबड्या लावी. विचार उगाचच कोळ्याच्या धाग्यासारखे गुरफटत राहायचे. जाळ्यात कुणी अडकेल म्हणून वाट बघत राहायचे. त्या बाई कामाला आल्या आणि मग वारंवार त्यांचाच विचार तिच्या मनात यायचा. ह्या बाईला आपला संसार, मुलं आणि मुख्यत: यशवंत बघून वैषम्य वाटत असेल का? तिच्या निरोगी, रसरशीत शरीराचे वैषम्य मालतीला वाटायचे आणि मग यशवंताचा विचार मनात यायचा, 'आपली बायको आणि ही बाई ह्यांची तुलना तो करत असेल का?'

मनात वारंवार येणारा हा विचार. तिच्यासारख्या अशक्त, आजारी बाईला असे वाटण्यात वावगे काहीच नव्हते. ती मग स्वत:चीच समजूत घालायची. ह्या बाळंतपणात आणि नंतर त्रास होणार नाही असे डॉक्टर खात्रीपूर्वक सांगत होते. मूल मोठे झाले की स्वयंपाकीणबाईला ती काढून टाकणार होती. तिने मग स्वत:लाच दटावले, 'उगाच आपल्याच मनात विष कालवतेस! ती मुलांचे प्रेमाने करते अगदी पांगळीचेसुद्धा.'

मुलांच्या आठवणीने मालतीचा जीव कसनुसा झाला. चार मुलं, त्यातली दोन अशी लुळीपांगळी. मधूला लोखंडी कांबीवाला बूट घातल्यापासून तो चालायचा तरी, पण जन्मत:च पांगळी असलेली लता नुसती फरफटायची.

डॉक्टरांच्या मते तिच्या दुखण्याचे मूळ हेच होते. वाटणारी ही काळजी... त्यात पुन्हा येणाऱ्या बाळाची काळजी. ती काळजी लपवण्यासाठी प्रत्येक गरोदरपणात ती जास्त हसते, बोलते, पुष्कळ काम करते. ह्या श्रमांचा परिणाम मागाहून जाणवतो. श्रम करायचे नाहीत हा डॉक्टरांचा गुरुमंत्र आहे तो म्हणूनच. काळजी करायची नाही हे त्यांचे दुसरे ब्रीदवाक्य आहे. बाळाचा विचार मनात आला की ती ह्या घराचा विचार करायला लागते आणि बाळासंबधी येणाऱ्या भलभलत्या शंकांऐवजी हल्ली तिला शंका यायच्या त्या घरासंबंधी. कधी कधी ह्या शंका यशवंताला तिच्या चेहेऱ्यावर दिसायच्या बहुधा. कारण तो जरा चिडायचाच. 'भलतंसलतं मनात आणू नको. ह्या स्वभावानंच तू आजारी पडतेस' त्याने बजावलेही होते.

आणि मग एक दिवस यशवंत तिला घर दाखवायला घेऊन गेला होता. घर तसे छान होते. त्याने वर्णन केले, तसेच होते. प्रशस्त. मोठे. खाली सहा खोल्या. माडीवर मात्र एकच मोठी खोली. त्यासमोर मोठी गच्ची. घर माळरानावर, त्यामुळे वारा सारखा घोंघावत राहायचा. दूरवर पसरलेल्या टेकड्या, त्यांना भिडलेले निळे आकाश आणि जवळून वाहणारी नदी.

त्या नदीकडे पाहताना तिला सांगलीची कृष्णा नदी आठवली होती. कृष्णेचा हिरवागार काठ, झाडीझाडोरा आणि नकळत डोळ्यांसमोर तो वाडा उभा राहिला होता. तो भलामोठा दिंडी दरवाजा, तिन्हीसांजा होणारी त्याची कुरकुर. आठवणीनेही अंगावर शहारे आले होते तिच्या. कारण नकळत माडीवरची अशीच कोपऱ्यात असलेली काकूची खोली आठवली होती. दाराच्या फटीला डोळा लावला की आतले सारे दिसायचे.

एकदा असेच चोरून पाहताना काकूनेच तिला पकडले होते. खांद्यावर पडलेल्या काकूच्या हातात काय सामर्थ्य होते राम जाणे! पण तिच्या अंगात विरोध करायचे किंवा तिथून पळून जाण्याचे त्राणच उरले नव्हते. त्या दिवसापासून काकूच्या हातातील मेणाचे बाहुले बनली होती ती. आईला काहीतरी संशय आला होता. कारण थोड्याच दिवसांत आईने वेगळे बिऱ्हाड केले होते. पुढे चार-सहा महिन्यांत मालतीचे वडील वारल्यावर आईने काकूच्या नावाने बोटे मोडली होती. पुढे चार-पाच वर्षांनी आईने मालतीचे लग्नही उरकून घेतले होते. तेही कोकणातील एका दूरच्या गावात– जिथे काकूची सावली पडणार नाही अशा गावी.

पण तरीही काकूच्या आठवणी बुजल्या नव्हत्या. दर गरोदरपणी अशा भलत्यासलत्या आठवणी यायच्या. काकूच्या खोलीतली दृश्ये डोळ्यांसमोर तरळू लागायची. धुपाचा, उदाचा, कापलेल्या लिंबाचा वास हवाहवासा वाटायचा, स्वतःला आवरायचे म्हणजे स्वतःला कशात तरी पार गुंतवून ठेवावे लागायचे. यशवंताला हे सारे सांगावेसे वाटायचे तिला, पण तिने स्वतःला बजावले, 'हे घर लहानपणीच्या सांगलीच्या

वाड्यासारखं वाटतं असं मनातच आणायचं नाही. फक्त बाळाचा विचार करायचा.'

पण तरीही त्या दिवशी घर पाहून आल्यावर मनात शंकाकुशंका आल्याच होत्या. मग तिने स्वतःला बजावले होते, 'खरंच, असेलही असंच. भाऊबंदकीचा फायदा मिळून मिळत असेल हे घर स्वस्तात. एखादी गोष्ट मनाला पुन्हा पुन्हा बजावली की ती खरी वाटू लागते. लहानपणी म्हणून तर...' मनात येणारा हा विचार तिने झटकलाच तत्काळ.

दुसऱ्यांदा घर पाहायला गेल्यावर माडीवरच्या खिडकीशी ती बराच वेळ उभी होती. घराभोवतीची ती बाग, आंबाफणसाची, नारळीची ती झाडे आणि माळरानावर दूरवर गेलेली ती पाऊलवाट... कुठे नेणार होती ती वाट?

यशवंत उत्साहाने काहीतरी म्हणाला पण तिचे लक्षच नव्हते. असा आनंदात असला की तो घरासंबंधी बोलतो हे तिला अनुभवाने ठाऊक होते. लटक्या उत्साहाने ती म्हणाली, ''उगाचच शंका वाटत होती. छान आहे घर!''

तो कशासाठी तरी खाली गेला. ती खिडकीशीच उभी होती. जमिनीवर पडलेल्या सावल्यांकडे भारावल्यागत पाहत होती. मनातून त्यांची भीती वाटत होती. तिला जमिनीवरची ती चित्रविचित्र रांगोळी, तो चालणारा पाठशिवणीचा खेळ, नाचणाऱ्या– गोल गोल घुमणाऱ्या त्या सावल्या, काकूची खोली, फटीतून दिसणारे ते दृश्य... भीती वाटायची पण वाटणारी ती ओढ...

तेवढ्यात कुणाचातरी हात खांद्यावर पडला आणि भीतीने तिची बोबडी वळली. काकू तर नसेल म्हणून चमकून तिने मागे वळून पाहिले. मागे यशवंत उभा होता. त्याची ती शांत नजर... काकूच्या डोळ्यांत दिसणारी ती आसुरी चमक... आताही त्या आठवणीने तिच्या अंगावर काटा उभा राहिला,

नवऱ्याची आपण काकूशी केलेली तुलना– तिला उगाचच अपराधी वाटू लागले. त्याला सारे सांगावेसे वाटत होते, पण मग काकू आणि तिचा सारा इतिहासही सांगावा लागणार होता. त्यातली आपली भूमिका... ती मग गप्पच बसली. मनातून त्याची क्षमा मागून तिने त्याला नमस्कारसुद्धा केला. आपल्या मनातील गोंधळ त्याला जाणवू नये म्हणून उत्साहाने ती घरासंबंधीच बोलू लागली.

तेवढ्यात कुणीतरी हसले. कोण होते ते? ती व्यक्ती नुसती हसून थांबली नव्हती. ती चटकन म्हणालीही, ''सारे सारे नाटक! पण आता नाही चकायची मी. आता तावडीत सापडलीस तू माझ्या. आता कुठं जाशील?''

हळदीचा पंजा अंगावरून सरसरत फिरल्यागत वाटला होता. तिच्या अंगावर आलेला काटा पाहून तो म्हणाला, ''शाल आणायला हवी होती. माळरानावरून भन्नाट वारा येतो इथं. चल खाली आता.''

खरे म्हणजे तोच क्षण होता सारे सांगण्याचा. त्या घरासंबंधी, बालपणासंबंधी,

होणाऱ्या त्या आभासासंबंधी सांगणे तेव्हा जमले नव्हते आणि मगही कधी शक्य झाले नव्हते.

त्याचा असल्या गोष्टींवर विश्वास नाही हे ती जाणून होती. भूतखेत, शुभाशुभ, करणी हे सारे दुर्बल मनाचे खेळ आहेत असे त्याचे ठाम मत होते. ती काही म्हणाली असती, तर मनावर कसा ताबा मिळवावा ह्यावर त्याने एखादे भाषण ठोकून दिले असते. तिच्याचसाठी घेत असलेल्या घराबद्दल असा प्रवाद व्यक्त केल्याबद्दल तो नाराजही झाला असता. तिच्या सुखासाठी चाललेली त्याची धडपड आणि तिच्याकडून त्याची होणारी ही अशी परतफेड...

घरभरणीचा दिवस उजाडला. जुन्या घरातील सामानसुमान हलवून तेथे आणले होते. पंधरा दिवस यशवंत, रामजी आणि स्वयंपाकीणबाई खपत होत्या. जुन्या घरातून उपयोगी, निरुपयोगी सर्वच वस्तू आणल्या होत्या. त्या सामानाबरोबर तीही आली होती. उपयोगी का निरुपयोगी? तिलाच कळले नव्हते.

तिने त्याच्याकडे पाहिले. तो सूचना देण्यात गर्क होता. थोड्याच वेळात त्याचे लक्ष तिच्याकडे गेले. एखादे काचपात्र जपून न्यावे अगदी तसेच ती नको नको म्हणत असताना त्याने तिला अलगद उचलून माडीवरच्या त्या खोलीत आणून ठेवले होते. खोली सुसज्ज होती. त्यांचा जोडपलंग, कपाट, पंखा, टेबल, आतली व्यवस्था पाहून तो खूष झाला होता.

"आता छान वाटते नाही ही खोली? मस्त हवेशीर आहे. पुन्हा एका बाजूला आहे. आवाजाचा, मुलांचा कसलाच त्रास होणार नाही तुला. सकाळी समोरून वारा येतो आणि आता ह्या खिडकीतून."

त्याने उघडलेल्या खिडकीतून तिने बाहेर पाहिले. विहिरीवरचा पायरहाट चालू होता. एकामागून एक लोटे धावत होते. विहिरीत जात होते.

तिला सांगलीतील वाड्यातील ती विहीर आठवली. काकू विहिरीची पूजा करायची. एखादा आकडा मनात आणून मडक्याची पूजा करायची. मग त्यावर फुली मारायची. नेमके ते मडके फुटून वर यायचे आणि ती खदखदा हसायची. बोटे मोडून अमक्या तमक्याचे किती दिवस आहेत ते सांगायची आणि नेमके...

त्या आठवणीनेही तिला थकल्यासारखे झाले. तिने डोळे मिटले आणि त्याने प्रेमाने विचारले, "थकलीस? आज मीही थकलोय. तू नीटपणं उभी असतीस तर हे सारं करायला तुझी मदत झाली असती. मग एवढा त्रासही वाटला नसता."

'काय थापा मारतोय बघ तुझा नवरा! काही त्रास झाला नाही. उलट मजेत आहे तो. सर्वांसमोर स्वयंपाकीणबाईंशी गुलुगुलु बोलत बिनधास्तपणे येत होता. मघा चाललेले हास्यविनोद.. '

कोण बोलले हे? तिने चमकून आजूबाजूला पाहिले. तो खिडकी बंद करण्यासाठी उठून गेला होता म्हणून तिचे चमकणे त्याच्या लक्षात आले नव्हते. नुसते बोलणेच ऐकू आले नव्हते, ते खदखदा हसणेही. हा काकूचा तर आवाज नव्हता ना? मनासारखे घडले की ती अशीच हसायची. तो आवाज आला तसाच थांबलाही. ती उशीत डोके खुपसून पडून राहिली. त्यानंतर यशवंत केव्हा निघून गेला ते तिला कळलेच नव्हते.

नेहेमीसारखीच ही डुलकी लागली होती. कधी कधी तिला वाटायचे, ही डुलकी नाही. आपल्याला येते ती भोवळ असावी. अशी भोवळ पहिल्यांदा आली होती काकूच्या खोलीत. काकूच्या खोलीत काकूने लिंबात हळद भरली आणि बघता बघता ते लाल झाले होते ते पाहून ती किंचाळली होती ती अशीच...

मन नको ते विचार करू लागले. स्वत:ला सावरण्यासाठी ती धडपडत खिडकीशी गेली. अंगणात कोणी नव्हते. आता फक्त सावल्यांची पाठशिवणी चालू होती. स्स करीत मधूनच चाबूक ओढणारा वारा आणि अंगात आल्यासारखी घुमणारी पाने, तिला वाटले, केस मोकळे सोडून आपणही घुमावे.

घुम् घुम् घुम् ....

खरेच मग काही क्षण ती घुमली. पाठीवर चाबूक ओढल्यागत घुमत राहिली. मन तिला दटावत होते... काय करतेस? स्वस्थ पड...

पण त्या आवाजात जरब होती.

'हं, चालू दे. चालू दे जोरात.'

पार थकल्यावर ग्लानीत ती पलंगावर येऊन पडली. ती जागी झाली तेव्हा तिची आई, बहिणी, खोलीत आल्या होत्या. तिला जेवणासाठी उठवत होत्या. तिचे घर, तिचा नवरा ह्यावरून चालणारी स्तुती तिच्या कानावर पडत होती. पण ती काहीच बोलली नव्हती. मगा खाली जमिनीवर असणाऱ्या सावल्या सरकत वर आल्या होत्या. भिंतीचा जुना रंग उडाला होता. हलणाऱ्या सावल्यांमुळे तेथे चित्रविचित्र आकार दिसत होते.

''लक्ष कुठं आहे तुझं? जेव.'' आईने आग्रह केला तेव्हा तिने चार घास खाल्ले. जरा वेळ आईबहिणी बसून होत्या. तेवढ्यापुरते त्या सावल्यांकडे तिचे लक्ष गेले नव्हते. पण त्या उठून जाताच ती त्या आकारांकडे पाहत राहिली. बदलणारे ते आकार, चालत्या बोलत्या सिनेमाच्या फिल्मसारखे झटपट आकार बदलत होते. त्यात सुसंगती नव्हती. पण तरीही कुणाच्यातरी इशाऱ्यानुसार हे सारे घडत होते.

'थांबवा. थांबवा रे ते!' ओरडावेसे वाटत होते. जीव पार चिडचिडा झाला होता. हलणारे ते आकार... बुडकन् उडी मारून मडकी पुढे जातायत वर येतायत. मग

त्याकडे पाहताना एकच विचार– ह्यातला कुठला फुटलेला असेल? कोणता? कोणता? कोणता?

ते वाट पाहणे, ती प्रतीक्षा. जीव हैराण झाला होता. भिंतीवर पडणाऱ्या सावल्या... ते चित्रविचित्र आकार... नाचणारे पंजे... एखाद्या पंजाने मानगूट पकडली तर! भीतीने गोठून ती पलंगावर कोसळली.

तेवढ्यात जिन्यावर पावले वाजलेली ऐकू आली. आवाज यशवंताच्याच पावलांचा होता. अशी दमदार चाल दुसऱ्या कुणाचीच नव्हती. तिने चेहेरा शांत ठेवला. त्याला घाबरटपणा आवडत नसे.

तो चहा घेऊन स्वतःच आला होता. बहिणी आल्यापासून तिला म्हणायच्या, ''बघ, यशवंतराव किती करतात ते! नाहीतर आमच्याकडे!''

मालतीच्या मनात आले, बहिणी म्हणतात ते काही खोटे नाही.

'काय खरं आहे? सारं थोतांड!' असा आवाज येईल अशा अपेक्षेने तिने कान टवकारले. पण तो समोर असला की तो आवाज, ते हास्य अगदी बंद असायचे.

आल्याआल्याच चहा पुढे करून तो म्हणाला, ''घ्या राणीसरकार!'' चहा पिऊन तो गप्पा मारत बसला. घरात हव्या असणाऱ्या सुधारणा व त्याचे बेत तो ऐकवत होता. तेवढ्यात मुले वरती आली. मुलांचे उत्फुल्ल चेहेरे– सारी मजेत होती. ती नव्हती तरी कुणाचे काही अडले नव्हते.

मालतीच्या मनातील खळबळ बहुधा यशवंताला कळली होती. तो आपणहून म्हणाला, ''घरात सारी जमली आहेत. मुलांनी धुडगूस घातलाय अगदी. तरी जेवताना तुला बोलावण्याचा हट्ट चाललाच होता.''

थोड्या वेळाने मुले निघून गेली. तोही फिरण्यासाठी बाहेर पडला. तिची आई आता वरती येऊन बसली होती. आईजवळ सांगलीसंबंधी, त्या वाड्यासंबंधी बोलावेसे वाटत होते, पण तिला कुणीतरी दटावलेच–

'अंहं. ते बोलायचं नाही. ती आपली मजा आहे. गुपित आहे.'

खोलीत चोरून पाहताना काकूने मालतीला पकडले होते तेव्हाही असेच सांगितले होते. मालतीला खोलीत ओढून कोपऱ्यात उभी केल्यावर काकू पूर्ववत आपल्या कामात दंग झाली होती. दोन्ही हातात कसलीशी दोन हाडे उचलून एकमेकांवर घासत काकू 'जय काली माँ!' करत घुमली होती. पळून जावेसे वाटले होते मालतीला, पण त्या खोलीत खिळून ती उभी राहिली होती. सर्व झाल्यावर काकूने पाठीवर दिलेली शाबासकी– तो स्पर्श! आताही पाठीवर फिरणारा तो हात, तो स्पर्श ओळखीचा वाटला होता.

'आईपासून, त्याच्यापासून सारं लपवायलाच हवं. बघ हं!' – त्या आवाजाने बजावले.

रात्री तो लवकरच वरती आला. दुपारचे जेवण उशीरा झाल्यामुळे कुणालाच जेवायचे नव्हते. ती विश्रांती घेत होती. तो पुस्तक वाचत पडला होता. वाचता वाचता तो झोपी गेला. ती मात्र बराच वेळ जागी होती.

त्या निरव शांततेत एकाएकी जिन्यावर पावलांचे आवाज आले. कोणीतरी आले होते आणि खोलीच्या दारापाशी थांबले होते. श्वास रोखून तिने वाट पाहिली पण दारावर थाप नाही की कडीचा आवाज नाही. जे कोण होते ते खाली जात होते, वर येत होते. चढताउतरताना जिन्यावर होणारा पावलांचा आवाज, जोडव्यांची खटखट.

सहन होईना तेव्हा घाबरून तिने त्याला हलविले. जिन्यावर कोणीतरी आहे असे सांगितल्यावर त्याने दिवा न लावताच दरवाजा उघडला. जिन्यावर कोणी नव्हते, पण सरपटत भिंतीवरच्या रेषेत मिसळलेली ती सावली– ती फक्त मालतीला दिसली होती. ते खसफसणे फक्त मालतीने ऐकले होते.

दिवसभराच्या श्रमाने तो थकलेला होता. तो चिडलाच आणि त्याच्या साध्या बोलण्यानेही तिला रडू कोसळले. त्याला अकारण उठवले म्हणून तिने त्याची पुन्हा पुन्हा माफी मागितली. पण तरीही रडणे थांबत नव्हते. रडत रडत ती त्याच्या कुशीत शिरली. बराच वेळ मग तो तिला थोपटत राहिला होता.

सकाळी ती जागी झाली त्यावेळी तिची कालची हळवी मन:स्थिती उरली नव्हती. पहाटे का होईना चांगली झोप लागली होती. काल रात्रीचे आभास... सर्वांचा त्या क्षणी विसर पडला होता.

घरभरणी आटपली. एक एक करत पाहुणी मंडळी परत फिरू लागली. घरात उरली मग फक्त मुलं, ती, रामजी, यशवंत आणि स्वयंपाकीणबाई.

'ही दोन्ही नावं जवळ का घेतलीस?' कुणीतरी खुदकन् हसून विचारले, 'सांगू?'

'सांग सांग.' मालतीने त्या आवाजाला दटावले.

'मुलं शाळेत जातात. पांगळी लता कुठंतरी पडलेली असते. रामजी खोपीत असतो. दुपारी यशवंत जेवायला आल्यावर घरात असतात फक्त तो आणि स्वयंपाकीणबाई. असतात की नाही? दुकानात काम जास्त पडतं म्हणून थकव्याचं ढोंग करून तो गाढ झोपतो. तुझी, येणाऱ्या बाळाची, आहे त्याला काळजी? तो आहे दंग, मश्गूल. चोरट्या सुखात जास्त मजा असते बाई!'

पुन्हा ते छद्मी हास्य कानावर आले आणि तिने कान झाकून घेतले. स्वत:वर ताबा मिळवायचा आटोकाट प्रयत्न करायला हवा हे तिला समजत होते.

आपण स्वत:शीच तर बोलत नव्हतो ना? हे हल्ली असे बरेच वेळा ऐकू येणारे

आवाज... काय खरे होते? खरेच आवाज येतात का? ह्याच्या मुळाशी तो सावल्यांचा जीवघेणा खेळ तर नाही ना? ह्या खिडक्यांनाच पडदे करून घेतले तर? तर थांबेल तो पाठशिवणीचा खेळ.

तो पाठशिवणीचा खेळ... स्स करीत आसूड ओढल्याचा होणारा आवाज... त्या सरपटणाऱ्या सावल्या दुपारी अंगणात धुडगूस घालायच्या आणि मग घरातील भिंतींवर येऊन बसायच्या. त्यांचे चालणारे हातवारे, विचित्र खेळ.

घुम्... घुम्... घुम्...

घुम्... पोरी घुम्...

काकूची ती खोली. धुपाचा, उदाचा वास, हळद, कुंकू, पिंजर, उदबत्त्या, नारळ, लिंबे, कवड्या, तुरटी, हाडे, गंडेदोरे... कवड्यांचा आवाज... कापलेल्या लिंबाचा वास आणि ते वातावरण.

फटीतून पाहताना भीती वाटायची, पण काकूच्या खोलीत जायला लागल्यापासून त्या खेळाचे वाटू लागलेले आकर्षण.

त्या दिवसानंतर बुडकुली, बाहुल्यांचा खेळ थांबलाच होता. गोडी वाटू लागली होती ती काकूच्या खोलीतील काळ्या बाहुल्यांत. हळद, कुंकू, मडकी.

काकूच्या खोलीतून बाहेर पडल्यावर एक अपराधी भावना मनाला टोचत राहायची. तिथे न जाण्याचा पुन्हा पुन्हा केलेला निश्चय. पण तो मोडला जायचा. काकूच्या पकडीत अशीच ताकद होती. नजरेत जरब होती.

हल्ली पुन्हा पुन्हा मनात हेच विचार घोळायचे. हे सारे विसरायचे होते. त्यासाठी खिडक्यांना पडदे लावायचे होते. मग साऱ्या हालचाली थांबतील अशी तिला खात्री होती. त्यापेक्षा खालच्याच एखाद्या खोलीत आपली व्यवस्था केली तर.

'सांगून बघ त्याला. खालची खोली तुला मिळेल असं वाटतं? ऐकेल तो तुझं? मी सांगते तुला, तो ऐकणार नाही. स्वयंपाकीणबाईंच्या आणि त्याच्या एकांतात व्यत्यय येईल ना! तुझा अडथळा असा दूर केलाय त्यानं.' त्या आवाजाने टोमणा मारला.

'हट्! तो असा नाही. तू भलतंसलतं माझ्या मनात भरवू नकोस. तू काही बोललीस तरी मी आता ऐकणार नाही.'

मालती असे म्हणाली तरी तो आवाज बधला नाही. 'ऐकायचं नसेल तर ऐकू नको. सांगायचं काम मी केलं.'

'कशाला ग छळत्येस? जा ना इथून. जा म्हणते ना?' मालती आता रडकुंडीला आली होती.

'मी आणि छळते? पहिल्यांदा तरी कुठं ऐकत होतीस तू माझं? हळूहळू येशील ताळ्यावर. इतकी वर्षं वाट पाहिली ती उगाच नव्हे. लक्षात ठेव, तो आणि

स्वयंपाकीणबाई... तो आणि...' येणारे हे शब्द, तो आवाज हळूहळू भिंतीच्या बाजूने नाहीसा झाला. क्षणभर भिंतीवरच्या रेषा हलल्यागत वाटल्या मालतीला.

मालतीचे लक्ष सहजच आपल्या हातांकडे गेले. तळहात एकमेकांवर दाबून धरलेले होते. कुणाचे तळपट करतोय आपण? घाबरून तिने स्वत:ला विचारले.

मालतीच्या डोळ्यांतून घळघळ अश्रू वाहत होते. ती रडतेय ह्याचेही तिला भान नव्हते. जेवून विडा चघळत तो वर आला तर ती अशी बसलेली. जेवणाचे ताट तसेच पडलेले होते.

"हे काय, जेवली नाहीस? रडायला काय झालं? बरं नाही का वाटत? बाई, अहो बाईऽऽ" जिन्याच्या तोंडाशी जात त्याने हाका मारल्या.

"बाई नकोत." ती बहुधा मोठ्याने ओरडली होती. कारण यशवंताची घाबरलेली मुद्रा. वेड्यासारखा तो तिच्याकडे पाहतच राहिला होता.

मालतीला कुठून शक्ती आली होती कोणास ठाऊक? तिचे डोळे गरगरवणे, हातापायांना सुटलेला कंप... तांबडाबुंद चेहेरा... वाटले, लिंबू कापावे, त्यात हळद-गुलाल भरावा, काळ्या बाहुलीला टाचण्या टोचून ती बाहुली बाईच्या नावे...

तिचा तो अवतार पाहून यशवंत घाबरून दोन पावले मागे सरकला.

पिसाट सुटलेल्या मनाला तिने क्षणात लगाम घातला. भलतीकडे कुठे वाहवत चालली होती ती? काकूच्या कह्यात जायचे नाही म्हणून गेल्या चार गरोदरपणी केलेली तपश्चर्या सारे फुकट जाणार ह्या कल्पनेने तिला रडू कोसळले.

ती रडत होती. तो तिला थोपटत होता. कारण विचारत होता. लहान मुलीसारखी रडत रडत ती सांगत होती, पडून राहावे लागत असल्यामुळे येणारा कंटाळा, एकट्याने घ्यावे लागणारे आणि म्हणून बेचव वाटणारे जेवण,मनाचा उगाचच उडणारा गोंधळ.

यशवंत तिची समजूत घालत होता. नेहेमी जेवण तिच्याबरोबर वर घ्यायचे त्याने वचन दिले तेव्हा तिला बरे वाटले.

तिने विजयी मुद्रेने भिंतीकडे पाहिले. भिंतीवरच्या रेषा खुसखुसल्या.

ती नको म्हणत होती तरी त्याने संध्याकाळी डॉक्टरांना बोलावलेच. रक्तदाब वाढलाय एवढे सांगून औषध देऊन आणि पडून राहायला बजावून डॉक्टर निघून गेले.

त्या दिवसापासून तो रोजच तिच्या खोलीत जेवण घेऊ लागला. मग गप्पा आणि झोप. तिला झोप लागली असे वाटल्यावर तो वाचत तरी बसायचा किंवा खाली निघूनही जायचा. झोपेचे ढोंग करून पडून राहिलेली मालती तो खाली गेला की कानोसा घेत बसून राहायची. त्याच्या सायकलचा आवाज आला की खिडकीआड लपून बसायची. पण ती खिडकीपाशी पोहोचेपर्यंत तो निघूनही गेलेला असायचा.

'त्याने टाटा केला असेल का?' मनातल्या ह्या विचाराबरोबर भिंतीवरच्या रेषा खुसखुसायच्या.

दिवस असेच जात होते. तिला साऱ्याची सवय झाली होती. त्या भिंतीचा पूर्वीसारखा मग तिला रागही येत नसे. उलट हल्ली तिला तिचा आधार वाटायचा. साऱ्या ढोंगी जगात तीच खरी असल्याची वाटणारी खात्री. पडदा करायचा बेत मग तसाच राहिला. त्या खाली जमिनीवर पसरणाऱ्या सावल्यांच्या रांगोळ्या, त्या पाठशिवणीच्या खेळाचा अर्थ ती शोधत राहायची. संध्याकाळी भिंतीवर पसरणाऱ्या चित्रपटासारख्या सजीव होणाऱ्या सावल्या; पण तरीही आतल्या आकृत्यांचा तिला नीटसा उलगडा झाला नव्हता. घुमणारी छोटी मुलगी तिथं होती? की बाई?

घुम्... घुम्... घुम्..

घुम्... घुम्... घुम्

रात्री तो झोपायला आला, तेव्हा ती पार थकली होती. गळून पलंगावर पडली होती. चेहेरा गोरामोरा होता. पण त्याचे तिकडे लक्षच नव्हते.

"काय, कसं काय वाटतंय? काय केलंस आज?"

आलटून पालटून विचारले जाणारे त्याचे हे दोनच प्रश्न.

'तुझ्या उत्तराकडे तरी त्याचं लक्ष असतं का?' त्या आवाजाने नेहेमीसारखाच चोंबडेपणा केला.

पण तिला राग आला नाही की त्या आवाजाची भीती वाटली नाही.

ती काही बोलली नव्हती पण त्याचेही यशवंताला काही वाटले नव्हते. तो तिच्या बाजूला पडून झोपीही गेला.

ती थोड्या वेळाने हळूच उठली. चंद्रप्रकाशात पसरलेल्या छाया वेगळ्या वाटत होत्या. बऱ्याच स्थिर वाटत होत्या. चंद्रप्रकाशात न्हाऊन निघालेली ती सृष्टी. विहिरीवरचा लोखंडी रहाट... माळेतले लोटे चकाकत होते. माणसाच्या टकलासारखे दिसणारे ते लोटे.

ती अशी बघत असतानाच विहिरीवरचा रहाट आपोआप फिरू लागला. खिडकीच्या कडेला तिने घट्ट धरून ठेवले होते म्हणून बरे!... लोटे भरभरून पाणी पन्हाळात ओतले जात होते. ती एकटक त्या पाण्याकडे पाहत होती. यशवंत कधी मागे येऊन उभा राहिला ते तिला कळलेही नव्हते. त्याचा स्पर्श खांद्याला झाला आणि तिने दचकून मागे वळून पाहिले.

वाहणारा पाट, फिरणारा रहाट, त्याला काही दिसले नव्हते. त्याला काही विचारण्यात अर्थ नव्हता. तिला होणारे हे भास, ऐकू येणारे आवाज ह्यासंबंधी सांगण्यात अर्थ नव्हता. मनाचा होणारा कोंडमारा... नेहेमीसारखे मग रडू आले.

त्याने समजूत घातली. नेहेमीचा तोच ठराविक साचा; सारे तेच.

"तुला काळजी वाटते का?"

त्याच्या ह्या प्रश्नावर तिने काहीच उत्तर दिले नव्हते. त्याच्या कुशीत ती पडून राहिली. तो झोपी गेला तरी ती टक्क जागी होती. तिने हळूच त्या भिंतीकडे पाहिले.

त्या भिंतीवरचा देखावा. तोही त्याक्षणी जिवंत झाला होता.

कोपऱ्यात एक विहीर होती. चौकोनी खूप मोठी... त्यावरची लोट्यांची माळ... पूजा करणारी काकू... हं तरीच बोलणारी व्यक्ती त्या भिंतीआड जाते ती. ती नक्कीच काकू होती. त्या भिंतीवरच्या रेषांचे उलगडत जाणारे कोडे...

जय काली माँ.

जय जय माँ... जय हो...

काळी बाहुली, लोट्यावर मारलेली फुली... कवड्यांचा आवाज.... हळद भरून कापले गेलेले लिंबू.

'कर, कर एका लोट्यावर फुली.'

त्या आवाजाने दचकून न जाता तिने शांतपणे एका लोट्यावर फुली केली. मन कसे शांत वाटत होते. मग केव्हा झोप लागली तेच तिला कळले नव्हते. कित्येक दिवसात तिला अशी शांत झोप लागली नव्हती.

सकाळी ती जागी झाली. रात्रीच्या आठवणी समोरच्या भितीकडे पाहताच जागृत झाल्या. ती उठली आणि उत्सुकतेने खिडकीकडे गेली. माळेतील एक लोटा फुटलेला दिसत होता. ती रिकामी जागा... सुंभात अडकलेला लोट्याचा गळा... ते दृश्य पाहताना नेहमीसारखी तिला भीती वाटली नव्हती. उलट ओठांवर फुटलेले अस्पष्ट हास्य...

दिवस जातच होते. बाळंतपण आता जवळ आले होते. रात्रीची झोप आता कमी झाली होती. पण ती गुपचूप पडून राहायची. भिंतीवरच्या हळूहळू सजीव होणाऱ्या रेषांचे धागेदोरे बालपणाशी जुळत होते. लपवाछपवी, मागेपुढे ह्यात गंमत येत होती.

'तेव्हा हुलकावण्या द्यायचीस काय मला? पण आता?' प्रश्न विचारून रेषा विचित्र हसल्या. बांगड्यांचा किणकिणाटही मालतीने ऐकला. भिंतीवरच्या रेषांनी एक लयबद्ध आकृती निर्माण केली. घुमणारी... पिंगा घालणारी... कवड्या खुळखुळवणारी तिची काकू...

'ओळखलंस? मी त्याचीच वाट पाहत होते इतकी वर्षं.' काकू हसत म्हणाली.

आता दरडावणे, रागवणे, लपून बसणे ह्यातले काही काकू करत नव्हती. रात्री नव्हे दिवसाही काकू नीटपणे बोलायची. सूचना करायची. लोटा फुटल्याचा आलेला अनुभव... काकूचे सामर्थ्य ती जाणून होती. यशवंत कान धरून ह्या काकूलाही हाकलून देईल हे मालतीएवढेच काकू बहुधा जाणून होती. कारण तो असताना ती

येत नसे आणि बहुतेक दिवसा मालती हल्ली दरवाजा लावूनच बसायची.

तरीही त्याला काहीतरी संशय आला होता. त्याचे ते प्रश्न... एक नव्हे, अनेक आणि तेही तऱ्हेतऱ्हेचे... भाजी कापायची सुरी कुठे दिसत नव्हती तर त्याने सरळ मालतीलाच विचारले होते. एक लिंबू ती रोज मागून घेते हेही त्याच्या कानावर गेले होते.

काकूकडे बघत डोळे मिचकावत मालती म्हणाली होती, ‘‘हो, घेते ना! सरबत करते रोज.’’

धूप, ऊद, गुलाल, उदबत्त्या, हळद-कुंकू सारे साहित्य मिळवले होते तिने. मिळवलेल्या कवड्या, हाडे... सारे तिने लपवून ठेवले होते. छत्रीचे लंपास केलेले काळे कापड... फक्त मुलांच्या खणातील टाचण्या मिळवायच्या होत्या.

‘पण त्याने त्या कशासाठी हव्यात असे विचारले तर? काय सांगशील?’ काकूने विचारले.

आता त्या भिंतीवरच्या आकारांची भीती वाटत नसे तिला. त्या जशा सांगायच्या तशी ती वागायची. फक्त काकूसारखा चपळपणा अंगात उरलेला नव्हता. त्यामुळे पंचाईत व्हायची. हळूहळू सुरुवात केली तरी भान राहात नसे. घुमायला लागली की ती घुमतच राहायची.

घुम् घुम् घुम् पोरी घुम्

घुम् घुम्

कानात आवाज घुमू लागले. तिचा पिंगा वाढतच गेला होता.

तिने मळवट भरला होता. लिंबे कापून समोर ठेवली होती. त्याला टाचण्या लावलेल्या होत्या. गरगरत जाऊन ते लिंबू मूठ मारणार हे ठरलेलेच होते. छत्रीच्या कापडाच्या काळ्या बाहुलीला तिने टाचण्या टोचल्या होत्या.

धूप, ऊद, उदबत्त्या....

कवड्या हातात कडकडवत होती ती. मध्येच थांबून हाडावर हाड घासत होती. काकू देखरेख करीत होती. सूचना देत होती. हवे, नको पाहत होती.

तेवढ्यात दारावरची कडी वाजली पण आज नेहेमीसारखी मालतीला धास्ती वाटत नव्हती. यशवंत आला तर काकूसारखी मालतीही भिंतीत जाऊन बसणार होती. काकूचे सामर्थ्य जाणून होती ती.

घुम् ... घुम् ... घुम् ...

काकूसारखीच सावली होऊन वावरणार होती ती. दारावरच्या थापा वाढल्या होत्या.

‘ठोक दरवाजा. मी घाबरत नाही कुणाला. घुम् ... घुम् ... घुम् ...’

बाहेरचा आरडाओरडा, हाका, थापा वाढल्या होत्या तरीही ती घुमत होती.

घुम् ... घुम् ... घुम् ...

'त्याच्याबरोबर स्वयंपाकीणबाई असेल. ती काळी बाहुली तिच्या अंगावर टाकायची. तिची दातखिळच बसली पाहिजे.' – काकूने केलेली सूचना. दात विचकत मालती हसली.

दरवाजा फोडला जाण्याचे होणारे आवाज...

धाड् धाड् धाड् ...

हं हं ... घुम् ... घुम् ... घुम् ...

जय काली माँ...

जय माँ...जय हो...

टाचण्या लावलेली काळी बाहुली आणि ते लालभडक लिंबू... हातात घेऊन मालती घुमत होती. दरवाजा उघडण्याची वाट पाहत होती.

... घुम् घुम् घुम् ...

इजा बिजा तिजा...

आम्ही त्या कॉलनीत राहायला आलो आणि कसं छान वाटलं. आजूबाजूच्या इतर चार-सहा कॉलनीसारखीच आमची 'सुयश' कॉलनी होती. चांगली नवी कोरीकरकरीत होती. आजूबाजूच्या कॉलनीज त्या मानानं जुन्या होत्या. वारा पाऊस खाऊन त्यांचं खरं स्वरूप उघड झालं होतं. रंग उडाले होते. सिमेंटचे पट्टे एखाद्या बैराग्याच्या शरीरावरील भस्माच्या पट्ट्यांप्रमाणे इमारतीचं बांधकाम खुलवत होते. ड्रेनेजचं पाणी फुटक्या नळातून बाहेर पडून झालेला बरबराट... मोडकळीला आलेले नावाचे बोर्ड– ह्या सर्व इमारतीत म्हणूनच आमची 'सुयश' कॉलनी उठून दिसायची.

साधाच पिवळा रंग. पण तरीही नवा... दरवाजे, खिडक्या गंज नसल्यामुळं चकचकीत आणि नवीन स्वतःचे ब्लॉक्स म्हणून सर्वांनाच असणारा उत्साह... कॉलनी तशी छोटीशीच, अवघे चोवीस फ्लॅट्स फक्त चारच इमारती– पैशावरूनही कुठेच कुरबुरी झाल्या नव्हत्या. त्यामुळं मेंबर मंडळींततरी एकोपा होता. सांगायचं कारण एवढंच; सारे खुषीत होते.

ह्या खुषीमागे माणसाच्या मनाची एक विवक्षित ठेवण कारणीभूत असेल. प्रत्येकाला स्वतःचं घर हवं असतं. मुंबईसारख्या मोठ्या शहरात ही हौस असे ओनरशिपचे फ्लॅट घेऊनच भागवावी लागते. सर्व रहिवाशांची खुषी म्हणूनही असेल कदाचित.

प्रत्येकाची ही खुषी त्यांच्या हालचालीतून, वागण्यातून दिसायची. सामान येत होते, लॉरीचे आवाज, सामानाचे बोजे उचलताना होणारी आरडाओरड... कॉलनी निनादत असायची. रोज एक एक मेंबर येत होते. जुन्या, नव्या ओळखींना उजळणी मिळत होती. परस्परांचे ऑफिस, मुलांच्या शाळा आणि कामासाठी लागणारे नोकर ह्यांवरून येता-जाताना बोलणी निघायची. थोडक्यात कॉलनी उत्साहानं निथळत होती. लग्न झाल्यावर सुरुवातीला कसं छान वाटतं ना, अगदी तसंच वातावरण कॉलनीत होतं.

कुणी माझ्यासारखे गिरगावातील चाळीच्या खुराड्यातून आले म्हणून खूष होते तर कुणी ऑफिसच्या कॉलनीतून सुटले म्हणून खूष... रजा घेतली तरी चोरीचोरी, येता-जाताना बॉसला मारावा लागणारा सलाम असल्या कटकटी इथे नव्हत्या.

प्रत्येकजण धांदलीत असायचा. कुठं जुनं फॅर्निचर पॉलिश होत असायचं तर कुठं कापूस पिंजारी टर्कटर करत दिवाणांसाठी गाद्या-उशा बनवत असायचे. हॉल सजत होते. कुठं नवं फर्निचर येत होते, कुठे टीव्ही, फ्रीज असल्या महागड्या गरजेच्या वस्तूंची हौस लोक करीत होते. फुलपुडीवाले, भाजीवाले, दूधवाले, नोकर फारशी कटकट न करता नवीन गिऱ्हाईकं गटवत होते.

आम्हीही उत्साहात होतो. अशी खुषी लग्न झाल्यावर नव्या नवलाईच्या काळात काय अनुभवली असेल तेवढीच. मोठ्या जागेचं कौतुक बायकोला फार वाटायचं. 'दोन खोल्यांची सवय– इथं फिरून पाय दुखायला लागतात माझे.' पण हेही बोलणं कौतुकानं बरं का! नळाला असणारं चोवीस तास पाणी हीही अत्यंत सुखाची बाब होती. आम्हाला जाणवणारं हे सुख गिरगावात राहिल्याशिवाय तुम्हाला समजणार नाही. शिवाय चाळीत असणारा घनिष्ट शेजार– तसली कटकट इथं नव्हती. आपला दरवाजा लावला की, घरात काहीही करा.

ही मोकळीक कॉलनीतले सारेच रहिवासी अनुभवत होते. जीवाला एक स्वास्थ्य होतं.

आठ-पंधरा दिवसांच्या फरकानं बहुतेक सर्व बिऱ्हाडं आली. सामान लावून झालं आणि बहुतेक लोक ऑफिसला जाऊ लागले. तरी आमचा शेजारी परांजपे आला नव्हता. माझा आणखी एक शेजारी नाईक. त्याला एकदा बोलताना विचारलं; पण त्यालाही काहीच माहिती नव्हती.

आता सारंच स्थिरस्थावर झालं होतं. कॉलनीतून जातायेताना ओळखीचे लोक भेटत. गप्पा मारताना कुणीतरी परांजप्यांचा विषय काढला एकदा. फारशी माहिती मिळाली नव्हती किंवा व्यक्ती डोळ्यांपुढे उभी राहिली नव्हती तरी जुजबी माहिती कळली होती.

परांजपे कॅश सेक्शनला होते. मनुष्य पंचेचाळिशी उलटलेला होता तरीही अजून कारकूनच होता. त्याच्या बरोबरीचे लोक मोठ्या हुद्यांवर पोचले होते. माणूस कारकून होता म्हणूनही असेल, दामदुप्पट किंमत घेऊन परांजपे ब्लॉक विकणार अशीही वावडी उठली होती. एकंदरीत लोकांच्या बोलण्यावरून माणूस खडूस होता. फारसा कुणाच्यात मिसळणारा नव्हता.

पुरुष ऑफिसला गेले की, दुपारी बायका ओळख काढत एकमेकींची घरं घेऊ लागल्या आणि एका संध्याकाळी बायकोनं बातमी आणली होती : परांजप्यांची मुलगी सिनीअर बी.ए.ला होती. ठाण्यालाच कॉलेजला होती. नंबरही तिथल्याच

कॉलेजमध्ये आला होता. परीक्षा झाल्यावर परांजपे राहायला येणार होते. त्यांना दोनच मुलं होती. ही मुलगी आणि पोलिओ झालेला मुलगा.

आमच्या ह्या शेजाऱ्याची माहिती फारशी उत्साहवर्धक नव्हती. संसारात, नोकरीत परिस्थितीनं गांजलेला माणूस शेजारी म्हणून येणार होता. त्याचा स्वभाव किरकिऱ्या असण्याची शक्यता होती. ह्याचा परिणाम म्हणजे बायको कजाग, भांडकुदळ असण्याचीही शक्यता होती.

होता होता एक दिवस परांजप्यांचं सामान आलं. ट्रकमधून एक एक वस्तू बाहेर काढली जात होती. ट्रकमधून व्हीलचेअर निघाली. पाठीमागून आलेल्या टॅक्सीतून परांजप्यांच्या गोऱ्यागोमट्या बारा-तेरा वर्षांच्या मुलाला व्हीलचेअरमध्ये घालून हमालांनी सामानाइतकंच अलगद उचलून वर नेलं. सामान बरोबर येतंय की नाही हे पाहण्यासाठी परांजप्यांची बायको मुलापाठोपाठ वर गेली. परांजप्यांची बायको काळीसावळी पण देखणी होती. स्वत: परांजपे धप्प गोरे होते. ह्या कुटुंबात आणखी एक मुलगी होती– उषा. वय वर्ष एकोणीस-वीस, तारुण्याचा बहर होताच; पण उषा खरंच सुंदर होती. आईचं देखणेपण आणि बापाचा रंग तिनं घेतला होता. कॉलनीतील तरुण मुलांनी परस्परांना केलेल्या खाणाखुणा माझ्या नजरेतून सुटल्या नव्हत्या.

तर असे परांजपे आमच्या शेजारी राहायला आले. सामानसुमान वर नेताना हमालांनी काय आवाज केले तेवढेच. मजुरी देतानासुद्धा घासाघीस ऐकू आली नाही. पुढचा दरवाजा बंद झाल्याचा काय आवाज झाला तेवढाच.

शेजारधर्म म्हणून माझ्या बायकोनं काय हवं नकोची चौकशी केली, पण परांजप्यांच्या बायकोनं निघताना हव्या असलेल्या सर्व वस्तू बरोबर आणल्या होत्या. त्या निमित्तानं ओळख झाली; पण अगदी शेजारी असूनही पुढं ओळख वाढवण्याचा प्रयत्न त्या लोकांकडून झाला नाही. बायको म्हणून काहीशी नाराजच होती.

आमच्या बाजूची रिकामी राहिलेली जागा भरली गेली एवढंच. बाकी त्या लोकांच्या येण्यानं आमच्या मजल्यावर फारसा फरक पडला नाही. पूर्वी जशी समोरच्या नाईकांच्या बायकोशी माझी बायको दारात उभं राहून गप्पा करायची, तशीच आताही. सौ. परांजपे कधी ह्या गप्पात सामील झाल्या नाहीत. त्यांच्या येण्यानं फक्त एवढाच फरक झाला की, परांजपे आणि त्यांचं कुटुंब ह्याबद्दल कॉलनीत शिगेला पोचलेली उत्सुकता शमली. गप्पांचा एक विषय तात्पुरता बंद झाला.

ह्या कुटुंबाबद्दल चांगलं, वाईट हे मत व्यक्त करण्याचा प्रश्नच आला नाही कधी. जितक्यास तितकं अशीच ती सर्व माणसं वागत. आपलं घर बरं, आपण बरं अशीच त्यांची वृत्ती होती. एका अर्थी ते चांगलंच होतं.

आठ-पंधरा दिवसांनी त्यांच्या मुलीचा रिझल्ट लागला; पण पास झाल्याचे पेढे त्यांनी वाटले नाहीत. महिन्याभरानं त्यांची मुलगी उषा कोणत्यातरी बँकेत नोकरीला लागली ही बातमीही सौ. कडून कळली.

बसस्टॉपवर कॉलनीतील माणसं हटकून भेटायची. विरुद्ध बाजूनं उषा जाताना दिसली आणि कुणीतरी परांजप्यांचा विषय काढला. क्रिकेट खेळताना घरात आलेले कॉलनीतील मुलांचे चेंडू परांजपे परत देत नसत म्हणे! आम्ही जरा आतल्या बाजूला असल्यामुळं आम्हाला ह्या चेंडूचा त्रास होत नव्हता. कॉलनीतील मुलांपायी स्वत:च्या ब्लॉकच्या काचा फोडून घेणं कुणाला आवडेल? मनात आलं तरी हे मी बोललो नाही. सांगणारा गप्पांच्या ओघात म्हणाला, "त्यांच्या मुलाला पोलिओ आहे म्हणून ते असं वागतात. सर्व मिळून एकदा तक्रार करणार आहोत त्यांच्याकडे."

पण ही तक्रार झालीच नाही. पावसाची सुरुवात झाली. मुलंही शाळेत जाऊ लागली. क्रिकेटचा खेळ मग बंदच झाला. लोकांना नवीन ज्वलंत विषयही मिळाले.

वाऱ्यापावसानं कॉलनीला झोडपलं आणि कॉलनीचा रंग उडाला. भिंतीतील भेगा स्पष्ट होऊन पाणी गळायला लागलं, तर एवढ्यातेवढ्या पावसानं गटारं बुजून मोऱ्या तुंबायला लागल्या. स्टीलचे वाटलेले बोल्ट गंजून काळे पडले. खिडक्यांचे ऑईल पेन्ट पहिल्याच पावसात साफ होऊन गंज धरला.

मग रोज मीटिंग्ज सुरू झाल्या. रोज कडाक्याची भांडणं होऊ लागली. वादविवाद, प्रमोटर्सनी पैसे खाल्ल्याचे आरोप... अगदी इतर कॉलनींच्या पावलावर पाऊल टाकून आमची कॉलनी जात होती. ठराविक ग्रुप्स झाले आणि येताजाताना बोलायला आता हे विषय मिळाले.

पुरुषांसारखेच बायकांचेही ग्रुप्स पडले. मुलं फक्त ह्या भांडणातून सुटली होती. त्यांचे ग्रुप हे वयोमानाप्रमाणं शाळा-कॉलेज प्रमाणे पडले होते. एकंदरीत चाळीसारखीच सर्वांची सुरुवात झाली होती. फरक एवढाच, इथं जागा मोठी होती, स्वतंत्र होती. कुणाला चार शिव्या दिल्या तरी दुसऱ्याच्या कानावर जाण्याची शक्यता नव्हती. बाकी हेवेदावे, चाळीतील तेच मत्सर, सारं पूर्वीसारखंच होतं. पूर्वीचा मोकळेपणा आता उरला नव्हता खरा.

बोलताना शब्द तोलून मापून बोलावे लागत. तरीही अधूमधून टोमण्यांची खैरात होत होती. पोरांवरून तक्रारी येत होत्या. बायकांचीही भांडणं होत होती. फक्त चाळीसारखी दारात उभं राहून, खड्या सुरात नव्हे– तर परस्परांच्या घरी जाऊन बंद दरवाज्याआड– तर कधी शेवटचं अस्त्र म्हणजे बोलाचाली बंद. एकूण काय, असे नव्या नवलाईचे दिवस संपून आता चाकोरी आली होती. कॉलनी आपली सर्वांची ही पहिली मनाची भावना, पावसाबरोबर धुऊन निघाली होती. आता लोक पाहायचे ते स्वत:च्या घरापुरते.

ह्या सर्व गडबडीत पहिल्यापासून परांजपे कंपनी अगदी अलिप्त होती. वादविवादात ते भाग घेत नसत. त्यांची बायकोही कधी कुणाच्या घरीदारी जात नसे. त्यामुळं भांडणात, बोलण्यात, गप्पांच्या ओघातही परांजपे नाव हे कधीच निघत नसे.

मी एकदा बोलताना बायकोला म्हणालोही, "परांजपे कंपनी शहाणी. पहिल्यापासून अलिप्त राहिली; कुणाच्या तोंडी त्यांचं नाव गाजत नाही."

बायकोनं ह्यावर नाकाचा शेंडा उडवला.

"इश्श! जसं काही माहीतच नाही." माझा प्रश्नार्थक चेहेरा पाहून तिला आणखी स्फुरण चढलं.

"खाली मुंडी आणि पाताळ धुंडी, त्यांच्या उषाचं आणि नाईकांच्या अरुणचं सूत जमलंय. सर्व कॉलनीला माहीत झालंय. तुम्ही कॉलनीत राहता की दुसऱ्या कुठं?"

बायकांत झालेली ही बातमी बघताबघता पुरुषवर्गात पसरली.

पण त्या तरुण प्रेमिकांना त्याचं काही नव्हतं. पावसाचा जोर आता वाढला होता. समोरचं पिंपळाचं झाड वाऱ्यावर कुरकुरत असायचं. 'अंगे भिजली जलधारांनी' असं म्हणणाऱ्या चारुदत्तासारखीच अरुण नाईकची अवस्था होती. अरुण-उषाचं प्रेम ही बातमी परांजप्यांच्या कानावर गेली आणि स्फोट झाला.

नाईकांना हे प्रेमप्रकरण मान्य होतं असं नव्हे; पण मुलगी देखणी, नोकरी करणारी, पुन्हा मुलाला पसंत! तेव्हा मोठ्या मनानं नाईक मागणी घालायला परांजप्यांकडे गेले आणि भांडणच जुंपलं. तू-तू मी-मीवर प्रकरण आलं. मग नाईकही चिडले. त्यांच्या जातीत त्यांच्या अरुणसारख्या इंजिनियर मुलाला लाख-दोन लाख खर्च देऊन मुली मिळण्यासारख्या होत्या. नाईकांनी असं सांगताच परांजपे भयानक संतापले. प्रकरण मारामारीवर येणार असं दिसताच मी मध्ये पडलो. लोकांनाही गोळा गेलं. त्यावरून नाईकांनी मला शिव्या दिल्या. परांजप्यांनी माझ्याशी बोलाचालीही बंद केली.

सर्व प्रकरण थोड्याच दिवसांत शांत झालं. धुसफुस तरीही चालू होतीच. खाली मान घालून जाणाऱ्या परांजप्यांची मान आणखीन खाली गेली. इकडे-तिकडे न बघता उषा नाकासमोर बघून जाऊ येऊ लागली. मोठ्या घराण्यातील, तोलामोलाच्या माणसाची मुलगी सून म्हणून करायची असं हेल काढत सौ. नाईक दारात उभं राहून परांजप्यांना ऐकू जाईल एवढ्या मोठ्यानं सांगायच्या. भटाची पोर करायचीच नव्हती आम्हाला असं ठसक्यात बजवायच्या.

उषासाठी स्थळं बघणं चालू आहे अशी बातमी कानावर आली. उषा पुण्याला मावशीकडे राहायला जाणार असंही कुणीतरी सांगितलं. बातम्या, वावड्या ह्यांना अंत नसतो हेच खरं. कुणी म्हणत नाईक अरुणची बदली बडोद्याला करून घेतायत.

लोकांना चघळायला नवीन विषय मिळाला होता. कुणी परांजप्यांनी चालून आलेला जावई नाकारला म्हणून हसत, तर कुणी उषासारख्या देखण्या मुलीला अरुण शोभण्यासारखा नव्हताच असा सरळ निर्वाळा देत. कुणी उषाला नावं ठेवत तर कुणी अरुणच्या बावळटपणाला हसत.

लोक आता अरुण दिसला की विषय चघळत नव्हते असं नव्हे. 'तो बारीक झालाय, त्यांची पत्रापत्री चालू आहे, अरुण उदासीन वाटतो, वगैरे' पण ह्या विषयात पूर्वीइतकं स्वारस्य लोकांना नव्हतं. एक पाखरू उडून गेल्यावर काय मजा!

पावसाळा संपला. मुलांच्या खेळांना पुन्हा रंग भरू लागला. खो खो, लपाछपीबरोबर क्रिकेट सुरू झालं. परांजपे बॉल देत नाहीत म्हणून पुन्हा परांजप्यांचं नाव गाजू लागलं. हा विषय मीटिंगमध्ये काढायचा असं बसस्टॉपवर ठरू लागलं आणि ह्याच दरम्यान कॉलनीला हादरा बसण्यासारखी घटना घडली.

काहीसा उदासीन वाटणारा अरुण नाईक ट्रकचा धक्का लागून जबर जखमी झाला आणि हॉस्पिटलमध्ये नेण्याआधीच मरण पावला. लोकांनी नाईकांना मदत केली. लोक हळहळले. हातातोंडाशी आलेला नाईकांचा मुलगा वारला म्हणून सहानुभूतीचा ओघ नाईकांकडे वळला. परांजप्यांनी लग्नाला संमती दिली असती तर ही घटना टळली असती असंही लोक उघडपणे बोलू लागले.

बॉलवरून बरीच बिऱ्हाडं परांजप्यांवर नाराजच होती. त्यात ह्याची भर पडली. परांजप्यांचं बिऱ्हाड वाळीत टाकल्यासारखंच झालं होतं. कॉलनीतील बाकी सारी कुटुंबं ह्या अपघाती मृत्यूनंतर जवळ आली होती. फक्त परांजपे कुटुंबच तेवढं अजूनही अलिप्तच होतं.

अरुणच्या मृत्यूला आपण जबाबदार आहोत असं लोकांना वाटतं हे परांजप्यांना जाणवलं होतं. लोक त्यांना टाळत तसंच तेही आता लोकांना टाळण्यासाठी लवकर निघत आणि उशिरा घरी परत येत. त्यांची बायको कुणाच्यात मिसळत नसेच. मुलगा पोलिओ झालेला, त्यामुळं त्याचाही प्रश्न नव्हता.

दोन-तीन महिने असेच गेले आणि एक दिवस परांजपे घरी आले नाहीत. त्यांची बायको काळजीत होती. कधी नव्हे ते तिनं बेल दाबून आमच्या घराचा उंबरठा ओलांडला. परांजपे घरी आले नसल्याची बातमी दिली. मी मदतीचा हात पुढे केला. त्यांच्या नातेवाइकांना फोन केले. त्यांच्या सेक्शनमधील माणसांकडे चौकशी केली. हळूहळू कॉलनीतील सारेच गोळा झाले. मग पोलीसचौकींना, हॉस्पिटलांना फोन केले. रेल्वेस्टेशनवर चौकशीसाठी लोक धावले आणि वांद्रा स्टेशनबाहेरील गाडीतून पडून एक माणूस मृत झाल्याची बातमी घेऊन खारकर आला. हे परांजपे होते. पण तरीही पंचनामा होऊन मृत व्यक्तीची ओळख पटून परांजप्यांचा मृतदेह ताब्यात मिळेपर्यंत एक वाजला रात्रीचा.

कॉलनीला बसलेला हा दुसरा हादरा. तीन महिन्यांपूर्वी अरुणचं ज्या स्मशानभूमीत दहन झालं तिथंच परांजप्यांचाही अंत्यविधी उरकला गेला. विषण्ण मनानं आम्ही घरी परतलो. कॉलनीत लागोपाठ झालेला हा दुसरा मृत्यू. वाटेत फारसं कुणी कुणाशी बोलत नव्हतं. प्रत्येकजण सुन्न झाला होता, हादरला होता. इजा-बिजा-तिजा कोण ही धाकधूक प्रत्येकालाच वाटत होती. दोघे माझेच शेजारी. मी पार हबकून गेलो होतो तो म्हणूनच.

घरी कसाबसा आलो, बायकोनं दिलेल्या गरम पाण्यानं स्नान केलं. दोन घास बायकोच्या आग्रहास्तव खाल्ले.

मनात उगाचच विचार चाटून गेला, उद्या आग्रह करायला, माझी काळजी घ्यायला बायको उरलीच नाही तर? जात नव्हतं तरीही पाण्याच्या घोटाबरोबर अन्न गिळलं ते म्हणूनच.

रात्री पडलो तरी झोप आली नाहीच. सुटलेले मरणाचं सुदर्शनचक्र प्रथम नाईकांच्या घरात घुसलं होतं. तिथून त्यानं परांजप्यांच्या घरात बळी घेतला होता आणि आता इजा बिजा तिजा नियमाप्रमाणं... माझंच घर तिसऱ्या क्रमांकावर होतं.

थंडी वाजून त्या रात्री मला सपाटून ताप भरला. मनात सारखं येत होतं, ह्यातच आपला शेवट होणार. ताप मग हटेचना. चार-सहा दिवस असेच गेले.

मला ताप भरलेला पाहताच बायको पार घाबरली. तिच्याही डोक्यात हे तिजाचे वारे होतेच.

माझ्या तापाची बातमी कॉलनीभर पसरली आणि लोक समाचाराला येऊ लागले. 'जपा' म्हणून लोक काळजीचा सूर लावत; तरीही प्रत्येकाच्या चेहेऱ्यावर दिसणारा सुटकेचा भाव... त्यांनी न बोलून दाखवताच, 'आपल्यावरचं टळलं' ही त्यांची मनची भावना मला समजत होती आणि म्हणूनच राग यायचा मला; पण बोलताही येत नव्हतं. झक मारली आणि कॉलनीत राहायला आलो ही रुखरुख सदैव मनाला लागून असायची.

आठ-पंधरा दिवसांनी मी बरा झालो. हिंडूफिरू लागलो. बायकोनं कॉलनीतील लोकांच्या नावानं नजर उतरून टाकली. पण तरीही माझ्या मनातील– मरण आपला दरवाजा ठोठावतंय ही भावना गेली नव्हती. बायकोही धास्तावलेलीच होती.

मी बरा होऊन ऑफिसला जाऊ लागलो. स्वत:लाच मी समजावलं होतं, नंबर आता जरी आमच्या घराचा होता तरी मध्ये तीन महिन्यांचा अवधी होता, जपजाप्य, पूजा, गंडांतर टाळण्यासाठी उपाय ह्या तीन महिन्यांत करता येण्यासारखे होते.

कॉलनीतही माझ्या बरं होण्यानं जरा घबराट झाली होती. कुणी म्हणत अरुणचं भूत झालं आहे. त्यानं परांजप्यांचा बळी घेला. कुणी म्हणत घराजवळच्या पिंपळावर मुंजा आहे तो त्रास देतो, तर कुणी म्हणत गटाराचं काम करताना दोन मजूर गाडले

गेले त्यामुळं हे सारं घडतंय.

कॉलनीत भीतीचं वातावरण होतं. वास्तुशांत पुन्हा करायची ठरलं. खर्च जास्त होता. त्यावरून भांडणं होणार असं दिसताच मी जास्त खर्च द्यायची कबुली दिली. लोकांचं काय जात होतं? नंबराप्रमाणे आता माझा नंबर होता. यमराजाच्या यादीत आमच्या घरापैकी कुणाचं तरी नाव होतं.

प्रत्येक दिवस जात होता आणि त्याबरोबर माझ्या मनाची धास्ती वाढतच होती. नाटक पाहणाऱ्या प्रेक्षकवर्गासारखी कॉलनीतली माणसं वाटायची मला. तीन महिन्यानं पुन्हा पडदा वर जाणार होता आणि पुन्हा मृत्यूचं भीषण नाट्य नव्या रंगमंचावर म्हणजे आमच्या घराच्या रंगमंचावर होणार होतं.

ह्या अवधीत परांजप्यांची बायको आमच्याच ऑफिसमध्ये कामाला लागली. त्यासाठी लागणारी सारी खटपट मी केली. हो! तेवढंच पुण्यकर्म!–

असं काही ना काही मी करत होतो, तरीही चाळीतून आल्यावर मनाला वाटणारी मोकळीक आता पार नाहीशी झाली होती.

चाळकरी घरांतून डोकावून जातात म्हणून चिडणारा मी, मृत्यू आपल्या घरात डोकावतोय म्हणून पार हताश झालो होतो. चाळीतील भांडणं, आवाज ह्यामुळं बेजार होणारा मी, उपनगरातील भयाण शांततेत यमराजाच्या चाहुलीच्या धास्तीनं पछाडलो होतो. चाळीतील रात्री रडणाऱ्या पोरांवरून वैतागणारा मी, रात्री कुत्री रडू लागली की, पार बेचैन होऊ लागलो होतो. एकूण काय चाळीत जे स्वास्थ्य होतं, समाधान होतं, त्याला मी पार पारखा झालो होतो.

ह्याचा परिणाम म्हणजे माझं जेवण तुटलं. त्यामुळं शरीरावर परिणाम झाला. कॉलनीतील एक शिष्टमंडळ मला समजावयाला आलं एक दिवस. त्यांच्या मताप्रमाणं वास्तुशांत झाली होती. मनातील हा तिजाचा विचार मी काढून टाकावा.

पण हे सांगतानाही प्रत्येकाच्या चेहेऱ्यावर असणारा भाव... नाईक आणि परांजप्यांचे आपण शेजारी नाही... ही महत्त्वाची गोष्ट प्रत्येकाच्या चेहेऱ्यावर छापल्यासारखी दिसत होती मला.

दिवस जसजसे जात होते तसतसे आम्ही नवराबायको पार धास्तावलो होतो. घरात काहीतरी वेगळं घडतंय हे मुलं छोटी होती तरी त्यांना जाणवत होतं.

मी जसे पैसाअडक्याचे व्यवहार बायकोला दाखवून दिले अगदी तशाच तिनं घरातील, संसारातील बारीकसारीक गोष्टी मला समजावून दिल्या. मनातून एकच वाटायचं; आम्ही थोडंतरी जीवन पाह्यलंय, मुलं छोटी, उमलत्या कळ्या.. त्या फुलण्याआधीच... विचार मनात आला की, मी देवाचा धावा करायचो.

देवाचं नाव, कुणी कुणी सांगितलेला मृत्युंजयाचा जप सारखे घरात चालूच असायचं. हे दुष्टचक्र टाळण्यासाठी दोघांचे जारीचे प्रयत्न चालू होते. माझा अधूनमधून

धीर सुटायचा; पण बायकोच्या चेहेऱ्याकडे पाहिलं की मला धीर यायचा. तिनं ह्या लढ्यासाठी कुठून एवढी मानसिक शक्ती आणली होती देव जाणे! ती काय करतेय हे मी तिला विचारत नव्हतो. मी काय करतोय हे ती मला विचारत नव्हती.

दिवस थांबत नाहीत. ते जातच होते. परांजपे गेल्याला तीन महिने होत आले. आमच्या घरातील कोणाचा नंबर हा विचार आता मनात सदैव असायचा. ऑफिसमध्ये गेलो तरी चित्त लागत नसे. फोनची घंटा वाजली की, जीव घाबरायचा. फोन दुसऱ्या कुणाचा असला की, जीव भांड्यात पडायचा.

आता ह्याची इतकी सवय झाली होती म्हणून म्हणा किंवा असं काही घडणार हे मनानं घोकलं होतं म्हणून म्हणा, त्यादिवशी दुपारी फोन आला. यंत्रवत मी फोन उचलला. फोन कॉलनीतील दुसऱ्या कुणीतरी केला होता. जे घडायचं ते घडलं होतं. माझ्या घरात अपघात झाला होता. मला ताबडतोब घरी बोलावलं होतं.

यंत्रवत माझ्या हालचाली चालू होत्या. कॉलनीतील लोकांना ही बातमी कळली आणि माझ्याबरोबर ते घरी जायला निघाले. त्यांच्या चेहेऱ्यावर असलेले सुटकेचे भाव... मी सुन्न झालो होतो. हे घडलंच कसं? हे असं घडायला नको म्हणून मी केलेले उपाय. माझा सात-आठ वर्षांचा पंकज... हृदय गलबलून गेलं होतं, घर जवळ येत होतं आणि कणाकणानं माझा धीर सुटत होता.

कॉलनीजवळ आलो तर कॉलनीतील वातावरणावरून काहीतरी भयंकर घडल्याचं स्पष्टपणं जाणवत होतं. आमच्या घराजवळ खाली माणसं उभी होती. मी कसाबसा जिना चढलो. तर जिन्यातच पंकज दिसला आणि हर्षभरानं मी त्याला मिठीच मारली. त्याला अपघात झाला नव्हता म्हणजे अनुजा तर नसेल? अकरा-बारा वर्षांची माझी चिमुरडी पोर... डोळ्यांत चटकन पाणीच आलं. पण दरवाजा उघडाच होता आणि दरवाजातच तिचं दर्शन झालं... तिला पाहून आनंद झालाच; पण ह्याचा अर्थ माझी बायको?

मनात आलं, दहा वेळा तिला सांगितलं, की स्वयंपाक करताना पॉलिस्टर साडी नको, पण ऐकेल तर ना? आता हिच्या पश्चात– मी मटकन खालीच बसलो. डोकं गच्च धरलं. कुणीतरी मला धरून आत नेलं. हॉलमध्ये मृतदेह झाकलेला होता. मी हमसाहमशी रडत होतो. लोक माझी समजूत घालत होते, "तुम्ही तरी काय करणार? नका वाईट वाटून घेऊ. जे घडायचं ते घडलं."

एकीकडे अपार दुःख झालं होतं. पण तरीही लोकांचा राग येत होता. त्यांना सांगायला काय होतंय? तिजाचं वारं त्यांच्या घरात घुसलं नव्हतं. प्रसंग माझ्यावर आला होता. माझं अपराधी मन मला विचारत होतं, हे टाळण्यासाठी काय कमी प्रयत्न केलेस? पण तरी घडायचं ते घडलं. वार चुकवायचा म्हटला तरी चुकत नाही... वाईट वाटत होतं ते म्हणून.

मी असा बसलेला असतानाच आतून बायकोचा आवाज आला. तीही रडत होती. रडतारडता जमलेल्या स्त्रियांना काहीतरी सांगत होती. मी चमकून त्या झाकलेल्या देहाकडे पाहिले आणि तीरासारखा आतल्या खोलीकडे वळलो.

माझ्या बायकोभोवती कोंडाळे करून बायका बसल्या होत्या. ती पुन्हा पुन्हा त्यांना सांगत होती, "काय करायला गेले आणि काय घडलं बघा. गेले पंधरा दिवस परांजप्यांची मुलाला सांभाळण्यासाठी ठेवलेली बाई आली नाही. मी म्हटलं नवीन मिळेपर्यंत मी सांभाळीन त्याला. आज घरातलं काम आटपल्यावर त्याला आणायला गेले. नेहेमीसारखीच खुर्ची बाहेर घेऊन दरवाजा बंद केला.

नेहमीसारखाच खुर्ची ढकलत तो आमच्या दरवाजाकडे निघाला आणि काय आणि कसं घडलं कुणास ठाऊक? खुर्ची कलंडतेय हे मला दिसलं; पण मी काही करण्याआधीच खुर्ची गडगडत जिन्यावरून खाली गेली. मी मागे धावले; पण गडगडणारी ती खुर्ची दुसऱ्या मजल्यावरून तळमजल्याला जाईपर्यंत थांबलीच नाही."

"बिचारा! ... अरेरे...!" सारी हळहळली.

"आता परांजपेबाईंना मी काय सांगू हो?" बायकोनं डोळ्यांना पदर लावला आणि तसं करत असतानाच तिचं लक्ष दारात उभ्या असलेल्या माझ्याकडे गेलं आणि तिनं झटकन आपली नजर दुसरीकडे वळवली. तिची ती नजर... त्यांतला विचित्र भाव... काहीसा अपराधी, भेदरलेला तिचा चेहेरा...

ती हमसाहमशी रडत होती. तिचं दुःख नाटकी नव्हतं. माझी बायको जिवंत होती ह्याचा आनंद मला झाला होता, तरीही चक्रावून मी बाहेर बसून होतो. बायकोची ती नजर? काय अर्थ होता तिचा?

त्या अपंग मुलाच्या मृत्यूला आपण कारणीभूत झालो म्हणून तिला अपराधी वाटत होतं? की तिजाचा हा वार जरी आपल्या घरात झाला तरी आपण सर्व सहीसलामत राहिलो ह्याचा मनातून वाटणारा आनंद... म्हणून तर तिला अपराधी वाटलं नव्हतं? की तिजाचा हा वार असा निसटता व्हावा म्हणून तिनंच त्या खुर्चीला...? की...? मध्यंतरी त्या खुर्चीचे ब्रेक ठीक नव्हते ते मी दुरुस्त केल्याचं परांजेबाईंकडून तिच्या कानांवर तर आलं नव्हतं ना?

■

मिस्टर राइट

काही गोष्टींचा योग असतो हेच खरे. सगळे घडले ते अचानक. म्हापशाला वीकएण्ड साजरा करून सोमवारी सकाळी मेरी लॅबमध्ये पोचली तेव्हा साडेअकरा वाजून गेले होते. उशीर झाल्याबद्दल हेड टेक्निशियनने मेरीला झापलेच. बसमध्ये असलेली गर्दी, आधी सोडाव्या लागलेल्या दोन-चार बसेस आणि मग वेळेवर पोहोचू की नाही म्हणून मनावर येणारे टेन्शन... डिसोझासाहेब रागावल्यावर तर मेरीला रडूच कोसळले. रुमालाने डोळे कोरडे करत तिने स्लाईड्स काढून कामाला सुरुवात केली; पण तिचे मन थाऱ्यावर नव्हते.

बाजूच्या टेबलवर काम करणारा मायकेल सहज तिला म्हणाला, "तू स्कूटर घ्यायचं म्हणत होतीस. पण ती तू शिकणार, प्रॅक्टिस चांगली झाल्याशिवाय वीकएण्डस्ना तुला स्कूटरवरून म्हापशाला जायला जमणार नाही. त्यापेक्षा तू गाडीच का नाही घेत?"

"कर, कर चेष्टा!" हातातील स्लाईड मायक्रोस्कोपखाली सरकवत मेरीने लेन्स ॲडजस्ट केले आणि स्लाईड न्याहाळत असताना ती दबल्या आवाजात मायकेलला म्हणाली, "हो, उगाच डिसोझासाहेबांच्या कानावर ही बडबड गेली तर काम नीटपणे होतंय की नाही म्हणूनही ते चिडायचे. त्यापेक्षा..."

"चेष्टा नाही, खरंच!" मायकेलही दबल्या आवाजात पुटपुटला. "एक जुनी स्टॅण्डर्ड गाडी विकाची आहे अशी जाहिरात पाहिली मी. दहा हजारापर्यंत सौदा पटेल. हा घे पत्ता." म्हणून त्याने टिपून घेतलेला पत्ताही मेरीला दिला आणि काहीशा असुयेने तो म्हणाला, "मीही घेतली असती; पण आमचं काही तुझ्यासारखं नाही. ड्रायव्हिंगचे धडे घ्यायला हवेत आधी. त्यात जून उजाडलाय म्हणजे मुलांच्या फीज, पुस्तकं ह्यांचा अफाट खर्च– तुझं बरं आहे."

इतरांच्या दृष्टीने मानले तर मेरीचे तसे बरेच चालले होते. मेरीचे वडील म्हापशात डॉक्टर होते. त्यांची प्रॅक्टिसही बरी होती. ते फियाट बाळगून होते म्हणजे

बघा! मेरी त्यांची एकुलती एक मुलगी होती. मायक्रोबायॉलॉजी घेऊन ती बी.एस्सी झाली होती. शिक्षण संपल्यावर बरोबरीची मुलेमुली कुणी पणजी, कुणी मुंबई इकडे पांगली होती. मेरी आपली म्हापशातच खितपत पडली होती. डॅडींची विक्षिप्त आणि म्हातारपणामुळे तऱ्हेवाईक झालेली मते ऐकत दिवस कंठत होती.

मेरीचे साधारण रूप आणि तिच्या योग्यतेच्या आणि पुन्हा त्यांच्या जातीच्या मुलांची तिथे असलेली वानवा, यामुळे मेरीच्या लग्नाची तिच्या आईला काळजीच लागली होती. त्यात मेरीच्या डॅडींचे 'देअर इज नो प्लेस लाइक होम' हे मत... पण एक दिवस मेरीने डॅडींना जरा ठासूनच सांगितले, ''डॅडी, म्हणूनच मला बाहेर राहून पाहायचंय. निदान तुमच्या म्हणण्याची खात्री तर पटेल. पणजीला एक नवीन लॅब उघडली आहे. त्यात दोन हजारांवर मला टेक्निशियन म्हणून जॉब मिळतोय. पुढच्या आठवड्यात मी निघणार आहे.''

मग डॅडींचा आरडाओरडा, ममाला त्यांची घालावी लागणारी समजूत आणि एकदाची मेरी पणजीला येऊन दाखल झाली होती. बोटजेटीपासून जवळच असलेल्या मुख्य रस्त्यावर ही लॅब होती. लॅब पासून जरा दूरच एका जुन्या घरात दोन समवयस्क मुलींबरोबर ती पेइंगगेस्ट म्हणून राहत होती. येथपर्यंत सर्व छानच जमले होते. मिळणाऱ्या पगारातील हजारभर खर्च होत होते. गेल्या वर्षभरात बारा-चौदा हजार साठवले होते मेरीने. फक्त वीकएण्ड ही डोकेदुखी होती. पणजी ते म्हापसा हा दर वीकएण्डला करावा लागणारा प्रवास... जाताना घरीच जायचे असायचे पण म्हापशाहून पणजीला परत येताना होणारे हाल, होणारा उशीर...

मग त्या दिवशी मायकेलच्या बोलण्यावर मेरी त्या गाडीचाच विचार करत राहिली.

चांगली चालून आलेली ही संधी मेरीने फुकट घालवली नाही. त्याच संध्याकाळी तिने जाऊन गाडी बघितली. मोटर विक्रेत्याबद्दलची तिच्या डॅडींची मते मेरीला तोंडपाठ होती आणि म्हणूनच मेरीने काही मुद्द्यांचे टाचणच करून ठेवले होते.

दुकानदार तसा लुच्चाच वाटत होता. त्याचे हसणे, त्यात असलेला कृत्रिमपणा... पण तिला गाडी घ्यायची होती. मोटार विक्रेत्याने तिला ती दुरून दाखविली प्रथम. गाडीचा हिरवा रंग... तो रंग तिला आवडला नव्हता; पण तरीही ती काही बोलली नव्हती; पण गाडी चालवून पाहिल्यावर ती जरा साशंकच होती.

डॅडींची फियाट मेरी नेहेमी चालवायची, पण ही मोटार चालवणे मेरीला जमलेच नव्हते. गिअर्स बदलताना होणाऱ्या चुका... गाडीही हिव भरल्यागत थडथडत थांबत होती.

विक्रेता मग तिला म्हणाला, ''तुम्हाला फियाटची सवय आहे. ह्या गाडीची गिअर सिस्टिम वेगळी आहे; पण जमेल तुम्हाला. गाडी चांगल्या अवस्थेत आहे.

पेट्रोल फारसं खात नाही. रिपेअरचीही गरज भासणार नाही तुम्हाला.''

मुद्यांचे टाचण काढून पाहत मेरीने विचारले, ''गाडीला अपघात वगैरे...''

''हे पाहा, एकोणीसशे एकसष्टचं हे मॉडेल, गाडी सव्वीस वर्षांची जुनी आहे. एवढ्या अवधीत छोटासा अपघात होणं अगदी स्वाभाविक आहे आणि तसा अपघात ह्या गाडीला झालाय. म्हणूनच ह्या गाडीला हा नवा रंग काढलाय... पण सव्वीस वर्षांच्या ह्या अवधीत गाडीचे फक्त दोनच मालक झाले आहेत. पहिल्या मालकानं ही नवीनच असताना विकली. एका चिटफंड संस्थेने ही विकत घेतली. त्या संस्थेचे एक डायरेक्टर ही गाडी वापरायचे. पुढे ही संस्था बंद पडली आणि गाडी विक्रीला निघाली.''

मग फारसा विचार न करताच मेरीने गाडी विकत घेतली. विक्रेत्याला त्या संध्याकाळी हजारभर ॲडव्हान्स मेरीने दिला आणि गुरुवारी नऊ हजार कॅशमध्ये देऊन सकाळी लॅबमध्ये मेरी दहा वाजता आली, ती आपल्या गाडीने.

काल मोटार चालवताना ज्या चुका मेरीने केल्या होत्या त्या ह्या वेळी झाल्या नव्हत्या म्हणूनही असेल, गाडी व्यवस्थितपणे ती चालवू शकली होती. लॅबमध्ये मायकेलशिवाय आणखी दोन असिस्टंट्स होते. डिसोझासाहेबांसह सर्वांनाच तिने गाडीबद्दल पार्टी दिली होती.

घरी रूमवर परतल्यावर आपल्या रूममेट्सना गाडी खरेदीची बातमी दिल्यावर त्याही खूष झाल्या होत्या. इतकेच नव्हे तिच्या दोन्ही रूममेट्सनी आपल्या बरोबर त्या संध्याकाळी तिला आग्रहाने एका पार्टीला नेले होते. समवयस्क तरुण-तरुणींचा तो ग्रुप! तिला कुणी जोडीदार नव्हता; पण तरीही ती संध्याकाळ मजेत गेली होती. ती आनंदात होती म्हणूनही असेल ती छान दिसत होती. प्रत्येकजण तिच्या गाडीचे आणि तिचे कौतुक करीत होते. त्या नादात मेरीने फेणीचे दोन-तीन ग्लास जरा जास्तच घेतले होते.

शुक्रवारी ती कामावर गेली तेव्हा कालचा हँगओव्हर तिला जाणवत होता. पण ती खूष होती. काल मजेत गेलेली संध्याकाळ... अशाच भेटीगाठी निरनिराळ्या पार्ट्यांमधून होत गेल्या तर 'मिस्टर राइट' भेटणे अशक्य नव्हते. मेरीच्या भावी नवऱ्याचा उल्लेख मेरीची मम्मी नेहेमी 'मिस्टर राइट' ह्याच शब्दांनी करायची. त्या आठवणीनेही मेरी खुलली. आज वीकएन्डसाठी घरी गेल्यावर आपली ही खरेदी डॅड-मॉमना दाखवून ती चकित करणारच होती. त्याशिवाय मॉमला सांगायला कालच्या रात्रीच्या पार्टीचाही विषय होता. त्याशिवाय काहीतरी निमित्त काढून लॅबमध्ये वारंवार येणारा जवळच क्लिनिक असलेला होतकरू डॉ. परेरा.

त्या नादातच मेरीचा दिवस संपला. संध्याकाळी ती म्हापशाला जायला निघाली तेव्हा सहा वाजून गेले होते. जूनचा महिना. पावसाची सुरुवात; पण बाहेर चांगलेच

अंधारून आले होते. पाऊस केव्हा कोसळू लागेल ह्याचा भरवसा नव्हता. गोव्यात जन्मलेल्या मेरीला पाऊस आणि हे वातावरण तसे काही नवीन नव्हते; पण गाडी घेऊन एकट्याने जायचे म्हणून मन साशंक होते. तशी जुनीच गाडी, रस्त्यात बंद पडली तर?

हमरस्त्याने मेरीने गाडी काढली. समुद्रासारखी अथांग पसरलेली मांडवी नदी, बोटजेटीच्या बाजूला असलेली माणसांची गर्दी, रस्त्यावर असणारा वाहनांचा सुळसुळाट. वाहनांच्या गर्दीतून मेरी रस्ता काढत आरामात चालली होती.

म्हापशाच्या रस्त्याला ती लागली आणि पावसाची धुमश्चक्री सुरू झाली. आता रस्त्यावर वाहनांची गर्दी नव्हती. पावसाची संतत धार, समोरच्या काचेवरून वाहत होती. पण गाडीचा वायपर व्यवस्थित फिरत होता. त्याचा होणारा खट्‌खट्‌ आवाज– म्हापसा म्हणजे तसा दीड तासाचा रस्ता. बेताच्या स्पीडने गेले तर फारतर दोन तास– पण आज का कुणास ठाऊक, आपण घरी कधी पोचू असे मेरीला झाले होते. भुकेपोटी असे होतेय असे म्हणावे तर निघण्याआधी व्यवस्थित खाणे उरकले होते तिने. घरी मॉम जेवण तयार ठेवून वाट पाहत असेल ह्याचीही तिला खात्री होती. पण तरीही पडणारा खड्डा– हँगओव्हरचा तर हा परिणाम नव्हे?

त्या विचाराने मेरी आता गाडी आणखीच काळजीपूर्वक चालवत होती. आता रस्त्यावर वाहने होती; पण बहुतेक सारे ट्रक्सच. बाहेर पडणाऱ्या पावसाची रिपरिप आणि मोटारीचा एकसुरी आवाज, धावत भेटायला येणारे रस्त्यावरचे दिवे आणि पावसामुळे भिजलेला मोटारीच्या उजेडात चकचकीत वाटणारा रस्ता ह्या साऱ्याची मनाला चढणारी एक नशा.

गाडी चालविताना तिच्या डोळ्यांवर एवढी पेंग येत होती की, क्षणभर आपण कुठे आहोत तेच तिला समजत नव्हते. कुठेतरी थोड्याशा वस्तीच्या ठिकाणी गाडी उभी करून आजूबाजूचा प्रदेश निरखीत ती चालली होती. आजूबाजूची नारळीची वने, कुर्ले घेऊन जाणारे खेडूत– मच्छीचे रिकामे हारे घेऊन घरी परतणारे मच्छीमार– पुढे दिसणाऱ्या बाजारच्या एका बाजूला मेरीने गाडी उभी केली. बाहेर पडणे अशक्यच होते. कोसळणारा धुवाधार पाऊस. जवळून कुणी गेले तर हाक मारावी म्हणून मेरीने बाजूच्या दरवाजाची काच उघडली आणि पुढे काय घडले ते तिला कळलेच नाही!

ती जागी झाली तेव्हा अत्यंत घाबरलेली होती. अजूनही ती ड्रायव्हरच्या सीटवरच होती. बाजूच्या उघड्या खिडकीतून अंगावर पावसाचा झोत येत होता. व्यवस्थित ती जागी झाली होती. तरीही मनाला जाणवणारी भीती– एखादे भयप्रद स्वप्न पडले असे म्हणावे तर त्या क्षणी तिला तेही आठवत नव्हते. पण तरीही भयभीत झालेले मन– झोपेतून अर्धवट जागी झाली असताना कानांवर आलेले

चमत्कारिक आवाज– आताही ती संपूर्ण जागी झाली असतानाही येत होते, ते चमत्कारिक आवाज आणि सुनसान जागी उभी असलेली तिची गाडी– आपण अशा एकाकी ठिकाणी गाडी कशी उभी केली हेच मेरीला कळेना. गाडीत ती एकटीच होती आणि तरीही येणारे ते चमत्कारिक आवाज– भीतीने मेरीचा थरकाप उडाला.

तिने झटकन मोटारीची बाजूची उघडी काच बंद केली. हवा येण्यासाठी एक इंचभर मोकळी जागा सोडली होती तिने. आता बाहेरचा वाऱ्यापावसाचा आवाज येत नव्हता पण ते चमत्कारिक आवाज कसे ते आणखीच वाढले होते. कोणीतरी कण्हत होते, कुथत होते. शेवटचा श्वास लागल्यागत ऐकू येणारी घरघर आणि हे आवाज येत होते ते मोटारीच्या मागच्या सीटवरून. धीर करून तिने मोटारीतील आतला दिवा लावला आणि मागे वळून पाहिले मात्र, अचानक ते आवाज संपूर्ण थांबले. गाडीत मागच्या बाजूला कोणीच नव्हते. फक्त तिच्या बाजूचा फ्रन्टसीटजवळचा दरवाजा मात्र उघडाच होता.

तो लावण्यासाठी ती किंचित वाकली आणि तेवढ्यात मानेला झालेला तो थंडगार स्पर्श– भीतीपोटी निघालेली किंकाळी– पण त्या सुनसान जागी कोणीही मदतीला धावणे शक्य नव्हते. तिने धीर करून मान वर करून पाहिले. गाडीच्या टपरीतून पाण्याचा भला मोठा थेंब पुन्हा एकदा पटकन् मानेवर पडला आणि आपल्या वेडेपणावर ती स्वत:च हसली. मग मात्र जराही न घाबरता तिने मागच्या सीटजवळ खाली कुणी झोपलेले नाही ना ह्याची खात्री करून घेतली. मागच्या बाजूला खरोखरच कुणीही नव्हते. पण तरीही निघताना मागच्या सीटवर व्यवस्थित ठेवलली बॅग, फळाची करंडी, मासिके खाली अस्ताव्यस्त पडलेली होती. कदाचित वाऱ्याच्या झोताचा हा परिणाम असेल असा विचार करीत तिने गाडीतील आतला दिवा बंद केला मात्र, ते आवाज पूर्ववत सुरू झाले. जणू मघा आवाजाला खंडच पडलेला नव्हता.

तिने पुन्हा आतला दिवा लावला. गाडीचे पुढचे दिवे लावले आणि मागे वळून पाहिले. गाडीच्या मागच्या सीटवर आताही कुणी नव्हते. 'आपल्या गाडीमागे कुणी गाडी पार्क केलेली नसेल ना!' हा विचार मेरीच्या मनात आला पण बाहेर पडून ते पाहण्याची हिंमत मेरीमध्ये नव्हती.

मग मात्र जराही वेळ न घालवता मेरीने घाईने गाडी सुरू केली. ते विचित्र आवाज, ती घरघर त्यापासून शक्य तेवढ्या लवकर तिला दूर जायचे होते पण ते विचित्र आवाज तिचा पाठलाग करतच राहिले.

त्या आवाजांचा मनावर इतका खोलवर ठसा उमटला होती की, ते आवाज त्या क्षणी खरोखरच येत होते की नाही, की तो भास होता हेही तिला धडपणे समजत नव्हते. भयंकर आजारी असल्यागत येणारा खोल श्वासाचा आवाज, ती घरघर, त्या

आवाजांचे स्वरूप असेच काहीसे होते खरे. मेरीने गाडी आता भरवेगाने सोडली. जाणारा प्रत्येक क्षण आणि मैलाचा दगड आपण घराजवळ जात असल्याचा दिलासा तिला देत होता.

एकदाचे घर दुरून दिसले आणि मेरीने सुटकेचा श्वास सोडला. नजर सहजच हातावरच्या घड्याळाकडे गेली. नऊ वाजून गेले होते. जो प्रवास दीड तासात संपायला हवा होता त्याला तिला चक्क तीन तास लागले होते.

मॉम बहुधा खिडकीजवळच उभी होती. तिने झटकन दरवाजा उघडला. ती मेरीला म्हणाली, ''अग बाई! नवीन गाडी घेतलीस का? बरं, अशीच पुढं आणून शेडमध्ये घे.''

गाडीचे दरवाजे नीट लावून सामान उचलून मेरी घरात शिरली तेव्हा मॉम तिला म्हणालीही, ''किती थकलेली दिसतेस! गाडी बिघडली तर नव्हती ना रस्त्यात? की ड्रायव्हिंगचा ताण पडला?''

मेरीला मॉमच्या आपुलकीच्या शब्दांनी बरे वाटले, ''नाही गं! पण हा कोसळणारा पाऊस– निघालेय सहालाच पण उशीरच झाला खरा– ''

मॉमने हळूच तोंडावर बोट ठेवून गप्प बसण्याची खूण केली मेरीला. नेहेमीच्या शिरस्त्याप्रमाणे तिचे डॅडी नऊच्या ठोक्याला झोपायला गेलेले होते. आवाजाने त्यांची होणारी झोपमोड–

मग मात्र हॉलमध्ये न थांबताच मेरी बाथरूमकडे वळली. हळू आवाजात ती म्हणाली, ''मॉम, मी झटकन् येते गं. पान घे. मला फार भूक लागलीय.''

मग जेवताना मायलेकींच्या गप्पा रंगल्या. विकत घेतलेली ही सेकंडहॅण्ड गाडी, मग त्या निमित्ताने तिच्या रूममेट्सनी तिला दिलेली पार्टी. पार्टीत झालेल्या नव्या ओळखी...

मम्मी हसली, ''अच्छा म्हणजे लवकरच मिस्टर राइट येऊन आमच्या मेरीला घेऊन जाणार तर!...''

लॅबमध्ये उगाचच काहीतरी निमित्त काढून फेऱ्या घालणारा डॉक्टर परेरा– सांगावे का मम्मीला हे? पण तरीही मेरी गप्पच बसली. कुठे काहीच सुरुवात नाही आणि उगाचच मम्मीला मात्र विषय पुरायचा.

मागचे आवरताना मम्मीने विचारले, ''गाडी काय किंमतीला घेतलीस? दहा हजार म्हणजे स्वस्तातच पडली गं! रात्रीच्या वेळी धड बघता आली नाही मला; पण गाडी व्यवस्थित आहे ना?''

वाटेत घडलेले मम्मीला सांगावेसे वाटले मेरीला. पण मम्मीचा काळजीखोर स्वभाव– मग बळेच हसत ती म्हणाली,

''छान आहे गं गाडी! दहा हजारात सौदा वाईट नव्हे, नाही का? आता निदान

दर सोमवारी उशीर होतो, म्हणून बोलणी खायला नकोत डिसोझासाहेबांची. अर्थात मी रविवारीच संध्याकाळी निघणार येथून. ह्या सोमवारपासून लॅबचं टायमिंग बदलतंय. सकाळी साडेआठ ते बारा मग दोन तास सुट्टी पुन्हा दुपारी दोन ते सहा.''

''असं होय. मला वाटलं तुझा काही कार्यक्रम ठरलाय की काय? तोच गं आपला मिस्टर राइटबरोबर.''

''तू म्हणजे मॉम... कमालच करत्येस...'' म्हणत हसतच मेरी झोपायला निघून गेली.

म्हापशातील तो शनिवार-रविवार नेहमीसारखाच कंटाळवाणा गेला. रविवारी दुपारी जेवणे उशिराच आटपली. शक्य तेवढ्या दिवसाउजेडी निघून पणजीला संध्याकाळच्या आत पोचायचे असा आपला मनोदय मेरीने मॉमला बोलून दाखविला. पण मॉमचा आपला आग्रह चालूच होता.

''सहा वाजता पणजीहून निघालीस तशीच येथूनही निघ ना? तिथं जाऊन काय करणार तू?''

पण डॅडी जरा चिडलेच मग, ''तुम्हाला काही कळतं की नाही? पावसाचे दिवस आहेत. अंधारून येतं. चहा झाला की दुपारीच निघ मेरी तू.''

आणि मग रविवारच्या त्या जड जेवणाने मेरीला झोप येऊ लागली. दुपारी झोप काढून चहा पिऊन ती निघण्याच्या तयारीला लागली. थर्मासमध्येही मेरीने चहा घेतला. वीकएण्डला येताना गाडीत लागलेली डुलकी– त्या आठवणीनेही मेरीच्या अंगावर काटा उभा राहिला.

मॉम तिला म्हणाली, ''तू आटप. तुझं पॅकिंग मी उरकते. परवा आलीस तेव्हा कसे कपडे भरले होते सर्व. जणू कुणीतरी झोपलंच होतं त्यावर. असे प्लॅस्टिकच्या बॅगेतून कुणी कपडे नेतं-आणतं का? स्टेला आन्टीने एक बॅग दिलीय, ती देते तुला.'' आणि मग मॉमने भराभर इस्त्री करून आणलेल्या कपड्यांनी बॅग भरली. बॅग भरताना भरून येणारे मम्मीचे डोळे...

आपण नाही म्हणून मम्मीला येणारा कंटाळा, डॅडींचा विक्षिप्त स्वभाव... मेरी असताना तिच्याजवळ बोलून मम्मी आपले मन उघडे करायची. आपली गैरहजेरी मॉमला जाणवतेय हे मेरीला समजत होते. ती म्हणालीही मॉमला, ''जाऊ नको का मी मॉम...''

''वा! असं कसं? नाहीतर मिस्टर राइट कसा भेटेल तुला?'' मॉम रडता रडता हसली.

मेरीने डॅडी-मम्मीचा निरोप घेतला. घर बघता बघता मागे पडले आणि मग घरी येतानाचा तो अनुभव मेरीला बेचैन करू लागला. मेरी सायन्सची विद्यार्थिनी होती. सांगोपांग विचार करणारी होती. मोटारीची उघडी खिडकी... वारा मोटारीत घुसल्यामुळेही

हे आभास झाले नसतील कशावरून? तीच शक्यता होती. त्या विचारांनी तिला बरे वाटले. ह्यावेळी अर्ध्या रस्त्यावर मेरी जातेय तो पावसाची धुमश्चक्री सुरू झाली; पण काहीही अनुचित न घडता मेरीचा प्रवास व्यवस्थित झाला.

मेरी खोलीवर परतली तेव्हा संध्याकाळचे सहाच वाजले होते. रूमवर ॲना आणि सुसानचा पत्ता नव्हता. त्यांच्याबरोबर पार्टीला जाऊन समवयस्क तरुण-तरुणींत वेळ मजेत घालवायचा तिचा मनोदय तसाच वाऱ्यावर विरला. बाहेर जायचीही तिला इच्छा उरली नाही. मग तिने स्टोव्हवर अंडी उकडून घेतली. मम्मीने दिलेल्या नाश्त्यापैकी थोडा नाश्ता घेतला आणि रेडिओ ऐकत ती पडून राहिली.

पुढचा आठवडा तसा फारसे काही न घडताच गेला. पुन्हा वीकएण्ड जवळ आला. पाच दिवस पाऊस तसा फारसा नव्हता पण शुक्रवार उजाडला आणि पावसाचे थैमान सुरू झाले. त्यात पावसाबरोबर धुकेही होते.

त्या शुक्रवारी लॅबमध्येही फारसे काम नव्हते. खिडकीतून दिसणाऱ्या त्या बाहेरच्या पावसाच्या धुमश्चक्रीकडे पाहताना मेरीच्या मनात आले, ''ह्या धुक्यापावसात आज आपण न जाता सरळ टेलिग्राम ठोकून द्यावा. पण टेलिग्रॅम पाहताच घाबरणारे डॅडी तिच्या डोळ्यांसमोर उभे राहिले. टेलिग्राम वाचल्यावरही त्यांना येणाऱ्या शंकाकुशंका... आणि मग पुन्हा भेटल्यावर त्यावरून ऐकावे लागणारे लंबेचौडे भाषण... सारा विचार करून मेरीने वीकएण्डला म्हापशाला जायचा निर्णय घेतला.

लॅबमध्ये फारसे काम नव्हतेच पण डिसोझासाहेब थोडेच स्वस्थ बसू देणार? अशा वेळी ते मेरीला खाली गोडाऊनमध्ये पाठवून लॅब ॲपरेटस नीटपणे लावायचे काम देत. ॲपरेटसना गुंडाळलेले पिवळे पडलेले जुने वर्तमानपत्रांचे तुकडे, तुकड्यातील बातम्या वाचत मेरी आरामात काम करीत राहायची खाली.

त्या दिवशी पावसाचे धुके पाहून की काय त्यांनी मेरीला पाच वाजताच घरी जायची परवानगी दिली. इतकेच नव्हे ते आपुलकीने निरोप घेताना म्हणालेही, ''जपून हं मेरी! धुकंही खूप आहे आज.''

पावसामुळे की काय पणजीच्या बाजारपेठेतून जाताना ट्रॅफिक जेमतेमच होता. हायकोर्टाच्या बाजूने वळण घेऊन मेरीने आपली सुटका करून घेतली आणि किनाऱ्याच्या बाजूने हमरस्त्याने मेरी निघाली. रस्त्यावर थव्याने लोक उभे होते. लिफ्टसाठी कुणी हात करत होते.

बाहेर कोसळणारा पाऊस, अवेळी येणाऱ्या बसेस आणि भिजत कुडकुडत बससाठी उभे असलेले लोक– पण कुणालाही लिफ्ट देणे म्हणजे पत्करावा लागणारा धोका– त्यावरून डॅडीमॉमने केलेल्या सूचना– उंचावणाऱ्या हातांकडे संपूर्ण दुर्लक्ष करतच ती म्हापशाच्या रस्त्याला लागली.

रस्ता आता फारसा गजबजलेला नव्हता. धिम्या गतीने मेरी गाडी चालवत

होती. ह्या स्पीडने जर ती गेली, तर सहजच म्हापशाला दोन तासांत पोहोचणार होती. फारतर साडेसात– म्हणजे तसे दिवसाउजेडीच की...

वाटेत नेहमीच लागणारे छोट्या-मोठ्या ओहळांवरचे पूल. मेरी गाडी जपून चालवत होती. अशाच एका पुलाजवळ भर पावसात दिव्याच्या खाली एक मुलगी उभी होती. तसे तिच्यात काही खास वैशिष्ट्य होते असे नव्हे. पण तरी दुरूनही मेरीची नजर तिच्यावर स्थिरावली होती.

ती मुलगी तशी ठेंगणीच होती. तिच्या अंगावर प्लॅस्टिकचा रेनकोट होता. पायात गमबूट्स होते. कोटाला टोपी नव्हती त्यामुळे केसांचा बॉब डोक्याला चिकटला होता आणि कापलेल्या केसांतून पाणी ओघळत होते. डोळ्यांवर असलेला चष्मा... ती मुलगी पार थकलेली दिसत होती. तसा निर्मनुष्यच असलेला रस्ता आणि एकटी उभी असलेली ती मुलगी– तिने वर केलेला हात...

आणि मग क्षणाचाही विचार न करता दया येऊन मेरीने खिडकी उघडून त्या मुलीला खूण केली. त्या पावसातही त्या मुलीने तिचा हात पाहिला होता. चष्मा सावरत ती पुढे आली. मेरीला आता ती नीटपणी पाहता आली होती. तिचा पांढराफट्ट पडलेला चेहेरा आणि थंडीने कापणारे शरीर... त्या मुलीने मेरीकडे पाहिले आणि मोटारीचे दार उघडण्यासाठी हात पुढे केला. तेवढ्यात तिच्या रेनकोटची वर केलेली कॉलर खाली घसरली आणि तिच्या मानेवर असलेली उभी, जांभळ्या रंगाची लांबच्या लांब जन्मखूण मेरीला दिसली.

"ये झटकन ये," म्हणत मेरीने दरवाजा उघडला आणि पुढची सीट पुढे ओढून मेरीने तिला मागच्या सीटवर बसवले. पुढची सीट व्यवस्थित करून ती दरवाजा लावणार तेवढ्यात एक निळ्या रंगाचा डकबॅकचा रेनकोट घातलेला माणूस धाडकन् येऊन सीटवर बसला आणि त्याने फटकन दरवाजा लावूनही घेतला. ह्या पावसातही त्याच्या डोळ्यावर गॉगल होता. डोक्यावरची टोपी किंचित पुढे ओढलेली होती.

काहीशा नाटकी पद्धतीने तो म्हणाला, "थँक्यू सो मच! ह्या अशा पावसात कुणी मदतीला येईल की नाही अशी शंकाच वाटू लागली होती. पण असतात म्हणा तुझ्यासारख्या दयाळू स्त्रिया..."

मेरीला तो माणूस बिलकूल आवडला नव्हता. खरे म्हणजे त्या माणसाची नव्हे त्या मुलीची दया तिला आली होती आणि म्हणूनच मेरीने तिला लिफ्ट दिली होती. ह्या माणसाला तिने त्या मुलीबरोबर आधी पाहिले असते तर गाडी थांबवायची की नाही हा विचारच केला असता. त्याला असे पटकन सांगावे असे मेरीच्या मनात आले, पण मागे बसलेली ती मुलगी काय म्हणेल ह्या विचाराने मेरी गप्प बसली.

जरा वेळाने तिने विचारले, "कुठपर्यंत जात आहात तुम्ही.'

"हं... कुठपर्यंत? कुठपर्यंत बरं? तुला आश्चर्य वाटेल पण मला निश्चित जागा सांगता येणार नाही. त्याचं असं झालं, माझी सेक्रेटरी आणि मी आज सकाळी ह्याच रस्त्यानं जात असताना माझी गाडी बिघडली. ज्या ठिकाणी माझी गाडी आहे. तिथं मला जायचंय. ह्या वेळेपर्यंत तरी माझी गाडी दुरुस्त झालेली असेल." त्या माणसाच्या श्वासाला येणारी दुर्गंधी...

"म्हणजे मोटर गॅरेजजवळ सोडायचं का तुम्हाला?" मेरीने विचारले. ही त्याची निव्वळ थाप वाटली होती तिला.

"हो. असंच सरळ जात राहा. मी दाखवतो तुला ते गॅरेज."

त्याच्याशी बोलणे मग टाळलेच मेरीने. त्याच्या तोंडाला येणारी दुर्गंधी.. त्याचा तो चिरका आवाज– उगाचच नसती कटकट मोटारीत घेतली म्हणून आता पस्तावण्यात अर्थ नव्हता. मागे गप्प बसलेली ती मुलगी आणि पुढे बसलेल्या माणसाचा तो चिरका आवाज– ती दुर्गंधी...

मेरी गप्प बसलेली पाहून मग तोच बोलत राहिला. "एकदंरीत तू फार धीट दिसत्येस. अशा पावसात मोटार थांबवून लिफ्ट द्यायची हे सामान्य मुलीचं काम नव्हे. समजा एखादा मवाली, गुंड मोटारीत घुसला तर? माझ्या एका मैत्रिणीनं अशीच एकदा एका माणसाला लिफ्ट दिली आणि काय झालं तिला कळलंच नाही. ती शुद्धीवर आली तेव्हा खड्ड्यात विवस्त्र पडलेली होती. कार नव्हती जवळ की तो माणूसही नव्हता तिथं. आपण कुठे आहोत हे पण तिला माहीत नव्हतं. काय भयंकर वागणं, नाही? ह्याहून वाईट वागतात लोक म्हणा. अर्थात तू तशी तरुणच आहेस. अशा वयात मनात नाना गोड कल्पना असतात. ह्या वयात त्यामुळंच भीती कशी ती वाटतच नाही."

ह्या माणसाची अखंड चालणारी बडबड– मेरीचे ड्रायव्हिंगवरचे लक्ष उडत होते. त्याच्याकडे संपूर्ण दुर्लक्ष करून ती मागे बसलेल्या मुलीला म्हणाली, "तुला वारा तर लागत नाही ना? तिथल्या खिडकीला किंचित फट आहे. म्हणून विचारलं."

पण ती मुलगी काही म्हणण्याआधीच तो म्हणाला, "वारा कुठून लागणार? सर्व खिडक्या तर बंद आहेत आणि कोणत्याही हवामानाचा परिणाम तसा मला जाणवतच नाही." बोलताना त्याने तिच्याजवळ तोंड आणले. त्याच्या श्वासाची दुर्गंधी– ती दुर्गंधी मोटारभर भरल्यागत वाटत होती. तो काहीसा सडका, कुजका वास.

ती मुलगी बहुधा झोपली होती. कारण ती बोलण्यात काहीच भाग घेत नव्हती. ह्या माणसाची कंटाळवाणी बडबड ऐकत बसावे लागले होते मेरीला. तो बाजूला बसलेला घाणेरडा माणूस आणि त्याची विक्षिप्त बडबड....

तो वेडा नव्हता पण वेड्यासारखा मधूनच अचानक भलतेच विषय काढत होता. बोलताबोलता तो म्हणाला, "प्लॅस्टिक..." किंचित थांबून मेरीनेच प्लॅस्टिकचा

विषय काढल्यागत तो म्हणाला, "ह्या प्लॅस्टिकचा समाजाला फार उपयोग होतो नाही? पण तुला हे माहीत आहे का? मिसेस ॲनाबेलाचा मृतदेह जेव्हा ॲसिडने भरलेल्या टँकमध्ये सापडला त्या वेळी तिची प्लॅस्टिकची लाल पर्सही त्या टँकमध्ये सापडली होती. खुनी निश्चित होता. पण प्लॅस्टिकच्या त्या बॅगेने धागेदोरे सापडले आणि त्यामुळेच खुनी सापडला. तू ऐकले होतेस की नाही हे?"

"मला खून, दरोडा ह्यात जराही स्वारस्य नाही." मेरीने जरा तडकूनच उत्तर दिले.

"स्वारस्य नाही की ह्या सर्वांची तुला भीती वाटते? भीती आणि खून ह्या एकाच नाण्याच्या दोन बाजू आहेत. बरेचसे खून होतात ते निव्वळ भीतीच्या पोटी." डोळ्यांच्या कोपऱ्यातून तिच्याकडे पाहत तो आपल्या बोलण्याचा काय परिणाम होतो हे बहुधा अजमावत होता.

गाडी चालवताना तिने हळूच त्याच्याकडे पाहिले. त्याचा चेहरा पांढराफट्ट वाटत होता. कदाचित समोरून येणाऱ्या मोटारीच्या दिव्यांच्या उजेडामुळेही हा भास झाला असावा असे म्हणावे तर तो पार घामेजूनही गेलेला होता. मघाच्या पावसाचे हे पाणी नक्कीच नव्हते. कारण तो मोटारीत बसल्यालाच आता कितीतरी वेळ झाला होता.

आता मोठा रस्ता लागला. त्याची बडबड... त्यात खून दरोडे हेच विषय होते. वर्तमानपत्रांत येणाऱ्या अशा अनेक सनसनाटी बातम्या त्याला मुखोद्गत होत्या. मेरी निमूटपणे मोटार चालवत होती. मध्येच त्याने एकदा तिला लहान मुलागत करंगळी दाखवून गाडी थांबवायला लावली. पुढे काही अंतरावर एक लॉरी पार्क केलेली होती. मेरीने मुद्दाम लॉरीजवळ नेऊन गाडी उभी केली.

"इथं कशाला थांबवलीस गाडी? पुढे घे ना!" पण मेरीने त्याच्या बोलण्याकडे संपूर्णपणे कानाडोळा केला आणि नाइलाजाने कुरकुरतच तो खाली उतरला.

एखाद्या सर्पाने सरपटावे तशी उतरताना झालेली त्याची हालचाल... मेरीला किळसच आली. तो गाडीतून उतरताच मेरी मागच्या सीटवर बसलेल्या त्या मुलीला म्हणाली, "हे बघ, तुला पुढे करून तो लिफ्ट मागतोय असं मला वाटलं. पण तू काही एकटी नाहीस आता; पण तरीही तू गप्प का?"

तरीही ती मुलगी आपली गप्पच होती. मेरी वैतागलीच. "तुला झोप लागलेली असली तरी मी तुला आता उठवणार आहे. बोल काय ते! मला सर्व खरं खरं हवंय." मेरीने रागाने मागे वळून पाहिले. पण मागच्या सीटवर कोणीही नव्हते. घाबरून ओठावाटे फुटणारी किंकाळी... मेरीने तशीच दाबली. त्या मुलीचा पांढराफट्ट चेहेरा आठवला मेरीला. ती मुलगी झीट येऊन सीटखाली तर कोसळली नसेल ना, ह्या विचाराने मेरीने वाकून सीटच्या खाली पाहिले. मेरीने गाडीतील दिवे लावले. मागच्या बाजूला कुणीही नव्हते.

आपण त्या मुलीला पाहिले होते, की हाही भास झाला होता आपल्याला? पण दिव्याखाली पावसात भिजत उभी राहिलेली ती मुलगी मेरीला आठवत होती. काहीशी बुटकी, चष्मेवाली ती मुलगी, तिच्या बॉबमधून ओघळणारे पाणी, काहीशी एकाकी, घाबरलेली ती मुलगी... म्हणून तर गाडी थांबवून मेरीने तिला मोटारीत घेतले होते. मोटारीत ती शिरली होती नक्कीच. तो मनुष्यही त्याचवेळी शिरला होता. तो उतरला होता तेव्हा ती मुलगी उतरून गेली म्हणावी तर स्टॅण्डर्ड गाडीला पुढची सीट सारून उतरण्याचा एकच मार्ग होता.

मेरी पार चक्रावून गेली होती. मेरीने मागच्या सीटला हात लावून पाहिला. पण सीट कोरडी होती. ती मुलगी मागच्या सीटवर बसायला गेली तेव्हा तर पार भिजलेली होती... मेरीला हे पक्के आठवत होते. ती आपल्या नकळत चुपचाप निघून गेली असे म्हणावे तर निदान सीट तरी दमट असायला हवी होती. मेरीचे हृदय धडधडत होते.

तेवढ्यात तो माणूस परत येताना दिसला. त्याच्यासारख्या माणसाची संगतही ह्या अशा परिस्थितीत तिला दिलासा देत होती.

तो येताना दिसला आणि पावसाच्या त्या अंधारात पुन्हा कुठंतरी गायब झाला. पुन्हा दिसेनासा झाला. तिने वळून पाहिले तेव्हा तो मोटारला वळसा घालून तिच्या बाजूला उभा होता. बाहेरच्या पावसात त्याचे पाय मोकळे करणे चालले होते. जणू काही मेरी त्याची शोफरच होती.

खिडकीची काच किंचित् खाली करून तिने त्याला लवकर मोटारीत येण्याची सूचना केली. तो गाडीत बसताच तिने विचारले, "तुमच्या सेक्रेटरीचं काय? कुठं आहे ती?"

"माझी सेक्रेटरी?" त्याने आश्चर्याने विचारले. त्याच्या चेहेऱ्यावर जराही चलबिचल नव्हती. फक्त चेहेरा घामेजलेला होता.

गाडी मेरीने सुरू केली. ती म्हणाली, "तुमची गाडी नादुरुस्त झाली त्यावेळी तुमच्याबरोबर तुमची सेक्रेटरी होती असं तुम्हीच म्हणाला होतात. मी तिच्याबद्दल विचारत्येय."

"ओ लिलियन! मी विसरलोच होतो तिला. ती ना, बसली असेल घरी. नाहीतर भटकत असेल आपल्या बॉयफ्रेन्डबरोबर. मला काय त्याचं?"

"म्हणजे काय?" मेरीने आश्चर्याने विचारले.

"अर्थ स्पष्ट आहे ह्याचा. मला हाताखाली काम करणाऱ्या मुलीबद्दल खास आकर्षण वाटलं तरच मी तिची सर्व माहिती गोळा करतो. मला तरी वाटतं अशा प्रकारचे संबंध असूच नयेत. तुला माहिती आहे ना फॅमिलॅरिटी ब्रीड्स कन्टेम्ट. कालावधी थोडा असला की ह्या अशा संबंधाचं माधुर्य काही वेगळंच असतं आणि म्हणूनच..."

त्याला मध्येच थांबवत मेरी म्हणाली, ''तुमची चर्पटपंजरी जरा थांबवाल का? मला तुमच्याबद्दल जराही स्वारस्य नाही. मी कशाबद्दल बोलतेय हे तुम्हाला ठाऊक आहे.''

तो मग बोलायचा थांबला. मग विषय बदलून त्याने मेरीला विचारले, ''ही गाडी आज किती दिवस आहे तुझ्याकडे?''

''ते तुम्हाला कशाला हवंय? माझ्या प्रश्नाचं आधी उत्तर द्या. तुमची सेक्रेटरी कुठं आहे? उगाचच उडवाउडवीची उत्तरं मला नकोत हे आधीच बजावत्ये. मी थांबवली गाडी ती तुमच्या सेक्रेटरीसाठी. त्या वेळी तरी मी तुम्हाला पाहिलंच नव्हतं.''

गाडीभर मघासारखाच तो घाणेरडा वास दरवळला होता, त्याच्या तोंडाची दुर्गंधी आणि घामाचा स्पर्श... तो मेरीला ऐकू येईल इतपत पुटपुटला, ''मी दुरून पाहताच ओळखली ही स्टॅण्डर्ड गाडी.''

''मागच्या सीटवरची ती मुलगी...'' मेरीने विषयाची गाडी पुन्हा त्याच्या त्या सेक्रेटरीकडेच वळवली. तो जाणूनबुजून वेड पांघरून बसला होता, पण मेरीने आता पाठपुरावा करायचेच ठरवले होते. ''पुलाजवळ उभी होती ती. तिनं रेनकोट घातला होता. पण तरीही ती भिजलेली होती. पार घाबरलेली होती ती. मी तिला तिची दया येऊन मोटारीत घेतलं. तुमच्याकडे पाहून नाही गाडी थांबवली मी. तुम्ही आगंतुकपणे मोटारीत घुसलात. मघापर्यंत ती गाडीत होती. तेव्हा भलत्या थापा मला नकोत. मला वाटतं तिचा उपयोग तुम्ही लिफ्ट मिळवण्यासाठी केलात, पण...''

ह्यावर तो एकदम गप्प बसून राहिला. तो कसल्यातरी विचारात गुंतला होता. त्याने मग मेरीला विचारले, ''कशी आहे तुझी ही मैत्रीण दिसायला?''

''माझी मैत्रीण?'' मेरीने आश्चर्याने विचारले. ती मुलगी आपली मैत्रीण नव्हती हे सांगण्याच्या भानगडीत मेरी मग पडलीच नाही. ती त्याची सेक्रेटरी होती का? की....

मेरीच्या मनातील विचार ओळखून तो म्हणाला, ''माझ्याबरोबर माझ्या सेक्रेटरीला तू लिफ्ट दिलीस हा निव्वळ तुझा आरोप आहे.''

''आरोप? तिला पुढं घालून तुम्ही लिफ्ट मिळवलीत आणि वरती हे ढोंग! म्हणे माझी मैत्रीण– ऐकायचं तुम्हाला माझी मैत्रीण कशी होती ती? ती ठेंगणी होती. तिनं रेनकोट घातला होता. हे तुम्हाला मी आधीच सांगितलंय म्हणा. तिचा स्टेपकट होता. पण तो भिजून डोक्याला पार चिकटला होता. चष्म्यावरून पाणी निथळत होतं. तिच्या पायात गमशूज होते. ती आजारी वाटत होती...''

मेरीला पुढे बोलू न देता तो म्हणाला, ''अशी एकही मुलगी मला माहीत नाही.''

"पण तुम्ही तिला नक्कीच पाहिली असणार. मला वाटलं ती तुमची सेक्रेटरी असावी. गाडीत शिरलात तेव्हा तुम्ही तुमच्या सेक्रेटरीबद्दल नव्हतात का सांगत! समजा ती तुमची सेक्रेटरी नसेलही पण महत्त्वाचा मुद्दा हा आहे की, तुम्ही तिला पाहिलंत की नाही?"

त्याने अंगावरच्या रेनकोटच्या आतल्या खिशातून च्युइंगमचे एक पाकिट बाहेर काढले. ते पार भिजले होते. वरचा पेपर च्युईंगमला चिकटला होता. त्यातले च्युईंगम बाहेर काढताना त्याला एवढा वेळ लागला की, त्याच्या उत्तराची वाट न पाहताच मेरी म्हणाली, "दुसरी गोष्ट म्हणजे तिनं जेव्हा मागच्या सीटवर जाताना रेनकोटची कॉलर किंचित खाली केली तेव्हा तिच्या घशावर..."

च्युईंगमचा पेपर न काढताच तो थबकला. मेरीचे लक्ष त्याच्या हाताकडे गेले. त्याच्या हाताचा पंजा दणकट होता. त्याच्या हातात ते च्युईंगम एवढेसे वाटत होते.

"त्या मुलीच्या मानेवर घशाजवळ एक भली थोरली जांभळी लाल जन्मखूण होती..."

तेवढ्यात त्याच्या हातातील च्युईंगम खाली पडले. त्याने वाकून ते शोधले आणि अलगद आपल्या तोंडात टाकले. त्यावरचा चिकटलेला कागद होता तसाच होता तरीही.

च्युईंगमच्या वासाने मोटारीभर पसरलेल्या दुर्गंधीची जागा घेतली होती आता.

त्याचे ते स्तब्ध बसणे– त्याच्या हाताचा तो दणकट पंजा...

"शक्यता आहे की, तुम्ही ती जन्मखूण पाहिलीही नसेल कदाचित."

त्या मुलीच्या खाणाखुणा पटवून देण्याचा मेरीचा आटोकाट प्रयत्न चालू होता. मेरीला मध्येच थांबवत तो म्हणाला, "मला खरंच कळत नाही की तू कशाबद्दल आणि कुणाबद्दल बोलत आहेस ते. मी तरी तुझ्या गाडीत मागच्या सीटवर कुणालाच पाहिलेलं नाही."

"अरे! मी मघापासून तेच पटवतेय तुम्हाला. ही गाडी स्टँडर्ड आहे. तिला फक्त पुढचे दोन दरवाजे आहेत. माझ्या अपरोक्ष माझ्या गाडीत कुणी बसूच कसं शकेल?"

त्याचे वागणे, बोलणे सारेच चमत्कारिक होते. मेरीला खात्री होती की, त्या मुलीची ह्या माणसाला नक्कीच माहिती होती. मग तरीही तो असा वेड पांघरून पेडगावला का जात होता? आपल्याला घाबरविण्याचा तर त्याचा हेतू नसावा? नव्हे त्याचा तोच हेतू होता ह्यामागे.

मेरी विचारात गढली होती. ह्यातून मार्ग– त्या माणसाने तेवढ्यात मेरीला विचारले, "मी सिगरेट ओढली तर चालेल का?" पण झटकन सिगरेट पेटवणेही त्याला जमले नव्हते. चौथ्या काडीला एकदाची सिगरेट सुलगली. मघाच्या त्या

तऱ्हतऱ्हेच्या घाणेरड्या वासात आता सिगरेटचा वास मिसळला होता.

ती मुलगी, हा माणूस, त्या मुलीचे नाहीसे होणे, त्या मुलीची माहिती असूनही ती ह्या माणसाने नाकारणे... मेरी पार गोंधळली होती. मनातून पार घाबरली होती. तिने विचार केला आणि त्याच्याशी समजुतीने घेत ती म्हणाली, "एक विचारू का? तुम्ही जेव्हा गाडीत शिरलात तेव्हा सारखे 'आम्ही आम्ही' असाच उल्लेख करत होतात म्हणून तर मला ती तुमची सेक्रेटरी वाटली."

पण त्याचे आपले एकच ब्रीदवाक्य, "तू काय म्हणतेस तेच मला समजत नाही."

"मला खात्री आहे; मी काय म्हणत्येय ते तुम्हाला समजतंय."

तो आपल्याकडे रोखून पाहतोय हे मेरीला समजत होते. रस्त्याकडे पाहत वरकरणी शांतपणे मेरी गाडी चालवत होती.

मग तो मेरीला म्हणाला, "मी एक सुचवतो तुला. बघ पटते का? तू गाडी थांबव. आपण शांतपणे बसू या. मग तू सर्व इत्यंभूत हकिगत मला सांग. तुझ्या मनावर कसलंतरी ओझं आहे. तू बावरलीयेस. गोंधळली आहेस. जर का आपण थांबलो तर...."

"ते शक्य नाही." मेरी निश्चयाने म्हणाली. त्याने रोखून धरलेला श्वास सोडला तेव्हा त्याचे पुढचे मोठे दोन दात मेरीला स्पष्टपणे दिसले.

त्या लांब सुळ्यांसारख्या दातांमुळे की काय रोखलेला तो श्वास फुत्कारल्यागत घशातून बाहेर पडला त्याच्या.

आता तो अंधारात चाचपडत होता. त्याची टॉर्च व नकाशाची शोधाशोध चालली होती. इतकेच नव्हे त्याला हवे असलेले गॅरेज कुठे आहे ह्याबद्दल आता तो निश्चितपणे सांगत होता. त्याने नकाशा शोधण्यासाठी गाडी थांबवायची पुन्हा विनंती केली.

"ह्या अंधारात धड काही समजत नाही म्हणून म्हणतोय, गाडी थांबव. मी नकाशा बघतो आणि मग गॅरेज सापडेल सहजच. उगाचच नाहीतर भलतीकडे गाडी वळवलीस तर खेप मात्र पडेल."

ह्या रस्त्यावर कुठेही गॅरेज नव्हते हे मेरीला माहीत होते. पुढे पूल ओलांडला की एक पेट्रोलपंप होता. मेरीने गाडीचा वेग वाढविला. पेट्रोलपंपाजवळ येताच मेरीने गाडी थांबविली.

"उतरा आता आणि तुमचं गॅरेज तुम्हीच शोधून काढा." मघासारखा त्याच्या श्वासाचा फुत्कार कानावर आला, पण तेवढ्यात पेट्रोलपंपावरचा माणूस येताना दिसला.

"किती वाईट आहेस तू! हातात आलेली संधी वाया गेली." तो पुटपुटला.

"आता गाडीतून चालता होतोस की आरडाओरड करू?" मेरीने अशी दमदाटी करताच जसा सरपटत तो चढला होता तसाच सरकत तो अलगद गाडीतून उतरला.

गाडीचा दरवाजा आतून घट्ट लावत मेरी म्हणाली, "त्या मुलीबद्दल तुला माहीत आहे आणि तुला माहिती आहे हे मलाही माहीत आहे. इतका वेळ गप्प बसले होते. ती एकटी होते म्हणून."

छद्मीपणे हसत त्याने खिडकीजवळ आपले तोंड आणले, "तू एकटीनं गाडी चालवत जाऊ नकोस. तुला होणारे हे आभास..."

'कशाला थापा मारतोस! मला घाबरविण्याचा असा प्रयत्न यशस्वी होणार नाही तुझा. बोल, त्या मुलीचं तू काय केलंस?...' वगैरे बरेच सुनवायचे होते. मेरीला त्याला; पण तेवढ्यात पंपावरचा माणूस आला आणि त्याने गाडीच्या टाकीचे झाकण उघडले आणि एवढ्या गडबडीत मघाचा तो सहप्रवासी अंधाराचा फायदा घेत नाहीसाच झाला.

"किती लिटर देऊ?" पेट्रोल पंपावरच्या माणसाने विचारले मेरीला.

"तीन."

शंभराची नोट मेरीने त्या पेट्रोलपंपावरच्या माणसाला दिली. सुट्टे पैसे आणण्यासाठी तो माणूस आपल्या केबिनकडे वळला. तेवढ्यात मेरीने भराभर गाडीच्या खिडक्यांचे दरवाजे लावले. मघाचा तो सहप्रवासी पुन्हा आला तर? पेट्रोलपंपावरचा माणूस त्याला घालविण्यात यशस्वी झाला नाही तर? घाईने मेरीने आपल्या बाजूचीही खिडकी घट्ट लावली. बाकी पैसे घ्यायचेही भान उरले नव्हते मेरीला. सुट्टे पैसे घेऊन आलेल्या त्या माणसाने नाण्याने काचेच्या खिडकीवर टकटक केली तेव्हा मेरीने घाबरून तिकडे पाहिले आणि मग लटलटत्या हाताने खिडकीचे तावदान किंचित खाली केले आणि न राहवून ती पेट्रोलपंपावरच्या माणसाला म्हणाली, "हे पाहा, माझ्या गाडीतून तो माणूस आला तो माझा कुणीही नाही. त्याला मी लिफ्ट दिली होती. तो कुठं गेला हे तू पाहिलंस का?"

"मी तर कुणालाच पाहिलं नाही तुमच्याबरोबर..."

काय बोलावे मेरीला कळेना. होणारे ते आभास म्हणावे तर अजूनही गाडीत तो सडका वास भरला होता.

"असं का? थँक्स..."

काय चक्रम बाई आहे, अशा अर्थाने त्या माणसाने खांदे उडविले. 'गुडनाईट' म्हणत झटकन तिच्या हातावर पैसे ठेवले आणि पावसातून पळतच त्याने आपली केबिन गाठली.

गाडी सुरू करण्यापूर्वी मेरीने पुन्हा एकदा गाडीत विशेषत: मागच्या सीटवर कुणी नाही ना ह्याची खात्री करून घेतली. आलेला तो अनुभव– नुसता विचित्र

नव्हता तर फार फार चमत्कारिक होता. झाल्या प्रकाराची दहशतच बसली होती तिला. मन पार गोंधळून गेले होते.

शक्य तेवढ्या लवकर घर गाठावे असे सारखे मनात येत होते. पण पेट्रोल पंपावर सोबत होती. तेथे तशी कसलीच धास्ती नव्हती. शांतपणे बसून हे कोडे उलगडणे भाग होते. अगदी पहिल्यापासून मेरी सारे आठवत होती. ती मुलगी गाडीत आली होती. आणि ती आली होती गाडीत हे त्या माणसालाही माहीत होते. ती मुलगी नाहीशी झाल्यावर मेरीला वाटलेली भीती– त्यामुळे त्याला वाटलेजी मजा, काहीसा आनंद– प्रत्येक वेळी बोलताना त्याने स्वत:चा उल्लेख 'आम्ही' ह्याच शब्दाने केला होता. ह्या घडलेल्या प्रकाराचा अर्थ मेरीला काही केल्या उमगत नव्हता. तिला भयंकर भीती वाटत होती. कसाही उलटसुलट विचार करूनही हे कोडे काही केल्या उमगले नव्हते.

मेरीच्या अपरोक्ष त्या मुलीला गाडीतून बाहेर पडणे अशक्यच होते. स्टँडर्ड गाडीला पुढच्या बाजूला असलेला एकमेव दरवाजा. फ्रन्टसीट ढकलल्याशिवाय गाडीतून मागच्या बाजूने कुणी उतरणेच शक्य नव्हते. पुढची सीट ढकलल्यावर होणारा आवाज; तसा आवाज कधीही झाला नव्हता. इतकेच नव्हे, मागच्या सीटवर गेल्यानंतरही ती मुलगी अगदी चुपचाप बसली होती. असे तर झाले नसेल ना? त्या मुलीने त्या माणसाच्या भीतीने गाडीत शिरण्याचे नाटक केले असावे आणि शेवटच्या घटकेला ती झटकन निसटली असावी... हीच एक शक्यता होती.

गाडीभर पसरलेला चमत्कारिक घाणेरडा वास घालवण्यासाठी मेरीने बाजूची खिडकी उघडली. ती उघडत असताना पेट्रोल पंपावरच्या त्या माणसाचे बोलणे आठवले तिला. त्याने तर आपल्या बरोबर आलेल्या त्या माणसालाही पाहिले नव्हते. ह्याचा अर्थ तो माणूस झटकन नाहीसा झाला होता म्हणावा का? तो माणूस पेट्रोल पंपावरच्या माणसाला दिसला नव्हता हे नक्कीच! पण हे कसे शक्य होते? त्याने आपल्याला पाहिले होते. मोटारची टाकी उघडेपर्यंत तो माणूस मोटारीजवळच तर घुटमळत होता. तो माणूस पेट्रोलपंपावरच्या माणसाला कसा दिसला नव्हता मग? तिला दरदरून घाम फुटला. ह्याचा अर्थ ही सारी भुतचेष्टाच– पण भुते बोलत नाहीत. तिने स्वत:ची समजूत घातली आणि ह्या विचारांबरोबर मागच्या सीटवर चुपचाप बसलेल्या त्या मुलीची आठवण झाली मेरीला.

मागच्या वीकएन्डला अशीच घरी येताना गाडीत सातत्याने ऐकू आलेले चमत्कारिक आवाज– आज आलेला विचित्र अनुभव– मन उगाचच ह्या दोन्ही अनुभवांची सांगड घालू लागले. तिच्या मनात आता एकच शंका राहून राहून येत होती, ही गाडी भुताने पछाडलेली तर नसेल ना?

घरी गेल्यावर शांतपणे विचार करायला हवा होता. यांत्रिकपणे मेरी गाडी

चालवू लागली. आलेल्या अनुभवांची आठवण शक्य तो टाळण्याचा आटोकाट प्रयत्न चालला होता तिचा. त्यासाठी ती मॉमची मूर्ती डोळ्यापुढे आणत होती. घरात तिच्यासाठी आज खास असणारा जेवणाचा बेत... येरझाऱ्या घालणारी मॉम आणि दारावरची घंटी वाजताच 'कोण आहे' म्हणत जागेवरूनच ओरडणारे डॅडी– मेरी हेच आठवत राहिली.

ती घरी पोहोचली ती मागच्या वेळेसारखीच नऊच्या दरम्यान. कशीबशी दरवाजातून ती हॉलमध्ये शिरली आणि तिने सोफ्यावर स्वत:ला लोटून दिले.

ती काही म्हणण्याआधीच मॉम तिला हळू बोलण्याची खूण करत म्हणाली, "तुझ्या डॅडींना सर्दी होणार असं वाटतंय म्हणून ते झोपून गेले. त्यांनी कांजी घेतली. त्यात थोडी ब्रॅन्डीही दिली मी त्यांना. कदाचित झोप लागली असेल त्यांना."

डॅडींचे हे काल्पनिक आजार– आणि तेवढ्याच तत्परतेने त्या आजारांचीही काळजी करणारी मॉम–

"अंगाअंगात थंडी भिनल्यागत वाटतंय. मलाही जरा ब्रॅन्डी मिळाली तर हवी आहे."

हॉलमध्ये कपाटात ठेवलेल्या ड्रिंकच्या बाटल्या– मॉमने त्यातली अर्धवट संपलेली ब्रॅन्डीची बाटली उचलली.

स्वयंपाकघरात मॉमच्या मागोमाग जात मेरी म्हणाली, "बाहेर असा पाऊस कोसळतोय. तू पण घे ना माझ्याबरोबर ब्रॅन्डी!"

"जास्त नको ओतू हं पेग. बाटली संपली तर डॅडींना नसत्या शंकाकुशंका येतील तुझ्याबद्दल. पणजीला पाठवलं मी तुला म्हणून सारखे रागवतातच, स्वतंत्रपणे गाडी घेतलीस, रात्रीबेरात्री येत्येस म्हणूनही चिडतात. बाटली संपलेली पाहिली तर तू पणजीत अशीच पीत असशील ह्यावरून बोलणी खावी लागतील मला. जाऊ दे ते. काही नव्या ओळखी झाल्या का?"

मेरीने काही न बोलता सिगरेट शिलगावली. एक आपल्या मॉमलाही दिली. सिगरेटचा धूर सोडीत दोघी बराच वेळ बसून होत्या. न राहवून मॉमने पुन्हा चौकशी केली, "काय, पार्ट्यांना जातेस की नाही? नव्या ओळखी झाल्या की नाही?"

"ह्या आठवड्यात तसं काही विशेष घडलंच नाही–" मेरीचे हे बोलणे ऐकून तिची समजूत घालीत मॉम म्हणाली, "अगं, पणजीसारख्या मोठ्या शहरात ओळखी व्हायला वेळच लागणार. ते काय आपलं छोटंसं म्हापसं आहे?"

मेरीने आणखी थोडी ब्रॅन्डी ग्लासमध्ये ओतली आणि झटकन तो पेग घेऊनही टाकला. तिच्याकडे वेड्यासारखे पाहत असलेल्या मॉमला ती म्हणाली, "थंडीनं आज पार गारठलेय मी. ही बाटली संपलीच तर मी उद्या नवीन आणून ठेवते, मग तर झालं."

ड्रिंकसोबत पाच-सात सिगारेट्स ओढल्या तिनं. तिचा अस्वस्थपणा मॉमला बहुधा जाणवला होता; पण मॉमने काही न बोलता मच्छी तळायला घेतली. त्या मच्छीच्या वासाने प्रदीप्त झालेली भूक... मेरीने जेवणावर ताव मारला.

जेवणानंतर दोघी बराच वेळ बोलत बसल्या. मॉमने मेरीसाठी विणायला घेतलेला कार्डियन दाखविला होता. डिझाईन पसंत आहे की नाही ह्याची मेरीकडून पुन्हापुन्हा विचारून खात्री करून घेतली. गेल्या आठवड्याभरातील म्हापशातील घडामोडी सांगितल्या तिला. घड्याळात बाराचे ठोके वाजले तेव्हा दोघी झोपायला गेल्या.

मेरी आपल्या बेडरूमकडे वळली. तिला जवळ घेत तिच्या गालाचा मुका घेत मॉम म्हणाली, "तू नसतीस तर हे जीवन किती कंटाळवाणं झालं असतं! अर्थात एक दिवस मिस्टर राइट येऊन घेऊन जाईल तुला हे मी नेहेमी विसरतेच बघ."

मेरीने दात ब्रश केले. पाय पावसामुळे भयंकर थंड झाले होते. त्या पाण्यामुळे अंगात भिनलेली थंडी– तिने झटकन गाऊन चढवला आणि पलंगावर बसून ती प्रार्थना करू लागली. प्रार्थना आटपून ती ब्लँकेटमध्ये घुसली आणि मॉमचे शब्द आठवले तिला. 'मिस्टर राइट'. आपल्या नवऱ्याचे चित्र डोळ्यासमोर उभे राहिले तिच्या. काळासावळाच, पण भरघोस मिशांचा सुटाबुटातील मिस्टर राइट. मध्येच डॉ. परेराचे चित्र डोळ्यासमोर आले. त्या नादातच तिला झोप लागली.

रात्री केव्हातरी तिला जाग आली. मग मात्र काही केल्या तिला झोप येईना. भीतीने गात्रे ताठ झाल्यासारखी भासत होती. गाडीतील ते विचित्र अनुभव– 'ही गाडी विकून आपण दुसरी गाडी घेतली तर?' त्या विचाराने तिला बरे वाटले. ह्यातून सुटण्याचा हा मार्ग होता. त्या विचाराने मनाची भीती नाहीशी झाली आणि तिला झोप व्यवस्थित लागली.

गाडी विकायची हा मनाचा निश्चय झाला होता म्हणूनही असेल, दुसऱ्या दिवशी वीकएण्डच्या नेहमीच्या कार्यक्रमात ती रमली. त्यामुळे पणजीहून येताना गाडीत आलेला तो विचित्र अनुभव काही काळ का होईना, मनातून मागे पडला.

रविवारी दुपारी नेहेमीसारखीच ती लवकरच पणजीला जायला निघाली. मॉमने एक भलामोठा प्लॅस्टिकच्या फुलांचा गुच्छ तिच्या गाडीत मागच्या बाजूला ठेवला, "तुझ्या खोलीत काहीच नसेल म्हणून मुद्दाम विकत आणली ही मी. अशा वस्तूंनी खोलीला सुद्धा घरपण येतं बघ. तसंच ह्या पावसात अंगावर घेण्यासाठी ब्लँकेट ठेवलंय. मुरांब्याची बरणीपण ठेवलीय."

पुढच्या वीकएण्डला येण्याचे आश्वासन देऊन तिने मॉमचा निरोप घेतला. प्रवास कसा होईल ही धाकधूक वाटत होती; पण प्रवास अगदी सुरळीत झाला.

आणि पणजीला पोचताच दुसऱ्या दिवसापासून मेरी गाडी विकण्याच्या खटपटीला

लागली. ज्या माणसाकडून मेरीने गाडी विकत घेतली होती त्या माणसालाही मेरी भेटली.

मेरीने गाडी विकायची आहे असं सांगताच त्याने आश्चर्य व्यक्त केले नाही किंवा तिला परावृत्त करण्याचाही प्रयत्न केला नाही. तो सावधपणे म्हणाला, ''आता? ह्या पावसात सेकंडहॅण्ड गाड्यांना मार्केट आहे कुठं? म्हणून तर ही गाडी मी तुम्हाला एवढ्या कमी किंमतीत विकली. आता दोन हजार तोटा सोसायची तुमची तयारी असली तर घेतो मी ही परत.''

पण तसे केले तर स्कूटरही आठ हजारात मिळणे शक्य नव्हते. फुकाफुकी ह्या लुच्च्या माणसाला दोन हजार द्यायचे म्हणजे काय? मेरी मग तेथून जरा रागानेच परत फिरली.

मेरीने मग लोकल पेपरमध्ये जाहिरात दिली. पण अवघ्या एका गिऱ्हाईकाकडून उत्तर आले.

ते गिऱ्हाईक एक मध्यमवयीन बाई होती. आपल्या कुत्र्याला घेऊन ती दुसऱ्याच दिवशी गाडी बघायला आली. गाडी पाहताच ती स्त्री म्हणाली, ''मला आवडला तुमच्या गाडीचा रंग. किंमतही वाजवी वाटते.''

मेरीने खुषीने गाडीचा दरवाजा उघडला. ती स्त्री गाडी चालवण्यासाठी बसली पण तिचा कुत्रा गाडीत चढायला तयार होईना. त्या स्त्रीने त्याला आंजारले-गोंजारले आणि त्याला गाडीत घेतले; पण संधी मिळताच त्याने उघड्या खिडकीतून खाली उडी टाकली. मग मात्र ती स्त्री त्या कुत्र्याच्या विचित्र वागण्यावर चिडलीच. ''टॉमी! चल गाडीत चढ.'' त्याने शेपूट पायात घातले होते.

ती स्त्री म्हणालीही, ''आमच्या टॉमीला गाडीतून फिरायला फार आवडते. आज असं का करतोय न कळे!''

गाडी रस्त्यावरून आता संथ गतीने चालली होती पण अजूनही तो कुत्रा गुरगुरत होता. त्याने एकदा तर चिडून मेरीलाच चावण्याचा प्रयत्न केला. गाडी थांबवत ती स्त्री म्हणाली, ''मला क्षमा कर हं. मला गाडी आवडली होती पण आमच्या टॉमीचं काय बिनसलंय देव जाणे आणि ज्या गाडीतून टॉमी फिरायला तयार नाही ती गाडी मी घेऊच शकत नाही. हा कुत्रा माझं सर्वस्व आहे. तो असा विचित्र का वागतोय न कळे. आय मस्ट टेक हिम टू व्हेट टुडे.'' आणि मग कुत्र्याकडे वळून ती स्त्री त्याला थोपटत म्हणाली, ''काय रे! मम्मीच्या मैत्रिणीवर असं तोंड टाकायचं का?''

ते प्रकरण मग तेवढ्यावरच संपले. मेरीने मग डिसोझासाहेबांना, मैत्रिणींना, मायकेलसारख्या बरोबर काम करणाऱ्या सोबत्यांनाही गाडी विकत असल्याचे सांगितले; पण एखादी वस्तू विकायला आपण काढली की गिऱ्हाईक मिळत नाही हेच खरे!

पुन्हा शुक्रवार जसजसा जवळ येऊ लागला तसतसे तिचे मन धास्तावले. मागच्या त्या अनुभवानंतर पुन्हा त्या गाडीतून म्हापशापर्यंत प्रवास करायचा नाही असा तिने निश्चय केला होता. पण गाडी शुक्रवारपर्यंतही विकली गेली नाही. मग मात्र मेरीने आपल्याला फ्ल्यू झाल्याची खोटीच तार घरी केली, त्या गाडीतून प्रवास करण्यापेक्षा डॅडींची तारेवरून ऐकावी लागणारी बडबड परवडली!

मग मिळालेल्या वीकएण्डमध्ये गाडी विकण्याचा जोमाने प्रयत्न करायचे ठरविले मेरीने. कुणीतरी इंग्लिश पेपरमध्ये जाहिरात द्यायला सांगितली म्हणून तीही मेरीने दिली.

शुक्रवारी ती कामावर गेली. डिसोझासाहेब गडबडीतच होते. बाजूलाच लॅबची एक नवीन विंग उघडायची त्यांची इच्छा होती. ह्यासाठी तऱ्हेतऱ्हेच्या वस्तू, ॲपरेटस खाली गोडाऊनमध्ये येऊन पडलेली होती. मेरीकडे फारसे काम नव्हते; मग डिसोझासाहेबांनी खाली गोडाऊनमध्ये तिला पाठविले.

लॅबसाठी आणलेल्या नव्या वस्तू बॉक्सेसमधून बाहेर काढायच्या, धुवायच्या, साफ करायच्या आणि ओळीने टेबलावर मांडून ठेवायच्या. मेरीचे एकमार्गी काम चालू होते. काचेच्या वस्तू भरताना वापरलेला भुसा, गवत, वर्तमानपत्रांचे तुकडे ह्यांचा ढीग बाजूला जमला होता.

कामाच्या नादात साऱ्याचाच विसर मेरीला पडला होता. इंग्लिश पेपरात जाहिरात दिल्यामुळे गाडी नक्की विकली जाईल अशी मेरीला आशा वाटत होती. तिच्या रूममेट्सपैकी सुसानने सिनेमाची दोन तिकिटे काढली होती. तिचा बॉयफ्रेन्ड आला नाही तर मेरीला बरोबर नेण्याचे आश्वासन तिने दिले होते. तो न यावा ह्यासाठी मनातल्या मनात मेरी देवाला विनवीत होती. मग सिनेमाला येणारी मजा आणि मजेत जाणारा वेळ...

तेवढ्यात वरून मायकेलने बेसमेंटमध्ये तिच्यासाठी कॉफी पाठविली. कॉफी पीत असताना मेरीचे लक्ष सहज त्या वर्तमानपत्राच्या तुकड्याकडे गेले. ते वर्तमानपत्र बरेच जुने होते. किंचित पिवळा पडलेला तो कागद... पण आतला मजकूर आणि चित्र जसेच्या तसे होते. वेड्यासारखी तो मजकूर आणि विशेषत: ते चित्र ती पाहतच राहिली. त्या चित्रात डोक्याचा व खांद्याचा भाग अगदी ठळकपणे टिपलेला होता. त्या फोटोकडे ती वेड्यासारखी पाहतच राहली होती नुसती. त्या फोटोजवळच छापलेला मजकूर वाचण्याचेही भान उरले नव्हते तिला. निळ्या स्टॅंडर्ड गाडीतील खुनाचे गूढ... बातमीवर ठळक अक्षरात छापलेले ते सनसनाटी शब्द...

तो फोटो, त्या फोटोत असलेली ती स्टॅंडर्ड गाडी... आणि त्या फोटोत असलेली ती मुलगी. त्या मुलीलाच तर मेरीने त्या पुलाजवळ म्हापशाला जाताना लिफ्ट दिली होती. नक्की तीच मुलगी होती; पण खात्री करण्यासाठी मेरीने

वर्तमानपत्र हातात धरून नीट निरखून पाहिले. डोळ्यांवरचा जाड भिंगाचा चष्मा, केसांचा स्टेपकट– मोठे कपाळ! पण फोटोत त्या मुलीचा चेहेरा हसत होता.

....काळ्याभोर केसांची लहानखुरी एलिझाबेथ ब्राऊन हिचा मृतदेह रेनकोटमध्ये गुंडाळून खुन्याने पुलाच्या बाजूच्या खड्ड्यात टाकलेला होता. तिच्यावर बहुधा मागच्या बाजूने हल्ला झाला होता. मानेवर लांबच्या लांब पडलेली जखम... मृत्यू ताबडतोब झालेला नव्हता. त्या जखमेतून सांडलेले रक्त गाडीत मागच्या सीटवरही आढळले होते. पुढे फ्रन्ट सीटवर बसलेली एलिझाबेथ त्या अवस्थेत मागच्या सीटवर कशी आणि का गेली होती? ज्या स्टँडर्ड गाडीतून एलिझाबेथ प्रवास करत होती ती मृतदेहापासून काही अंतरावर पुलाच्या टोकापाशी आढळली होती. त्याच गाडीत डिकीमध्ये मोटारचे मालक मिस्टर एडवर्ड ह्यांचा मृतदेह मिळाला होता. त्यांच्या देहावर बरेच वार करण्यात आले होते. त्यांचा मृत्यू एलिझाबेथच्या मृत्यूनंतर झाला असे पोस्टमार्टेमनंतर आढळून आले...

वर्तमानपत्राचे हे मधले पान होते. ह्या वृत्तांताची सुरुवात पहिल्या पानावर होती, पण पेपराचे पहिले पान कुठेही नव्हते. मिस्टर एडवर्ड ह्यांचा फोटो वर्तमानपत्राच्या त्या पहिल्या पानावर असण्याची शक्यता होती. मिस्टर एडवर्ड हे दिसायला कसे होते हे त्यावरून कळले असते. मेरीने एलिझाबेथचा फोटो नीटपणे पाहिला. फोटो खून होण्यापूर्वी नक्कीच बराच आधी काढलेला होता. हसतमुख चेहेरा, भाबडी बुजरी एलिझाबेथ... बातमीचा पुढचा भाग मेरी वाचू लागली.

... मिस्ट एडवर्ड हे एका चिटफंड कंपनीचे डायरेक्टर होते. बहुधा त्यांनी वाटेत एलिझाबेथ व आणखी एका माणसाला लिफ्ट दिली असावी. त्या माणसाच्या मागावर पोलीस आहेत. मिस्टर एडवर्ड आपल्या ह्या निळ्या स्टॅण्डर्ड गाडीने नेहेमीच पणजीहून निरनिराळ्या ठिकाणी जात-येत असत. मिस्टर एडवर्ड ह्यांच्यामागे त्यांची पत्नी व तीन मुलं आहेत.

एलिझाबेथ ब्राऊनबद्दल तिच्या आईवडिलांकडे चौकशी केल्यानंतर असे समजले की, ही मुलगी अत्यंत शांत व काहीशी लाजरी मुलगी होती. तिला तसे कुणी मित्र नव्हते. मत्सर किंवा प्रेमप्रकरणापोटी तिचा खून होण्याची सुतराम शक्यता नव्हती. अशा दोन साध्या सरळ व्यक्तींचा खून मग का करण्यात आला असावा? ह्या गूढाने पोलिसांना

चक्रावून टाकले आहे. पोस्टमार्टेमनंतर मात्र हे काम एखाद्या सेक्स मॅनियाकचे आहे हे पोलिसांच्या लक्षात आले आहे.

मेरीने वर्तमानपत्राची तारीख वाचली. वर्षापूर्वीचे हे वर्तमानपत्र होते.

मेरीचे डोळे भरून आले. गेल्या वर्षी जिवंत असलेली एलिझाबेथ, काहीशी लाजरीबुजरी ती मुलगी... लिफ्ट घेते काय आणि तिचा खून होतो काय? मरणापूर्वी किती भयानक वाटले असेल... तिच्यावर झालेला हल्ला... आणि आता तिचा आत्मा भटकत होता,

"हे देवा! त्या मुलीच्या आत्म्याला शांती दे." मेरी एलिझाबेथच्या चित्राकडे पाहत पुटपुटली.

आणि मग मेरीला आपल्या गाडीत लिफ्ट मागणारी एलिझाबेथ आठवली. म्हापशापर्यंतचा तो प्रवास– सारे सारे आठवले आणि भीतीने ती थरथर कापू लागली.

हा गूढ खून– हा जर खून मिस्टर एडवर्ड यांनी केला नसला तर तो भयंकर माणूसच ह्या खुनांना जबाबदार असावा. प्रवासात तो सारखा निरनिराळ्या खुनांबद्दल बोलत होता मेरीशी. मेरीच्या मनात आले, पोलिसांकडे जावे. त्या माणसाचे वर्णन मेरी नक्कीच करू शकली असती. त्याचे कपडे, त्याचा तो चिरका आवाज, पुढचे सुळ्यासारखे दोन दात– त्याचा चष्मा आणि त्याच्या अंगाला, तोंडाला येणारी दुर्गंधी– मेरीने जेव्हा पेट्रोलपंपावर त्याला मोटारीबाहेर काढले होते त्या वेळी तो भयंकर चिडला होता.

मेरीला त्या प्रवासातील त्या माणसाचे विचित्र वागणे आठवले. एकदा तो गाडीतून बाहेर गेला होता. आणि परत गाडीत यायला त्याने एवढा वेळ का लावला होता? गाडीभोवती त्याने चक्कर मारली होती. त्याला ती तीच निळी स्टॅण्डर्ड गाडी असावी असा संशय तर आला नव्हता ना? मेरीने त्याला त्या मुलीसंबंधी म्हणजे ह्या वर्तमानपत्राप्रमाणे एलिझाबेथसंबंधी विचारल्यावर तो पार घाबरला होती. तिचे वर्णन केल्यावर त्याने उत्तर द्यायला लावलेला विलंब– त्याने नक्कीच ती गाडी ओळखली होती. ह्या गाडीचा हिरवा रंग गॅरेजमालकाने दिला होता. त्याआधी कोणता रंग होता ह्या गाडीचा?

मेरीला काही समजेनासे झाले होते. विचार करायला बरेच काही होते. ही गुंतागुंत सोडवणे हे सामान्य बुद्धीचे काम नव्हते. शांतपणे ती विचार करू लागली. एक एक धागा सोडवून गुंता काढावा ना, तसा प्रयत्न करू लागली.

त्या प्रवासातील अनेक प्रसंग तिच्या डोळ्यांसमोर उभे राहिले.

.... बेताच्या उजेडात भर पावसात पुलाच्या कोपऱ्यावर उभी असलेली ती

मुलगी, त्या मुलीचा चेहेरा मेरीच्या डोळ्यापुढे उभा राहिला, तिने वर्तमानपत्रातील तो फोटो पुन्हा नीटपणे पाहिला. तो फोटो नक्कीच त्या भेटलेल्या मुलीचा होता– ह्याचा अर्थ ती मुलगी प्रेतात्मा होती. म्हणजेच ह्याचा अर्थ ही गाडी भुताने झपाटलेली होती; पण तो माणूस– त्याचा काय संबंध होता इथे? एलिझाबेथला तो नक्कीच ओळखत होता. त्याचा अर्थ? कदाचित त्याला वाटले असावे की, मेरीला घडलेली हकिगत माहीत असावी. तो खुनी आहे हे आपल्याला माहीत आहे. आणि आपल्याला हे माहीत आहे असा संशय त्याला नक्कीच आलेला आहे. अशा परिस्थितीत तो गप्प राहणे शक्य होते का? आपण पोलिसात कळवू अशी धास्ती त्याला वाटणे अगदी स्वाभाविकच होते– मेरीचे विचार आता असे उलटसुलट धावत होते.

वर्तमानपत्रात छापलेला तो एलिझाबेथचा फोटो मेरीने ह्यापूर्वी पाहिलेला नव्हता. ही बातमीही वाचलेली नव्हती; पण त्या माणसाला माहीत असण्याची शक्यताच नव्हती. भेटलेला तो एलिझाबेथचा प्रेतात्मा– पोलीसही ह्यावर विश्वास ठेवणे शक्य नव्हते.

आता खाली बेसमेंटमध्ये एकटीने बसणे मेरीला अशक्य झाले. ती वर आली. सहजच गप्पा मारताना मायकेलजवळ तिने वाचलेल्या त्या बातमीचा उल्लेख केला आणि मोठ्या उत्सुकतेने तिने विचारले "आठवते तुला ती बातमी मायकेल? काय झालं रे पुढं त्यांचं?"

"ती होय? ती मुलगी खड्ड्यात सापडली होती आणि त्या म्हाताऱ्याला डिकीत मारून टाकलं होतं तीच ना! काही नाही. मला वाटतं; पोलिसांनी खुन्याला पकडलं होतं, पुरेशा पुराव्याअभावी त्याला निव्वळ दीड वर्षाची सक्तमजुरीची शिक्षा झाली होती. सुटेल सहा-आठ महिन्यांनी तो. हे असे भयानक खून करणारे कायद्याच्या पेचातून कसे सुटतात ते बघ."

मग मात्र मेरी बुचकळ्यात पडली. खुनी सापडला होताच, मग तो माणूस कोण होता? पोलिसांनी खुन्याला पकडलं होतं तर आता पुन्हा पोलिसांत जाण्यात अर्थ नव्हता. प्रेतात्मा ह्यावर पोलीस विश्वास ठेवणे शक्य नव्हते. उलट आपण मनोरुग्ण आहोत असाच संशय पोलिसांना येण्याची शक्यता होती.

भेटलेला तो माणूस भयानक होता. पण खुनी नक्कीच नव्हता. कारण खुनी तर पकडला गेला होता. मग तो भयानक माणूस कोण होता? त्या माणसाचे वागणे त्या वेळी तरी मेरीला चमत्कारिक वाटले होते. त्या मुलीसंबंधी मेरीने पुन्हा पुन्हा विचारल्यावर प्रत्येक वेळी त्याने नकारच दिला होता. प्रेतात्मा मेरीला दिसला होता. म्हणजे त्याला दिसणे शक्य होते का? ह्या सर्व प्रसंगाबद्दल गप्प राहणे एवढीच शहाणपणाची गोष्ट होती.

काम आटपून ती घरी गेली. गेल्यावर तिने स्वत:ला कामात गुंतवले. अंडे उकडून घेतले. ब्रेड होताच. कॉफी करून घेतली. आणि मग ती पुस्तक वाचत पडून राहिली आणि वाचता वाचता झोपी गेली.

शनिवारी डिसोझासाहेबांनी नवीन लॅबच्या ॲरेंजमेंटसंबंधी सूचना देण्यासाठी मेरीला बोलावले होते. तासभर तरी तेथे मेरीला जाणे भाग होते. रूममेट्सना गाडीसंबंधी कुणी फोनवर चौकशी केली तर मेसेज घ्यायची सूचना देऊन मेरी लॅबवर गेली.

जेव्हा मेरी परत आली तेव्हा दोन्ही रूममेट्स रूमवरच होत्या. एक फोनवर बोलत होती. दुसरी शॉपिंगच्या तयारीत होती. तासन् तास फोनवर गप्पा मारीत उभी असलेली सुसान– जाहिरात वाचून कुणी फोन करण्याचा प्रयत्न केला तरी ह्या परिस्थितीत त्यांना नंबर मिळणे अशक्यच होते.

तिने सुसानकडे पाहत दुसऱ्या रूममेटला विचारले, "कुणी गाडीसंबंधी फोन केला होता का?"

"हो. दोघांनी केला होता. जेवणाच्या वेळेपर्यंत तू येशील असं सांगितलं मी त्यांना."

"त्यांच्या बोलण्यावरून काय वाटलं तुला?" मेरीने उत्सुकतेने विचारले.

"अग एक माणूस भलतेच टेक्निकल प्रश्न विचारीत होता आणि दुसरा माणूस गाडीची मालकीण गाडीच्याच पत्त्यावर पाहायला मिळेल का अशी चौकशी करत होता. त्याला गाडीपेक्षा मालकिणीतच रस दिसला."

सुसानने तेवढ्यात फोन खाली ठेवला आणि मग मात्र दोन-तीन फोन लागोपाठ आले. तिने पेपरात स्टँडर्ड गाडी असे स्पष्ट लिहिले होते. तरी एकाला ती फियाट वाटली होती. दुसऱ्या दोघांनी दुपारी येण्याचा वायदा केला. पण प्रत्यक्ष हजर झाला एकच; पण सौदा पटला नाही. तो किंमत फक्त सात हजारच द्यायला तयार होता.

रविवार सकाळ अशीच गेली. दोघी रूममेट्सपैकी एक कालपासूनच बाहेर गेली होती. दुसरीच्या बॉयफ्रेन्डचा फोन आला. सिनेमाचेच नव्हे तर लंचचेही आमंत्रण होते तिला.

रूममेट्स निघून गेल्या. मेरी खोलीवर आता एकटीच होती. कसेबसे तिने अन्न उकडले. जेवताना तिच्या मनात राहून राहून आज एकच विचार होता– म्हापसा आपण सोडले ते चूक की बरोबर? आता त्या घटकेला तरी मेरीला घराची, मॉमची ओढ वाटत होती. मग त्या घडीला पुढच्या वीकएन्डला घरी जाण्याचा बेत तिने नक्की केला. घरी जाऊन घडलेले सारे मॉमला सांगायचे का? पण मॉमला वाटणारी काळजी?

दुपारी गाडीसंबंधी एक फोन आला; पण गाडी घेऊन ती मंगेशीला गेली तरच

तो गाडी पाहणार होता. त्यानंतर फोन आला नाही. पावसाळ्यातील ती रविवारची दुपार तिने घरात बसून काढली.

बघता बघता संध्याकाळ दाटली. आता कुणाचाही फोन येण्याची शक्यता नाही हे लक्षात आल्यावरच ती आंघोळीला उठली. मग वेळ घालवण्यासाठी म्हणून तिने केसांची स्टाईल बदलली. कानावर फुगे घेऊन बांधलेले पोनीटेल आपल्याला शोभत नाही हे लक्षात आल्यावर तिने वैतागून केस मोकळेच टाकले आणि शेवटी कंटाळून तिने एक भलीमोठी कादंबरी घेतली आणि ती वाचत पडली.

नवीन आठवड्याची सुरुवात अगदी गडबडीतच झाली. सोमवार-मंगळवार फारच कामात गेले. त्यात नवीन लॅबचे उद्‌घाटनही व्हायचे होते. बुधवारी जरा उसंत मिळाली तेव्हा मग दुपारी जेवण जवळच्याच एका हॉटेलमध्ये घेतले. असा बदल हवासाच वाटायचा तिला. रोजच्या रुटीनमध्येही त्यामुळे होणारा बदल.

त्या दिवशी ती जेवून परत आली तर डिसोझासाहेब हसत तिला म्हणाले, ''मेरी, तुझा फोन होता.''

''गाडीसंबंधी? त्या व्यक्तीला येथेच यायला सांगितलं ना?''

''अरे! फोन गाडीसंबंधी नव्हता, तो माणूस तुझ्या वीकएन्डच्या कार्यक्रमाबद्दल विचारीत होता. तू म्हापशाला जाणार की ह्या वीकएन्डसारखी येथेच राहणार वगैरे. मग मीही सांगून टाकले की, गेल्या वीकएन्डला ती गेलेली नाही म्हापशाला तर ह्या वेळी नक्कीच जाणार. असा निराश झाला... नाव विचारण्यापूर्वीच ताडकन फोन ठेवून दिला पठ्ठ्याने! Who is this lucky chap?''

तिच्या वीकएन्डबद्दल विचारणारा असा कुणी बॉयफ्रेन्ड मेरीला नव्हताच. डॉ. परेरा किंवा लॅबमध्ये अधूनमधून येणारा तो सेल्समन, त्याच्या बोलण्यातील मार्दव! डॉ. परेरा की तो सेल्समन– कुणीही असो त्या दोघांपैकी; पण तो फोन पुन्हा यावा असे मेरीला फार वाटत होते. मग आग्रह करून त्यांना गाडीतून म्हापशाला नेले तर! पण कुणाचाही फोन आला नाही.

त्या आठवड्यात गाडीसंबंधी कुणीही फोन करून चौकशी केली नव्हती. पावसाळ्यात जुन्या गाड्यांना फारसे मार्केट नसतेच. उलट त्यात म्हापशासारख्या ठिकाणीच कुणी आड गिऱ्हाईक मिळण्याची शक्यता लोकांनी बोलून दाखविली होती. म्हापशाला गाडी घेऊन गेल्यावरच ही गाडी विकली जाण्याची शक्यता होती. गी गाडी तेथे नेऊन टाकायची आणि डॅड-मॉमवर ती विकायची जबाबदारी टाकायची असा बेत मेरीने केला.

पण वीकएण्ड जसजसा जवळ येऊ लागला तसतशी मेरीच्या मनातील भीती वाढतच गेली. म्हापशापर्यंत त्या झपाटलेल्या गाडीतून प्रवास करण्याची कल्पनासुद्धा करवत नव्हती मेरीला. गाडीतून येणारे ते तऱ्हेतऱ्हेचे आवाज–

एक दिवस लॅबमधून परतल्यावर मेरीने आपल्या रूममेट्सना वीकएण्डसाठी म्हापशाला येण्याचे आमंत्रण दिले. प्रलोभन म्हणून ती त्यांना आग्रहाने म्हणाली, "म्हापशाजवळ एका छोट्या गावात माझं घर आहे. मस्त आहे तिथलं वातावरण! सॅटरडे नाईट क्लब जवळच. क्लबमध्ये डान्ससाठी जाऊ या. माझी मॉम जेवणही छान बनविते. You will enjoy it. गाडीतून आपण सहज दोन तासांत घरी पोचू."

पण त्यांचे काही कार्यक्रम आधीच ठरलेले होते.

रात्री पलंगावर पडल्यावर मेरीचे डोळे भरून आले. आग्रह करण्याएवढी त्यांची आणि तिची घसट नव्हती आणि खरे कारण सांगितले तर त्या येण्याची शक्यता नव्हती.

गुरुवारी लॅबमध्ये गेल्यावर मेरीने मायकेलला वीकएण्डसंबंधी विचारले.

"वीकएण्डला? ह्या एवढ्या अवधीत ते कसं शक्य आहे? प्लॅनिंग नको? बायकोला काय थाप मारू? आणि खरं सांगू. त्या दृष्टीनं मी तुझ्याकडं बघितलंच नाही.

"I am satisfied man in that connection. मी रविवार दारू, पत्ते ह्यात घालवतो."

मेरीला कुठून मायकेलला विचारले असे झाले. त्याच्या पुऱ्या फॅमिलीलाच निमंत्रण द्यायचे आपल्याला आधी कसे सुचले नाही, म्हणून मेरी स्वत:वरच चरफडली. मायकेलकडे मान वर करून बघणेही तिला अशक्य झाले मग.

त्या रात्री रूममेट्स बाहेर गेल्या होत्या. रूमवर ती एकटीच होती. तिने घरात होते त्यावरच जेवण भागविले आणि पडल्यापडल्या ती विचार करू लागली. कोणताही प्रश्न सोडवायचा तर तो गुंता हळूहळू धागे उकलून सोडवावा असे कुठेतरी तिने वाचले होते. मनाशी तिने विश्लेषण सुरू केले.

– ती कशाला एवढी भीत होती? त्या मुलीचे भूत पुन्हा भेटेल हीच तर तिची खरी भीती होती. त्या पुलावरून समजा आपण गाडी नेलीच नाही तर? मग ही धास्ती उरणारच नव्हती. त्या दिवशी गाडीतून जसे तऱ्हतऱ्हेचे आवाज आले तसे आवाज येण्याची शक्यता नव्हती असे नव्हे; पण त्याला तोंड देणे भागच होते तिला. मग घरी गेल्यावर मॉमला हे सारे सांगायचा निश्चयही तिने केला तेव्हा.

असे स्वत:शीच आपल्या प्रश्नाचे विश्लेषण केले तिने आणि तिला बरे वाटले. उत्साहाने ती उठली. मोटारीत गोव्याचा नकाशा ठेवलेला होता, तो आणण्यासाठी ती घाईने बाहेर पडली. चावीने मोटारीचे दार उघडताना तिचे लक्ष मोटारीकडे गेले. दारालगतच मोटारीवरचा तो पैशाएवढा भाग तिथला हिरवा रंग खरवडून गेला होता. आतून दिसणारा पूर्वीचा निळा रंग–

ती गाडी तीच होती ह्याबद्दल आता तिच्याही मनात शंका उरली नव्हती. मनात

पुन्हापुन्हा एकच शंका येत होती की, हा खरवडून गेलेला रंग हा अपघात होता की जाणूनबुजून कुणी गाडीचा पूर्वीचा रंग बघण्याची खटपट केली होती?

काहीही असले तरी गाडी म्हापशात नेऊन टाकणेच भाग होते. मग रूमवर आल्यावर शांतपणे तिने गोव्याचा नकाशा पाहिला. नकाशात शोधताना म्हापशाचा तो पूल टाळून दूरवरून तिच्या घरी जाण्याचा रस्ता मिळला तिला. एक प्रश्न सुटला म्हणून हायसे वाटले तिला. शुक्रवारी सकाळी धांदल नको म्हणून रात्रीच पॅकिंग आटपले तिने आणि ती निवांत झोपली.

दुसऱ्या दिवशी लॅबमध्ये ती आली ती वीकएण्डला म्हापशाला जायच्या तयारीनिशीच. लॅबमध्ये आल्यावर ती कामात गुंतली. कालचे बोलणे दोघांच्याही मनात डाचत होते. ती मायकेलला टाळत होतीच, पण तोही तिला टाळत होता. तासभर असाच गेला.

मग मायकेल तिला म्हणाला, ''सॉरी हं! तुझ्या मनात माझ्याबद्दल अशी भावना नसेलही; पण मी मात्र फटकन काहीतरीच बोलून गेलो बघ. आज जाणार का घरी? धुवाधार पावसाची शक्यता आहे. मागच्यासारखी बसनं जा ना. ह्या एवढ्या पावसात ड्रायव्हिंग करायचं म्हणजे!''

म्हापशाला गाडी विकली जाण्याची शक्यता बोलून दाखविल्यावर तो म्हणाला, ''असं होय, मग ठीक आहे. पण जपून ड्रायव्हिंग कर हं. त्यातून समजा कुणी गिऱ्हाईक मिळालं तर मी बघतोच हं. चार-सहाजणांना सांगून ठेवलंय मी.''

दोघांचा असा समझोता झाला आणि मेरीला बरे वाटले.

बाहेर पाऊस रिपरिपत होता. बाजूची खिडली लावली तरी गारठा जाणवत होता तिला. तिच्या बॅगमध्ये मॉमने विणून दिलेला स्वेटर होता, पण काम सोडून तो आणायला जायचे आणि नेमके डिसोझासाहेब बडबडायचे. त्यात मायकेलही लंच घ्यायला बाहेर गेला होता ते त्याच्या टेबलाची जबाबदारी मेरीवर टाकून. मायकेल आल्याशिवाय कामातही लक्ष नव्हते तिचे. मनात वारंवार एकच शंका येत होती– गाडी आपण नीट लॉक केली की नाही?

मायकेल येताच ती घाईने बाहेर पडली. तिला येणारी शंका खरीच होती. तिने बाजूचा दरवाजा उघडाच टाकला होता. हे कसे झाले तिला समजत नव्हते. लॅबमध्ये शिरण्यापूर्वी आपण गाडी नीटपणे बंद केल्याची खात्री केली आणि मगच ती परत फिरली.

परत आली तेव्हा मायकेल कसल्यातरी टेस्टमध्ये गुंतला होता. काहीतरी बिनसले होते. कारण हातातील स्लाईड त्याने बाजूला टाकली आणि नवीन सॅम्पल घेऊन तो पुन्हा टेस्टमध्ये गुंतला. डिसोझासाहेब कुठेतरी बाहेर गेले होते. त्यांच्या गैरहजेरीत मायकेलच सर्व बघायचा. लवकर जाण्यासंबंधी तिने मग त्याला विचारले

आणि मायक्रोस्कोपमधून जराही वर न बघता त्याने नुसती मान डोलावली.

ती बाहेर पडली; पण तिला अवघडच वाटत होते. मायकेलने आपण घरी जाण्यासंबंधी विचारले हे धडपणे ऐकले होते की नाही ही शंका तिला सतावू लागली. निघता निघता एकदा नव्हे तर चांगले दोनदा तिने त्याला गुड नाईट केले. इतके की त्याने वैतागून तिच्याकडे पाहिले. मग काही बोलण्याची किंवा ह्या झपाटलेल्या गाडीसंबंधी त्याला काही सांगण्याची तिला हिंमतच झाली नाही. ती लॅबच्या दारापर्यंत गेली तेव्हा क्लोकरूममध्ये दाराजवळ टांगून ठेवलेला आपला रेनकोट घ्यायला आपण विसरलो हे ध्यानात येऊन ती रेनकोट घ्यायला मागे वळली. पुन्हा लॅबच्या दरवाजाजवळ आल्यावर खणात टाकून ठेवलेल्या स्वत:च्या पर्सची आठवण आली तिला आणि पुन्हा एकदा ती परत फिरली. तेव्हा मात्र मायकेलने रागावूनच तिच्याकडे पाहिले आणि मग न बोलता मेरी चुपचाप बाहेर पडली.

ती लॅबबाहेर पडली तेव्हा दाट अंधारून आले होते. तिने ज्या गल्लीच्या टोकाजवळ गाडी उभी केली होती, तिथे तर काहीच दिसत नव्हते. इतके की पर्समध्ये चाचपडून तिने गाडीच्या किल्ल्या काढल्या आणि अंदाजाने गाडीचा दरवाजा उघडला.

ड्रायव्हिंग करण्यासाठी ती बसली आणि तिच्या मनात आले, उगाचच आपण घाबरत होतो. फार तर दोनाचे तीन तास ड्रायव्हिंग करावे लागेल. घरी पोचल्यावर सर्व ठीक होईल ह्याची तिला खात्री होती. अंगात घातलेला लांब बाह्यांचा स्वेटर तिने मागच्या सीटवर टाकला. पुन्हा एकदा नकाशा पाहिला आणि गाडी सुरू केली.

नेहेमीच्या रस्त्याने न जाता ती आज म्हापशाला दुसऱ्या रस्त्याने जात होती म्हणूनही असेल, आज तसे कंटाळवाणे वाटत नव्हते. रस्त्यावर वाहनांची जोरदार रहदारी होती. पावसाचे दाट धुके पसरलेले होते. आपण योग्य रस्त्याने जातोय की नाही ह्याची वारंवार ती खात्री करून घेत होती म्हणूनही असेल तिच्या मनात दुसरे कसलेच विचार नव्हते.

तासभर ती गाडी चालवीत होती. गाडीत कसलाही आवाज नव्हता. नेहेमी ऐकू येणारे सुस्कारे, दमल्याभागल्यासारखे ऐकू येणारे श्वासोच्छ्वास, धडपडण्याचे आवाज– कसला कसलाही आवाज नव्हता आज.

गाडीच्या खिडक्या बंद होत्या. पाऊस पडत होता. समोरचा वायपर खटखट आवाज करत फिरत होता. वायपरमुळे काचेचा काही भाग स्वच्छ होत होता आणि त्यातून बाहेर पडणारा पाऊस दिसत होता.

रस्त्यातून ती आरामात गाडी चालवत होती. लॉरीज, बसेस, मोटारी मागाहून हॉर्न देत पुढे जात होत्या. तिने बाजूच्या खिडकीची काच किंचित उघडली. आत

जराही हवा येत नव्हती त्यामुळे गाडीत चक्क उकडत होते, कोंडल्यासारखे वाटत होते. बाहेरच्या पावसाची थंड हवा उघड्या भागातून आत आली आणि मेरीला बरे वाटले.

तिची नजर मनगटावरील घड्याळाकडे गेली. दीड तासात ती सहज घरी पोहोचणार होती. त्या विचाराने तिला बरे वाटले. कोठेतरी थांबून अंगातला छोटा स्वेटरही काढायला हवा होता. गाडी चालवत असताना तिच्या मनात आले, उगाचच आपण ह्या प्रवासाची धास्ती घेतली होती.

तिने गाडी काळजीपूर्वक थांबवली. जरा दूर अंतरावर एक पेट्रोलपंप दिसत होता. तिथे मुद्दाम टायरमध्ये हवा आहे की नाही हे बघण्यासाठी ती जाणार होती. तेवढेच दोन शब्द कुणाशीतरी बोलता येणार होते. धैर्य दाखवून आपण येथपर्यंत गाडी आणली ह्याचेच तिला बरे वाटत होते.

तिने अंगातील छोटा स्वेटर काढला आणि ती गाडी सुरू करणार तेवढ्यात एक दांडगा हात मागून पुढे आलेला दिसला. आणि त्या हाताने बाहेरच्या आरशाचा कोन बदलला. त्यात तो आता स्पष्टपणे दिसत होता. तो हसत होता. त्याच्या चेहेऱ्यावर विजयाचा आनंद ओसंडत होता.

त्याच्या अंगाला येणारा तो चमत्कारिक दर्प... जाळ्यात सापडलेल्या प्राण्यासारखी तिची अवस्था झाली. मुखातून एक अस्पष्ट चीत्कार उमटला तेवढाच. भीतीमुळे तिचा आवाजही खोल गेला होता. चिरक्या आवाजात ती म्हणाली, ''तू भूत आहेस नक्कीच! नक्कीच! तू नक्कीच भूत असणार!''

त्यावर तो काहीच बोलला नाही. शांतपणे तो तिला म्हणाला, ''भर दुपारी तू कुलूप लावून गाडी बंद करायला नको होतीस. मला तुझ्या गाडीचं कुलूप दोनदा उघडावं लागलं.''

गाडी अशीच पुढे चालवत पेट्रोल पंपापर्यंत नेली तर! पण तेवढ्यात मागून काहीतरी तीक्ष्ण धारदार तिच्या मानेच्या टोकाला टेकले गेल्याचे तिच्या लक्षात आले. आता हालचाल करणेही अशक्य होते.

तो मग एकदम हसतच सुटला. ''पोलिसांनी भलत्याच माणसाला पकडलं. ह्यॅ ह्यॅ ह्यॅ! मिस्टर रॅंगला पकडलं पोलिसांनी. मी निश्चिंत होतो, पण तू हीच गाडी विकत घेऊन वापरू लागलीस आणि माझ्या लक्षात आलं की तुला सर्वच कसं ते माहीत झालंय. एका दगडात दोन पक्षी असा विचार केला आणि म्हणूनच तुझा पाठपुरावा केला मी.''

मेरीने गिअर टाकून गाडी चालवण्याचा निष्फळ प्रयत्न केला. गिअरवरच्या तिच्या मुठीवर त्याने एवढ्या जोरात हात दाबून धरला की ती मोठ्याने ओरडली.

''ज्या तऱ्हेनं तू भर पावसात मला बाहेर काढलंस तेव्हापासून तुझ्या मागावर

होतो मी. तू पेपरात जाहिरात दिलीस आणि तुला शोधणं अगदी सोपंच झालं.''

आरशात दोघांची नजरानजर झाली. तिच्या चेहऱ्यावरचे भाव तो न्याहाळीत होता. जीभ ओठाने पुन्हा पुन्हा टिपीत होता.

शेवटचा निकराचा प्रयत्न म्हणून ती म्हणाली, ''मी आताही तुला गाडीबाहेर काढू शकते. काय वाटलं तुला?''

त्याने श्वास रोखून धरला आणि तो दात विचकून हसला.

''शक्य नाही ते तुला. आज सर्व माझ्या मनाप्रमाणेच घडणार आहे.''

आणि हे बोलणे पुरे होण्याआधीच तिच्या मानेवर टेकलेली धारदार सुरी त्याने किंचित खाली ओढली, तिला किंचाळण्याचा, आरडाओरडा करण्याचा अवधीही मिळाला नाही. एक अस्पष्ट चीत्कार तेवढाच तिच्या मुखातून निघाला.

टरकन कातडी फाटल्याचा झालेला आवाज... भीतीने मेरी पार गळाठली होती. हृदय धडधडत होते तिचे, त्याचा आवाज तिला ऐकू येत होता. तिने आपला दुसरा हात जखमेवर ठेवला. तिचे रक्त तिच्या हाताला लागले.

तेवढ्यात तो म्हणाला, ''मरण जवळ आलंय म्हणून घाबरलीस ना! पण एवढ्यात मरण कुठलं तुला?'' खाटकाच्या सुरीपुढं थरथर कापणाऱ्या बकरीसारखी अवस्था झाली होती तिची. तिची ही अवस्था पाहून त्याला मजा वाटत होती.

''घाबरलीस ना. मेलेल्या स्त्रियांपेक्षा अशा भीतीनं गळाठलेल्या, मरणाच्या पंथावर असलेल्या स्त्रिया आवडतात मला. म्हणूनच फटकन एका घावात मी तुला मारणारच नाही. त्यापेक्षा वाईट मरण देणार आहे मी तुला.''

तिच्यावरची त्याच्या हाताची पकड आता आणखीच घट्ट झाली होती. त्या माणसाच्या शरीराला येणारा तो चमत्कारिक दर्प– त्यामुळेच की काय पार घुसमटल्यासरखे वाटत होते तिला.

तिच्याकडे रोखून पाहत तो म्हणाला, ''तुला माझा चॉईस सांगतो. अशा भीतीनं गर्भगळीत झालेल्या स्त्रिया मला शृंगारासाठी फार आवडतात. त्यांचा असा उपभोग रात्रभर घेतल्यावरच मी मग...''

पुन्हा एकदा त्याच्या हातातील सुरीचे टोक तिच्या पाठीला बोचले.

भीतीने मेरीची बुबुळे वरवर चढत राहिली....

जेथे राघव तेथे सीता

बाहेरच्या गेटचा आवाज झाला आणि जमीन खणता-खणता दिगंबर वैद्यने वर पाहिले. गेट उघडून पाटील पोस्टमन आत शिरला. आज गेटमधून आत शिरकाव झाला म्हणून की काय, त्याच्या चेहेऱ्यावर हसू होते.

"नमस्कार साहेब! मिसेस वैद्य ह्यांचं रजिस्टर लेटर आहे."

पोस्टमनच्या चेहऱ्यावरच्या खुशीचे कारण दिगंबर वैद्यच्या लक्षात आले. निदान आजतरी मिसेस वैद्य दिसतील ही त्याची अपेक्षा असावी.

दिगंबर वैद्यने संथपणे बाजूच्या नळावर हात धुतले. पाटील पोस्टमनची टकळी चालूच होती. काहीशी सलगी दाखवीत तो म्हणाला, "हिवाळ्यासाठी भाजीचा वाफा बनवताय जणू. काय भेंडी लावणार, की वांगी? की फुलझाडं लावणार इथं?"

उत्तर न देता दिगंबरने पॅण्टच्या खिशातून चावी काढली. तेवढ्यात त्याच्या मागून येत पाटील पोस्टमन दारातून डोकावलाच. हॉलमध्ये सोफासेटलगत ठेवलेली रिकामी व्हीलचेअर पाहून त्याची निराशा झाली.

दिगंबरने जिन्याकडे तोंड करून मोठ्याने हाका मारल्या, "विजया! ए विजया! तुझं रजिस्टर आहे. तू सही करून देत्येस की ॲथॉरिटी दाखवून मी घेऊ ते? बरं बरं!..."

वरून विजयाबाई काय बोलल्या हे पाटील पोस्टमनला ऐकू आले नव्हते. पण मग तोच न राहवून म्हणाला, "अहो, बाई झोपल्या असल्या तर झोपू द्या. आणि ॲथॉरिटी वगैरे काही नको. तुम्ही सही करून द्या, की झालं. मी देतो ना पत्र तुम्हाला."

पाटील पोस्टमन खुष होता. आज बंगल्याच्या दरवाजापर्यंत जाता आले होते. दिवाणखान्यातील निदान आज व्हीलचेअर तरी दिसली होती. ह्या बंगल्याची मालकीण अपंग आहे ही आता वदंता राहिली नव्हती. प्रत्यक्ष पाहिलेली ती व्हीलचेअर... इतकेच नव्हे साहेबांनी 'विजया, विजया' म्हणून मारलेल्या हाका... हेही नव्हते थोडके.

दिगंबर वैद्य सही करत असताना पोस्टमनने उत्सुकतेने विचारले. "कशी आहे बाईंची प्रकृती आता?"

दिगंबर वैद्यचे मुळीच लक्ष नव्हते. तो "ठीक, ठीक" असे काहीतरी पुटपुटला होता. पाटील पोस्टमन जायला निघाला. तेव्हा बहुधा वरून विचारणा झाली होती. पाटील पोस्टमनला काहीच ऐकू आले नव्हते. फक्त दिगंबर वैद्यचे उत्तर त्याने ऐकले होते, "काही नाही गं! यूटीआयचे डिव्हिडंड वॉरंट आलंय."

आज मिळालेली ही बातमी कॉलनीत सर्वांना कधी एकदा सांगेन असे झाले पाटील पोस्टमनला. चार-सहा वर्षांपूर्वीच ही कॉलनी झाली होती. प्रत्येक बंगल्यात कोण राहते, घरात कोण, कोण आहेत ह्याची बित्तंबातमी त्याला होती. फक्त ह्या घराबद्दलच जरा गूढ होते. काही वर्षे हा बंगला बंदच होता. मग ह्या घरात घराचा मालक राहायला आला. पंचेचाळिशीचा दिगंबर वैद्य असे रजिस्टर लेटर आले तर त्या निमित्ताने त्याने कधी तरी पाहिला होता तेवढाच. अशी पत्रे म्हणजे कधीमधीच भेट व्हायची आणि ती सुद्धा पोस्टातच. प्रत्येक बंगल्याला स्वतंत्र टपालपेटी होती, ती सुद्धा गेटला अडकवलेली. पत्रे त्यात टाकली जायची; पण तरी प्रत्येक वेळी आवारात काम करणारी नोकरमंडळी, मुलंबाळं, बायकामंडळी दिसायचीच.

ह्या घरात मुलंबाळं नव्हतीच. घरची बाई पण कधी बाहेर दिसली नव्हती, त्याला नव्हे; कुणालाच. अनेक वदंता मात्र होत्या. कुणी म्हणे, "भाजल्यामुळे बाईंचा चेहरा विद्रूप झालाय, त्यामुळे त्या बाहेर पडत नाहीत." तर कुणी म्हणत- "त्या अंथरुणाला खिळलेल्या आहेत." पाटील पोस्टमनला लोक विचारायची, "पत्र टाकायला जातोस, तेव्हा कधी बाईंना पाहिलं नाहीस काय?"

आणि आज दिसलेली व्हीलचेअर... त्याची साक्षच होती.

पाटील पोस्टमन जेव्हा प्रधान जनरल स्टोअर्सपाशी आला, तेव्हा त्याच्या अपेक्षेप्रमाणेच प्रधानबाईंनी त्याला हाका मारल्याच. प्रधानबाईंच्या घारीच्या नजरेतून काही सुटणे शक्यच नव्हते. दुकानात आलेल्या गिऱ्हाइकांना झटकन मोकळे करून त्या पाटील पोस्टमनकडे वळल्या.

"काय आज वैद्यांच्या बंगल्यात पुढच्या दारापर्यंत मजल गेली वाटतं? काय होतं रजिस्टर की पार्सल?"

प्रधानबाईंचा हा प्रश्न पाटील पोस्टमनला अपेक्षितच होता. गोष्ट महत्त्वाची होती आणि ती जरा खुलवून सांगायची होती. त्याने गल्ल्याजवळच्या चॉकलेटच्या बरणीतून दोन-तीन चॉकलेट्स बाहेर काढली. एक तोंडात टाकले आणि दोन खिशांत टाकली आणि बोबड्या स्वरांत तो म्हणाला, "रजिस्टर लेटर होतं विजयाबाईंचं. यूटीआयचं डिव्हिडंड वॉरंट हो."

प्रधानबाईंनी उत्सुकतेने विचारले, "त्यांना पाहिलंस का तू?"

''पाहिलं म्हणजे... व्हिलचेअरमध्ये पाठमोऱ्या होत्या त्या. निळी साडी होती आणि अस्मानी ब्लाऊज होता. सही साहेबांनीच करून दिली; पण बाई होत्या.'' जरासे तिखटमीठ लावत पाटील पोस्टमनने बातमी दिली.

प्रधानांनी पेपर वाचतावाचता कान टवकारले होते; पण फारसे नवीन काहीच कळले नव्हते. वैद्यबाई अपंग आहेत- ही तशी जुनीच बातमी होती. पाटील पोस्टमनची ब्याद एकदाची टळावी म्हणून ते प्रधानबाईंना म्हणाले, ''ती कन्याशाळेमधल्या मुलीची बातमी वाचलीत का? बारा वर्षांची मुलगी हो! कोथरुडच्या पलीकडे शेताडीत तिचा मृतदेह सापडला म्हणे!''

तेवढ्यात दिगंबर वैद्यच स्वत: दुकानात शिरले. काउंटरवर पैसे टाकून त्यांनी टाइम्स घेतला. मग न राहवून प्रधानबाई म्हणाल्या, ''कशा आहेत मिसेस तुमच्या आता? काही लागलं सवरलं आणि त्यांनी फोन केला तर मी स्वत: वस्तू घरपोच करीन हं!''

''हो सांगेन मी घरी तसं. पण आम्ही दोघंच आहोत. तसं काही अडत नाही. आणि मी रोज बाहेर जातोच की.'' दिगंबर वैद्यांनी 'टाइम्स' स्कूटरच्या बास्केटमध्ये टाकला आणि ते गाडीला किक मारणार तेवढ्यात प्रधानबाई त्यांना म्हणाल्या, ''अहो, वैद्य जरा एक मिनिटं हं. आपल्या कॉलनीतील मधला रस्ता श्रमदानाने करायचाय. रविवारी सकाळी सातपासून सुरुवात करणार आहोत. तेव्हा...''

''मला जमणार नाही. रविवारी मी आठवड्याची जादा कामे उरकतो. सबंध आठवडाभर मी बाहेर असतो. त्यामुळे निदान रविवारी तरी मी घरी असावं अशी बायकोची अपेक्षा असते.''

''जास्त नको– तासभर तरी या. मी सेक्रेटरी आहे. मी बाकीचे घेईन सांभाळून.''

''नाही ते शक्य नाही. खर्चासाठी काही पैसे हवे असले तर मी ते देतो. पण रविवार हा खास मी फॅमिलीसाठीच ठेवलाय!''

प्रधानबाईंना आणखी काही बोलू न देताच दिगंबर वैद्यांनी स्कूटरला किक मारली आणि क्षणात तो दिसेनासा झाला. त्याच्या पाठमोऱ्या आकृतीकडे पाहत मिसेस प्रधान म्हणाल्या, ''काय बायकोवर प्रेम आहे बघा. अपंग आहे, अपघातात विद्रूपही झालेय म्हणे!''

''हो, बातमी आहे खरी अशी.'' श्री. प्रधान म्हणाले.

''चाळीस-पंचेचाळिशीचा माणूस म्हणजे तसा तरुणच नाही का? सकाळी दहाच्या ठोक्याला बाहेर पडतो ते संध्याकाळी साडेसहाला घरी परत येतो. ना क्लब, ना सिनेमा. बायकोची शुश्रुषा हेच व्रत दिसतंय त्याचं. तिने देव चांगला पूजलेला दिसतोय, नाहीतर आम्ही. दुकानात मरा आणि घरी पण. आजारी पडलो तर अन्न मिळताना मारामार.'' सौ. प्रधान फणकारल्या.

श्री. प्रधान म्हणाले, "खरंच कौतुक करावं तेवढं थोडंच ह्या माणसाचं. प्रेम असलं तरी कधीतरी मनुष्य कावतोच. गेली दोन वर्षं पाहतोय, इमानेइतबारे हा माणूस तिची सेवा करतोय. ती मेल्यावर हा काय करील कुणास ठाऊक?"

"करील दुसरं लग्न आणि काय? तुम्हा पुरुषांचं काय? हा त्याला थोडाच अपवाद? कॉम्प्युटरच्या धंद्यात आहे. दुबईला जायचं चाललं होतं. बायकोमुळे थांबलाय असं कुणीतरी सांगत होतं."

"अस्सं होय!" म्हणत श्री. प्रधानांनी पेपरात डोके खुपसले; पण अजून प्रधानबाईंचे बोलणे संपले नव्हते.

"यू.टी.आय.चे डिव्हिडंड वॉरंट घेऊन पोस्टमन गेला होता– म्हणजे बराच पैसा तिच्या नावावर असणार. त्याशिवाय का कोणी चाकरी करील अशी!" प्रधानबाईंचा हा अंदाजच... पण बघता बघता ही बातमी कॉलनीभर पसरली.

दिगंबर वैद्यनी घड्याळाकडे पाहिले. साडेपाचला पाचच मिनिटे होती. त्याने पुढ्यातील कॉम्प्युटरवर नजर टाकली. पुढ्यातला पसारा आवरला. लाइन ऑफ केली. कॉम्प्युटरवर कव्हर चढवले. सामान बॅगमध्ये टाकले. तेवढ्यात फोन वाजला. दिगंबर वैतागलाच... 'अशा भलत्यावेळी लोक कशाला फोन करतात...' असे पुटपुटत त्याने फोन उचलला.

फोन काळेसाहेबांचा होता. साहेबांनी बोलावले म्हणजे जायलाच पाहिजे होते. त्याने बॅग सावरीतच काळेसाहेबांची केबिन गाठली.

"बसा. जरा काम होतं. पुढच्या आठवड्यात औरंगाबादला एक नवीन कॉम्प्युटर इन्स्टॉल करायचाय. ती देखरेख करायची आहे. मीच जाणार होतो; पण माझा मुलगा आजारी आहे तेव्हा मला जाणे शक्य नाही!" काळेसाहेब जरा काळजीतच होते.

"मग?"

"तेच सांगतोय. औरंगाबादला त्या वेळी तुम्ही जा."

"अहो, पण... सुंदरवर्धन आहेत की..." दिगंबर वैद्यनी आठवण करून दिली.

"ते दिल्लीला जायचे आहेत. हिराचंदानी पुढच्या आठवड्यात रजेवर आहेत. तेव्हा आता तुम्हालाच जायला हवं!"

"पण माझी कामं?"

"ते काय नेहमीचंच आहे. तुमच्या हाताखालचे लोक करतील ती."

दिगंबर वैद्य जरा चाचरत म्हणाले, "अहो, नवीन कॉम्प्युटर बसवायचा म्हणजे अनुभवी माणूस हवा."

“काय वैद्य! आता जरा जबाबदारी घ्यायला शिका. सुंदरवर्धनचं काही खरं नाही. तो आज ना उद्या जाणारच. त्या जागेवर मग मी तुमची नेमणूक करणार आहे. औरंगाबादला हॉटेल बुकिंग झालंच आहे. टॅक्सीने जा.” दिगंबर वैद्य जाणार हे काळेसाहेबांनी गृहीतच धरले होते.

“नाही साहेब, मला जमणार नाही.”

“का?”

“माझी पत्नी अपंग आहे. तिचं सर्व मलाच करावं लागतं.”

“अहो, दोन दिवस जायचंय. नोकराणीला जास्त पैसे द्या. ती पाहील त्यांना.”

“शक्य नाही. तिचं दुखणं वाढलंय.”

“वैद्य, ही सबब तुम्ही गेली दोन वर्षं सांगताय.”

“हो. पण ह्या वेळी तिचं काही कमी-जास्त झालं तर... I will never forgive myself.”

“पण अहो, कंपनीचाही विचार करायला हवा तुम्ही. त्यात औरंगाबाद असं दूर कुठं आहे? चार तासांचा रस्ता, केव्हाही परत येऊ शकता तुम्ही.”

“ते शक्य नाही. सर माझी पत्नी...”

काळे जरा थांबले आणि मग विचार करून ते त्यांना म्हणाले, “तुमच्यापेक्षा ज्युनिअर माणसाला पाठवलं तर त्याचा अर्थ काय होतो हे तुम्ही जाणताच.”

“हो सर.”

“मग बढतीच्या वेळी ही गोष्ट कंपनी-डायरेक्टर विसरणार नाहीत एवढंच शेवटचं सांगतो तुम्हाला.”

“ठीक आहे, सर!”

“मग तुम्ही जाऊ शकता. वेळेवर गेलात तर घरची कामं तरी व्यवस्थित होतील तुमची.” काळेसाहेबांच्या बोलण्यातील उपरोध दिगंबर वैद्यच्या लक्षात आला तरी ते गप्पच होते.

“आता घाईच करायला हवी... पुण्यातला संध्याकाळचा ट्रॅफिक जॅम...” केबिनबाहेर पडताना– दिगंबर वैद्य पुटपुटलेले– काळेसाहेबांनी ऐकलेच.

गेटचे कुलूप काढून दिगंबर वैद्यनी स्कूटर आत घेतली. सीटवर आलेला ओरखडा... ऑफिसच्या पार्किंग लॉटमध्ये चालणारे हे उद्योग...

गेटमधून आत शिरताना त्यांनी दोनचारदा हॉर्न दिला आणि वरच्या मजल्यावरील खिडकीकडे पाहून हात हलवला आणि ते तेथूनच ओरडले, “मी आलो ग! साहेबांनी बोलावलं होतं म्हणून जरा उशीर झाला. फुलं आणली आहेत बघ!” म्हणत त्यांनी रजनीगंधाचा गुच्छ वर करून दाखविला.

बंगल्याचे गेट सावकाश बंद करून त्यांनी स्कूटर व्हरांड्यात उभी केली.

हातातील चावीने दरवाजा उघडला आणि जिना चढून ते वर गेले. त्यांनी खिडकीचा पडदा बाजूला सारला. हातातील फुले फुलदाणीत लावताना त्यांनी समोरच्या प्रधान जनरल स्टोअर्सकडे पाहिले. प्रधानबाईंचे त्यांच्या हालचालींवर लक्ष असल्याचे त्यांना डोळ्यांच्या कोपऱ्यातून दिसलेच. शेजारीशेजारी उशा ठेवलेला डबलबेड... दिगंबर वैद्य हसले.

दिगंबर वैद्यनी टोस्टरमध्ये ब्रेड टाकला. मध्यंतरी टोस्टर जरा बिघडला होता. तो त्यांनी घरीच दुरुस्त केला होता. फक्त आता टोस्ट तयार होताच फटकन बाहेर पडत नसे एवढेच. तो चिमट्यानी काढून घ्यावा लागायचा. 'सवड मिळताच टोस्टर दुरुस्त करून घ्यायला हवा.' असे पुटपुटत ते स्वयंपाकघराच्या खिडकीपाशी गेले. समोर खणलेला वाफा दिसला होता. त्यात काय लावायचे हे अजून ठरलेले नव्हते.

तेवढ्यात दारावरची घंटी वाजली. दरवाजा उघडायला जाताना त्यांची नजर घड्याळाकडे गेली. दहा वाजायला आले होते. 'आता घाईच्या वेळी कोण कडमडले देव जाणे!...' पुटपुटतच ते पुढे झाले.

त्यांनी घाईने दरवाजा उघडला. दारात पाटील पोस्टमन उभा होता. त्याच्या हातात दोन-तीन जाड लिफाफे होते. काहीतरी कारण काढून त्याचा घरात डोकावण्याचा प्रयत्न असतो– हे आता दिगंबर वैद्यना माहीत झाले होते. दिगंबर वैद्यनी लिफाफे उलटसुलट करून पाहिले, वर असलेला दुबईचा पत्ता... दिगंबर वैद्यची कळी खुलली. पत्र वाचायला वेळच नव्हता. पण मागाहून वाचायची अशा विचाराने त्यांनी जवळजवळ पोस्टमनच्या हातातून हिसकावूनच घेतली होती. तरी पोस्टमन आपला उभाच होता.

"कशा आहेत बाई?"

"ठीक आहेत."

पोस्टमन आत डोकावतोय असे दिसताच दिगंबर वैद्यनी धाडकन त्याच्या तोंडावरच दरवाजा बंद केला.

घाईगर्दीने त्यांनी पत्रांतील मजकुरावर नजर टाकली. मग पुन्हा एकदा ती नीटपणे वाचली आणि सावकाश ती बॅगेत टाकून ते घाईगर्दीने घराबाहेर पडले. नेहमीप्रमाणे बाहेरून गेटला कुलूप लावताना त्यांनी वरच्या मजल्यावरील खिडकीकडे पाहून टाटा केला. नेहमीप्रमाणे स्कूटर प्रधान जनरल स्टोअर्सकडे वळवली. रोजचा 'टाइम्स' घेतलाच आणि मग पुण्याच्या लोकल पेपरसंबंधी चौकशी केली.

"काय लॉटरीचा निकाल बघायचाय का?"

"छे, हो! इस्टेट एजंटची जाहिरात हवी आहे."

"अहो, वैद्यसाहेब आम्हाला सोडून जाताय की काय? काय नवीन घर घेताय का?..."

"विकत नाही घ्यायचंय... आहे ते विकायचंय..." आपण जास्तच माहिती दिली असे वाटून दिगंबर वैद्य जायला निघाले, ते पाहून त्यांना बोलण्यात गुंतविण्यासाठी प्रधान म्हणाले, "ह्या वेळी थंडी जोरदार पडणार असं दिसतंय. पाऊस खूप झाला."

"पाऊस खूप झाला, की थंडी आणि उन्हाळाही जोरदार होतो." सौ. प्रधानांनी पुस्ती जोडली बोलण्याला.

"असं काहीसं परवाच्या पेपरमध्ये होतं खरं." दिगंबर वैद्य म्हणाले आणि चटकन बोलून गेले, "कदाचित पुढच्या ह्या थंडीच्या सीझनला मी येथे नसेनही. कदाचित..." आणि जास्त बोलल्यागत त्यांनी जीभ चावली.

न राहवून प्रधानांनी विचारलेच, "म्हणजे येथून जाणार की काय तुम्ही?..."

'कदाचित' आता ही बातमी कॉलनीभर व्हायला वेळ लागणार नव्हताच. पण आता ह्या क्षणी प्रधानबाईंच्या सरबत्तीला तोंड द्यावे लागणार... ह्या विचाराने घाबरून दिगंबर वैद्यनी स्कूटरला किक मारली.

"काय गौडबंगाल आहे देव जाणे!" प्रधानबाई प्रधानसाहेबांना म्हणाल्या.

"या वैद्य या!" काळेसाहेबांनी वैद्यांना केबिनमध्ये येताना पाहून त्यांचे स्वागत केले. "कशा आहेत आता तुमच्या मिसेस? दोन मिनिटं हं. बसा तुम्ही. हातातलं काम जरा पुरं करतो मग बोलू या."

थोड्या वेळाने त्यांनी हातातील फाइल बाजूला केली. डोळ्यावरचा चष्मा काढून ठेवला आणि मग ते दिगंबर वैद्यना म्हणाले, "बोला, काय काम काढलंत?"

"मी राजीनामा द्यायला आलोय."

"म्हणजे– तुम्ही– नोकरी सोडताय?"

"हो."

"का दुसऱ्या कुठल्या कंपनीत लठ्ठ पगाराची नोकरी मिळते की काय? दोन-चार महिने ते लोक घेतात आणि मग काम झाले, की लाथ मारतात. तेव्हा नीट विचार केलाय ना?"

"मी दुबईत जाण्याचा प्रयत्न करीत होतो. आजच ऑफरचे पत्र आलंय."

"केव्हा जाणार?"

"तुम्ही सोडाल तेव्हा..."

"हे पाहा वैद्य, परदेशांत लोक नोकरीच्या आमिषाने जातात; पण तेथेही फसवणुकीचे प्रकार चालतात. तुम्ही काय करताय ह्याची पूर्ण जाणीव आहे ना तुम्हाला? नोकरी सोडताना महिन्याची नोटीस द्यावी लागते. तसा नियमच आहे."

"काळेसाहेब! स्पेशल केस म्हणून मला लवकर सोडाल? पाहिजे तर एक महिन्याचा पगार मी कंपनीला देतो." त्यावर काळे हसले, "बरीच घाई झालेली दिसतेय तुम्हाला. खरं तर महिन्याची नोटीस हवी; पण अशी जबरदस्ती करून पुन्हा आमचाच तोटा; कारण तुमचं कामात लक्ष असणार नाही, डोळे पैलतीरी लागलेले असतील. नाही का? तेव्हा तुम्ही जाच. सोईस्कर राजीनामा द्या की झालं."

दिगंबर वैद्यनी मग ताबडतोब राजीनामा दिला आणि आपल्या सहकाऱ्यांचा निरोप घेतला. ऑफिसमधूनच दोन-तीन इस्टेट एजंट्सना फोन केले. घराच्या विक्रीसंबंधी त्यांच्याशी बोलणी केली. प्रत्येकाची ठरलेली वेळ नावानुसार डायरीत टिपून ठेवली. पासपोर्ट त्यांच्याकडे होताच. व्हिसासंबंधी चौकशी केली आणि मगच ते घरी परतले.

दाराच्या गेटपाशी ते आले आणि चमकलेच. गेट उघडेच होते. जाण्याच्या गडबडीत आज ते लावायचे राहून गेले होते, की काय देव जाणे! गेट बंद करताना त्यांनी नेहमीच्या सवयीने हॉर्न दिला. ते ओरडले, "विजया! आज मी लवकर आलोय गं!"

पण त्यांचे शब्द हवेत विरण्याआधीच घराच्या पुढच्या दरवाजातून सौ. प्रधान लगबगीने पुढे झाल्या. दिगंबर वैद्य गडबडलेच. त्यांच्या पाठोपाठ श्री. प्रधान व पाटील पोस्टमनही होता. कॉलनीतील आणखी एकदोन ढमाल्याही पुढे झाल्या. दिगंबर वैद्य 'आ' वासून पाहतच राहिले. भानावर येत त्यांनी विचारले, "हा काय प्रकार आहे? माझ्या घरात हे काय चाललंय?"

"सगळं सांगतो. जरा थांबा!" असे म्हणत श्री. प्रधान व्हरांड्याच्या कट्ट्यावर टेकले आणि नाकात तपकीर खुपसत म्हणाले, "आज सकाळी तुम्ही घाईगर्दीने बाहेर पडलात तेव्हा टोस्टर तसाच ठेवून गेला होतात. ब्रेड आत तसाच जळत राहिला. त्यांत वाऱ्यामुळे खिडकीचा पडदा त्याला लागून तो पेटला. घरातून धूर, ज्वाला दिसू लागल्या म्हणून आम्ही धावलो. पाटील पोस्टमन ड्युटीवर होते ते धावले. गेटचे कुलूप फोडून आत यावं लागलं. त्यात पुन्हा बंगल्याची काच फोडून दरवाजा उघडावा लागला म्हणून साक्ष म्हणून ह्या शेजारच्या बायकांना बोलावलं. पोलिसांना फोन केला. उगाच कुणी भलता आळ घ्यायला नको."

"तसं नव्हे हो; पण मला कळवायचं तुम्ही."

"कसं कळविणार वैद्यसाहेब? तुमचा ऑफिसचा पत्ता, फोन नंबर आमच्याकडे कुठे होता? त्यात विजयाबाई वर बेडरूममध्ये... त्या अपंग म्हणून तर एवढी

धावपळ केली आम्ही.''

''बरं केलंत आभारी आहे.'' असे दिगंबर वैद्य तोंडाने म्हणत होते खरे; पण ही सारे माणसे येथून कधी जातील असे त्यांना झाले होते. पण सर्वजण त्यांच्याभोवती कोंडाळे करून तशीच उभी होती. म्हणून ते म्हणाले, ''खरंच आहे तुमचं म्हणणं... आधीच अपघातात सापडलेली, पुन्हा आगीसारखा प्रसंग... तिच्यासारखी अपंग बाई.. पार घाबरली असेल ती. तुम्ही जा सर्व– मी बघतो.''

तरीही सर्व मख्खपणे उभीच होती. मग सौ. प्रधान म्हणाल्या, ''खालची आग विझवली आम्ही. आमच्या आवाजाने, धुराने त्या घाबरल्या असतील म्हणून मी जिन्यातून हाका मारल्या, पण त्यांनी 'ओ' दिली नाही.''

दिगंबर वैद्यचा चेहरा आता पांढराफट्ट पडला होता. ते कसेबसे म्हणाले, ''तिला ऐकू कमी येतं.''

''मला हीच शंका आली म्हणून मी वर गेले तीही हाका मारीत. म्हटलं मला अनोळखीला पाहून त्या घाबरायला नकोत. त्यांच्याकडून तुमचा फोन नंबर घेऊन तुम्हाला हे सर्व कळवायचं होतं ना. सारा वरचा मजला धुंडाळला, अगदी टॉयलेटपासून सर्व पाहिलं. पण वर कोणीच नव्हतं.''

''कोणीच नव्हतं?'' प्रश्न विचारून दिगंबर वैद्य वेड्यासारखे पाहतच राहिले.

''त्याचंच आश्चर्य वाटलं मला. अशी अपंग बाई जाणार कुठं आणि कशी?'' नाक खुपसत प्रधान जोडपे विचारीत होते.

मग सारवासारव करीत दिगंबर वैद्य म्हणाले, ''ती आता येथे नाही.''

''मग त्या गेल्या कुठे?'' पाटील पोस्टमनने विचारले.

''तिला मी हॉस्पिटलमध्ये नेऊन ठेवली होती. ती वारली.''

''वारली? कसं शक्य आहे हे? सकाळी स्टोअर्समध्ये तुम्ही आला होतात तेव्हा मी चौकशी केली त्या वेळी त्या बऱ्या आहेत असंच तुम्ही सांगितलंत.'' सौ. प्रधान म्हणाल्या.

''आताही आल्याआल्या तुम्ही त्यांनाच हाका मारल्यात.'' जमलेले लोक म्हणाले. ते त्यांच्याकडे काहीशा संशयाने पाहत होते.

''कालच वारली ती. म्हणूनच... खरं सांगू? माझी मन:स्थिती म्हणूनच ठीक नाही. माझं तिच्यावर फार प्रेम होतं. म्हणूनच... तुम्ही सर्व जा आता. मला विश्रांतीची गरज आहे. मला पडावंसं वाटतंय.''

दिगंबर वैद्यच्या बोलण्यावर खट्टू होऊन ती सर्व नाइलाजाने तेथून बाहेर पडली. त्यांना येणारा संशय... दिगंबर वैद्यना तो जाणवला होता, नाही असे नव्हे. ते पार वैतागले होते. दिगंबर वैद्यनी आपले तोंड ओंजळीत झाकून घेतले. मघापासून सारे सावरून घेताना त्यांची उडलेली धांदल, घाबरगुंडी... जीवाचा झालेला थरकाप...

कशीबशी दिलेली उत्तरे... बाजूच्या खुर्चीवर ते कोसळलेच. संतापाने त्यांच्या डोळ्यांतून अश्रू ओघळले. ''ह्यांना कशाला हव्यात ह्या नसत्या उचापती! मी कुणाच्या अध्यात-मध्यात नाही... ह्यांचा नको तो भोचकपणा...'' अशुभाची पाल त्यांच्या मनात चुकचुकलीच. पटपट आटपून येथून निघून जायचे– हाच एक मार्ग होता.

त्यांनी मनाशी विचार केला. आता आवरायचे फारसे उरले नव्हते. व्हिसा, पासपोर्ट तयारच होता. बारीकसारीक काही गोष्टी आवरायच्या होत्या तेवढ्याच. घर फर्निचरसहित विकायचे होते, तेही फारशी घासाघीस न करता येईल त्या किंमतीला. त्यामुळे सामान आवरण्याचा प्रश्नच नव्हता. कपडे आणि कागदपत्रे तेवढी घ्यायची होती. येथून ताबडतोब निघणेच योग्य, ह्या निष्कर्षापर्यंत ते पोहोचले होते. अशा संशयाच्या वातावरणात येथे राहण्यात अर्थ नव्हता. त्यांनी मग कागदपत्रे, कपडे आवरायला सुरुवात केली.

संध्याकाळी दारावरची घंटी वाजली, त्या वेळी कागदपत्रांचा पसारा घालून ते बसले होते. इस्टेट एजंट असेल ह्या अपेक्षेने त्यांनी दरवाजा उघडला. दारात पोलीस इन्स्पेक्टरना पाहून ते चरकलेच.

''मी इन्स्पेक्टर चौघुले. तुमच्या घरी आज आग लागली होती. शेजाऱ्यांनी घर फोडून आत प्रवेश केला त्यासंबंधी तपासाला आलोय.''

''हो बरोबर. पण त्यासंबंधी माझी काही तक्रार नाही. मी सांगितलं होतं त्यांना तसं.''

''ते बरोबर हो, पण लोकांना भलताच संशय येतोय... तुमच्या मिसेस...!

''ती वारली. मी सांगितलं त्यांना तसं!''

''केव्हा?''

''काल.''

इन्स्पेक्टर म्हणाले, '' मला त्याच संबंधी माहिती हवीय. कॉलनीत लोकांना संशय येतोय.''

''नसता भोचकपणा! त्यांना दुसऱ्यांच्या घरात काय चाललंय हे बघण्याचं कारण काय?'' दिगंबर वैद्यांचा स्वर आता जरा तापलाच होता.

''इतर वेळी ठीक आहे हो; पण प्रत्यक्ष खून झाला असं वाटत असताना... मला जे काही कळलंय ह्यावरून संशयाला जागा आहे. तुमची पत्नी, तिचे येथील वास्तव्य, तिचा अचानक झालेला मृत्यू... बऱ्याच वदंता आहेत. ह्याबाबत, 'तुम्ही पत्नीचा खून केलाय' असा लोकांना संशय येतोय. ती अपंग होती. त्यामुळे तुम्ही वैतागलेले होतात. तुम्हाला दुबईला जायचं होतं. तिचा अडसर...''

''अहो, हे सर्व खोटं आहे हो!'' दिगंबर वैद्य आता रडकुंडीला आले होते.

''अस्सं! मग खरं काय ते सांगा ना तुम्ही! तुमची पत्नी केव्हा वारली? ती ह्या घरात जिवंत होती. निदान काही दिवसांपूर्वी हे नक्कीच. ह्याचा सबळ पुरावा म्हणजे त्यांना येणारी पत्रं... तुमचे येता-जाता तिला टाटा करणे वगैरे... तेव्हा त्यांच्या मृत्यूचं योग्य प्रमाणपत्र द्या की झालं. हं, बोला केव्हा वारली तुमची पत्नी?''

''काल—''

''कुठे वारली?''

''हॉस्पिटलमध्ये.''

हॉस्पिटलचे पेपर्स दाखवा आता की झालं. दहन कुठे उरकलंत? कोण कोण होतं तुमच्याबरोबर?''

''माझ्या पत्नीबद्दल प्रत्येकाला एवढी उत्सुकता का? प्रत्येकजण का नाक खुपसतोय?'' दिगंबर वैद्य आता पार वैतागले होते.

''हे पाहा मिस्टर वैद्य, मी नरमाईने घेतोय, ह्याचा अर्थ तुम्ही काहीही बोलू शकता असा नाही. गुन्हा घडलाय असा आता मलाही संशय येतोय. खरं काय ते सांगा.'' इन्स्पेक्टरनी दरडावणीच्या स्वरात विचारले.

दिगंबर वैद्यनी हवालदिल होत कपाळावर हात आपटून घेतला. वैतागून ते म्हणाले, ''कुठला गुन्हा आणि काय! अहो, मला बायकोच नाही तर मी खून कुणाचा करणार? गेल्या पंधरा वर्षांत बायकोचे आणि माझे संबंधच राहिलेले नाहीत. ती मला सोडून गेल्यापासून ती कुठे असते हे सुद्धा मला माहीत नाही. ह्या कारणास्तव मुंबईत राहणं मला कठीण झालं, म्हणून तो फ्लॅट विकला, पैसे गाठीला बांधले आणि मद्रास गाठलं. तेथून अर्नाकुलमला गेलो आणि आता येथे पुण्यात मराठी माणसांत आलो.''

''ते सर्व खरं असेलही. अर्नाकुलम आणि मद्रासला पत्त्यावरून चौकशी करता येईल आम्हाला. मुंबईतही तुमच्या शेजाऱ्यांकडून बातमी कळेलच. पण ह्या घरात तुमच्याबरोबर कोण राहत होतं? जी व्यक्ती होती, ती अपंग होती ही गोष्ट ही व्हीलचेअरच सांगतेय.''

''कसं पटवू तुम्हाला? येथे दुसरं कुणीच राहत नव्हतं. मी एकटाच होतो. कुठेही जा लोकांच्या चौकशा असतातच. लग्न झालंय का? नाही झालं म्हटलं, की का नाही झालं ह्यावरून तर्कवितर्क. झालं म्हटलं, की बायकोची चौकशी. गावाला बायको असते म्हटलं, की कारण काय? मुलाच्या शिक्षणाची सबब सांगितली, की मुलांची संख्या, नावं विचारली जातात— मग पुन्हा थापा— मग ह्या लोकांचे अनेक प्रश्न असतात. कुठून ना कुठून ही माणसं माहिती शोधून काढतातच. परप्रांतात फारसा प्रश्न नव्हता. पण बायको-मुलं नोकरीच्या गावी कधीही येत नाहीत ह्यावरून चौकशा चालायच्या.

"परप्रांतात मी कंटाळलोच होतो. पुण्यात राहायचं ठरवलं. कुणी ना कुणी ओळखीचे भेटत– मग नको त्या बातम्या... माझी बायको एका श्रीमंताचा हात धरून पळून गेली. मला ही बातमी इतरांना समजायला नको होती म्हणून माझी पत्नी अपंग असल्याचं, ती माझ्यावर अवलंबून असल्याचं नाटक मी सुरू ठेवलं. ह्यात माझ्या मनाला तिच्यावर सूड घेतल्याचं समाधान तर मिळतच होतं; पण असं असूनही तिच्यावरचं माझं प्रेम पूर्वीसारखंच आहे हेही मी मनाला पटवून देत होतो.

"निव्वळ नाटक हो! पण, हे नाटक करताकरता हे नाटक आहे, हेच मी विसरलो. खरंच माझी पत्नी आहे, ती अपंग आहे– असंच वाटायचं मला– मी तिच्याशी बोलायचो, तिला टाटा करायचो, तिच्या ओढीने घरी परत यायचो... तिचं माझ्यावर प्रेम आहे. अपघातापूर्वी सुंदर असलेली माझी पत्नी विद्रूप झालीय, ती माझ्यावर अवलंबून आहे, आमचं परस्परांवर प्रेम आहे– असं मग मलाच वाटू लागलं. हा सारा मनाचा खेळ... माझ्या मते, कल्पनेत ती जिवंतच होती. तिला मी कशी मारणार? तिला मारलं ते तुम्ही लोकांनी. कॉलनीतील भोचक मावश्यांनी आणि नाकखुपसे प्रधान कंपनीने व पाटील पोस्टमन..."

इन्स्पेक्टर चौघुले हतबुद्ध होऊन बसून होते क्षणभर. मग त्यांनी दिगंबर वैद्यना विचारले, "म्हणजे तुमच्या म्हणण्याप्रमाणे तुमची पत्नी येथे राहतच नव्हती. ती राहत होती– तुमच्या कल्पनेत. कल्पनेतील पत्नीचा मृत्यू घडेलच कसा? बरोबर!"

"तेच तर मी मघापासून सांगतोय." दिगंबर वैद्य वैतागून म्हणाले.

इन्स्पेक्टर चौघुल्यांचे प्रश्न तरीही संपले नव्हते.

"तुम्ही दुबईला जाताय म्हणे! पासपोर्ट, व्हिसा दाखवा पाहू?"

"हा पाहा– पासपोर्ट आणि व्हिसा. काही छोट्यामोठ्या गोष्टी आहेत– त्या झाल्या की... दुबईचं पत्र आजच आलं आणि त्या गडबडीत टोस्टर बंद करायचाच विसरलो मी."

"अस्सं! दुबईला जायचं म्हणजे आधीपासून पत्रव्यवहार चालू असेल नाही का?"

"हो, तीन महिने तरी झाले. आजच फायनल पत्र आलं."

"अस्सं.. मग असं असताना समोर हा खणलेला वाफा कशासाठी?"

"भाजीपाल्यासाठी..." इन्स्पेक्टर चौघुल्यांच्या तोंडाकडे दिगंबर वैद्यचे लक्ष गेले आणि पुढे दिगंबर वैद्य काही बोलूच शकले नाहीत.

'दिगंबर वैद्यांना पोलिसांनी पकडून नेले' ही बातमी हा हा म्हणता कॉलनीभर झाली. श्री. आणि सौ. प्रधानांना आता स्फुरणच चढले होते. ह्या बातमीमुळेच

त्यांच्या दुकानातील गर्दी वाढली होती. येणाऱ्या मंडळींना तिखटमीठ लावून ही बातमी सांगताना त्या पुन्हा पुन्हा म्हणत, ''येथे काहीतरी गडबड होती हे जाणूनच होते मी.''

पाटील पोस्टमनही घरोघरी पत्र वाटताना तिखटमीठ लावून घडलेल्या प्रसंगाचे वर्णन करत असायचा. अपंग स्त्रीला मारण्याचा दिगंबर वैद्यनी केलेला हा गुन्हा... दिगंबर वैद्यला कोणती शिक्षा होईल हीच चर्चा रंगायची. प्रत्येकाच्या तोंडी हीच चर्चा... पोलिसांनी घराची घेतलेली झडती... माळ्यापासून ते कपाटांपर्यंत काहीही सापडले नव्हते. खणलेला वाफा पोलिसांनी विजयाबाईंची बॉडी सापडेल ह्या आशेने खोलवर खणला होता. पाण्याच्या टाकीपासून सर्वत्र तपास केल्याच्या बातम्या कॉलनीभर रंगत होत्या.

पोलिसांनी त्यांच्या पूर्वायुष्याबद्दल मग बित्तंबातमी काढली आणि एक दिवस दिगंबर वैद्यवरचा खुनाचा आरोप मागे घेऊन त्याला सोडून दिले. ते ऐकून कॉलनीभर पुन्हा चर्चा रंगली. पोलीस रिपोर्टसंबंधी खुलासे आलेच... त्याशिवाय ह्या चमत्कारिक केसबद्दल वर्तमानपत्रांत बातमी छापून आली ती वेगळीच.

मग पुन्हा कॉलनीत चर्चा रंगली. दिगंबर वैद्यच्या घरात कुणीच राहत नव्हते; तर दिगंबर वैद्य बायकोची कल्पना करून राहत होता– हे कळल्यावर लोक म्हणाले, ''येडपटच दिसतोय.''

मग दिगंबर वैद्यच्या वैवाहिक जीवनाबद्दलची बित्तंबातमी कॉलनीत पसरली. कोणी तरी म्हणालेही, ''ती असेल फटाकडी! असल्या बावळटाबरोबर ती कशी राहणार? मग गेली असेल सोडून. येडपटच आहे हा!''

कॉलनीत आता दिगंबर वैद्यबद्दल कुणीच उत्साहाने बोलत नसे. हळूहळू तो विषयच लोक विसरले. कॉलनीतील हा बंगला इस्टेट एजंट येऊन पाहून गेला... घराचा सौदा पक्का ठरला तरी कुणाला आता त्याचे काहीच नव्हते. त्यासंबंधी धावपळ करीत स्कूटर घेऊन दिगंबर वैद्य इकडेतिकडे जाताना दिसायचे; पण लोकांना आता त्याकडे लक्षही द्यावेसे वाटत नव्हते.

दोन दिवसांनी सकाळच्या डेक्कन क्वीनने दिगंबर वैद्य निघायचे होते. येथील त्यांची सर्व कामे आटपली होती. आता तसे त्यांच्याकडे कुणी येत-जातही नसे. त्यामुळे त्या दिवशी रात्रीची दारावरची घंटी वाजलेली ऐकून त्यांना आश्चर्य वाटले. आता कोण असावे ह्याचे मनाशी आश्चर्य करीतच त्यांनी दरवाजा उघडला.

बाहेरून येणाऱ्या म्युन्सिपाल्टीच्या दिव्याच्या उजेडात फारसे धड दिसत नव्हते. कोण असावे तेच त्यांना समजेना. अंगावरचा पंजाबी सूट आणि तोंडापर्यंत लांब ओढलेली चुन्नी...

''हॅलो दिगंबर....''

"कोण पाहिजे..." हा पुन्हा 'काहीतरी स्वप्नवत भास असावा' असे वाटून दिगंबर वैद्य दरवाजा लावण्याच्या बेतात होते.

"ओळखलं नाहीस का मला? मी विजया..."

"विजया? कोण विजया?"

"कोण काय? तुझी बायको. तिला 'आत ये' असं तरी म्हणशील की नाही?" हे स्वप्न असावे नक्कीच. असे वाटून दिगंबरने स्वत:ला चिमटा काढला. तेवढ्यात ती व्यक्ती चक्क घरात घुसली.

"छान आहे रे हा बंगला! पण आता तू हा सोडणार ना?"

"तुला? तुला कसं हे कळलं?"

हा नक्की आभास आहे असेच अजूनही दिगंबरला वाटत होते. पण विजयाच्या पुढच्या बोलण्याने तो भानावर आला.

"कसं म्हणजे? कल्पनेतील बायकोचा खून– ह्या सदराखाली आलेली बातमी मी रोज वाचत होते वर्तमानपत्रातून. तू दुबईला जाणार आहेस ना? तेथे खूप सुबत्ता आहे म्हणे!" विजया हसली.

"तुला काय म्हणायचंय?"

"दुसरं काय म्हणणार? जेथे राघव तेथे सीता... तू पत्नीच्या बाबतीत किती काळजी घ्यायचास... त्याचे वर्णन वर्तमानपत्रातून वाचले मी. त्यात ती पत्नी कल्पनेतील होती. आता प्रत्यक्ष हे सारे करायची संधी देणार आहे मी तुला."

विजयाच्या बोलण्यावर दिगंबर शांतपणे म्हणाले, "पण तू आता माझी पत्नी नाहीस. तू मला सोडून गेल्याला पंधरा वर्षं उलटली आहेत."

"सर्व खरं बाबा! पण कायदेशीर घटस्फोट कुठे झालाय आपला. अजून कायद्याने मी तुझी पत्नीच आहे. माझी व्यवस्था करणं हे तुझं कर्तव्य आहे."

आता मात्र दिगंबर चिडलाच. "तू माझी पत्नी नाहीस!" असे म्हणून तिला घालवण्यासाठी त्यांनी तिचा दंड धरला.

"ते तुला सिद्ध करायला हवं!" विजया उपरोधाने हसत म्हणाली.

"सिद्ध करायला हवं?" आता मात्र दिगंबर वैद्यांचा तोलच गेला. त्यांचे हात शिवशिवत होते. त्यांनी तिचा गळा पकडला आणि तो आवळताना ते बडबडत होते, "माझी बायको अशी फ्लर्ट नव्हती. ती गुणी होती, अपंग होती. कुरुप झाली होती; पण तरीही आमचे एकमेकांवर प्रेम होते आणि आहेही. तू जा येथून."

त्यांनी जेव्हा हाताचा विळखा काढला तेव्हा विजयाबाई धाडकन त्यांच्या पायाशी कोसळल्या. दिगंबर वैद्यांनी शांतपणे तिची नाडी पाहिली.

इन्स्पेक्टर चौघुले कामात गर्क होते. दिगंबर वैद्य आले ते अगदी नेमके त्याच वेळी. सकाळी सकाळी हा माणूस कशासाठी आला होता तेच त्यांना कळेना. खरे म्हणजे ह्या माणसावर आलेला खोटा आरोप... संशय येऊन आपण केलेली खातरजमा... पण आता त्याचे काय? कामाच्या गडबडीत अगदी नाईलाजाने चौघुले त्यांना म्हणाले, ''या! या वैद्यसाहेब! बोला काय म्हणताय?''

''मी आजच दुबईला जाण्यासाठी म्हणून पुणं सोडणार होतो. माझं डेक्कन क्वीनचं तिकीट होतं...''

''अस्सं! अस्सं! निरोप घ्यायला आलात होय? तुमचा प्रवास, दुबईचं तुमचं वास्तव्य सुखाचे होवो.''

''आभारी आहे इन्स्पेक्टर मी. पण माझी पत्नी...''

''अहो, वैद्य, आमचे कर्तव्य आम्ही केलं. झाल्या प्रकाराबद्दल मी दिलगिरी व्यक्त केली. आणखी काय हवं?''

''नाही हो त्याबद्दल नाही म्हणत मी इन्स्पेक्टर...'' दिगंबर वैद्य गडबडून म्हणाले, 'मला तुम्हाला कबुलीजबाब द्यायचाय. मीच माझ्या बायकोला ठार मारलं.''

''अस्सं! आणि काय? त्या समोरच्या वाफ्यात तुम्ही तिला पुरलं असंच ना?''

आश्चर्याने इन्स्पेक्टरकडे पाहत वैद्यनी विचारलेही, ''कमाल आहे! तुम्हाला हे कसं कळलं?''

इन्स्पेक्टर चौघुलेंना काय बोलावे सुचेना. ते वेड्यासारखे त्यांच्याकडे पाहतच राहिले.

''अहो, इन्स्पेक्टर मी गुन्हा कबूल करतोय. मी माझ्या बायकोला ठार मारलंय!''

इन्स्पेक्टर चौघुलेंनी वैतागून दिगंबर वैद्यकडे पाहिले. ''हे पाहा वैद्य! जे काही घडले त्याबद्दल मी दिलगीर आहे. ह्याशिवाय मी काहीही सांगू शकत नाही. बायकोचा आपण खून केलात असे पुन: पुन्हा मला सांगून तुम्ही लाजवू नका. ती आमची चूक आम्ही कबूल केली. मला दुसरी पण कामं आहेत. तुम्ही जाऊ शकता.''

''जाऊ शकतो?'' वैद्यांनी आश्चर्याने विचारलं.

''हो.''

''दुबईला?''

''जेथे तुम्हाला पाहिजे तेथे.'' आता मात्र चौघुले वैतागलेच होते.

''बरं तर मग. मी निरोप घेतो तुमचा.'' म्हणून दिगंबर वैद्य बाहेर पडले.

''येडचॅपच आहे!'' म्हणत इन्स्पेक्टर चौघुलेंनी समोरच्या फाइलमध्ये डोके खुपसले.

दिगंबर वैद्यांनी सावकाश बॅगा उचलल्या. सकाळची डेक्कनक्वीन चुकलीच

होती; पण स्टेशनवरून जाणाऱ्या एशियाड– त्यातील एखादी बस सहज मिळणार होती. त्यांनी मागे वळून पाहिले. कल्पनेतील विजयाने आज पंजाबी सूट घातला होता. चुन्नी तोंडापर्यंत आल्यामुळे चेहरा झाकलेला होता. काल सारे संपवले होते. त्यांनी. तरीही....

ते पुटपुटले, ''चला विजयाबाई... चला दुबईला... तुम्ही काही आमची पाठ सोडणार नाही...''

■

www.ingramcontent.com/pod-product-compliance
Lightning Source LLC
LaVergne TN
LVHW092352220825
819400LV00031B/336